నేను

డా బ్రహ్మానందం

Ānvīkṣhikī
Publishers

ఆన్వీక్షికి పబ్లిషర్స్ ప్రై.లి.
హైదరాబాద్
2024

NENU
BY
DR. BRAHMANANDAM
Published in hardbound in India in 2024 by
Anvikshiki Publishers Pvt. Ltd.

Copyright© Dr. BRAHMANANDAM
The moral right of the author has been asserted.

All rights reserved
No part of this publication may be reproduced,
stored in a retrieval system, or transmitted, in any
form or by any means, without the prior
permission in writing of the publisher, nor be
otherwise circulated in any form of binding or
cover other than that in which it is published and
without a similar condition including this
condition being imposed on the subsequent purchaser.

ISBN -978-93-95117-23-4

Cover Design
Anil Bhanu

Title Calligraphy
Swetha Moravaneni

Cover Page Photography
Siva Kumar Akula

Book Making & Layout
Mahy Bezawada
970 597 2222

Printed @
Anupama Printers
126, Shanti Nagar, Hyderabad.
040-23391364, 23304194

For Copies
Anvikshiki Publishers Pvt.Ltd.
Azra House, 59/C/D,
MLA Colony, Banjarahills,
Hyderabad.
Ph: 76739 82236 / 89780 58386
www.amazon.in/anvikshikipublishers

₹ 375/-

అగాధమౌ జలనిధిలోన
ఆణిముత్యమున్నటులే
శోకాల మరుగున దాగి
సుఖమున్నదిలే
ఏది తనంత తానై
నీ దరికి రాదు
శోధించి సాధించాలి
అదియే ధీర గుణం

- శ్రీశ్రీ

ఆన్వీక్షికి దర్శనం

I have always imagined that Paradise will be a kind of library.

-Jorge Luis Borges

మంచి పుస్తకం చదివి ఆస్వాదిస్తే కలిగే ఆనందమేంటో నాకు తెలుసు. తెలుగు సాహిత్యం మాత్రమే కాకుండా ఇతర భారతీయ భాషల్లోనూ, ఆంగ్లభాషలోనూ వచ్చే సాహిత్యాన్ని విరివిగా చదవడం నాకు అలవాటు. ఒక తరం వేరొక తరానికి తమ అనుభవ పరంపరను నిరంతరం అందించే శాశ్వత విజ్ఞాన నిధులు పుస్తకాలు.

కానీ నా తర్వాత తరంలో పుస్తకాలు చదవడం తగ్గిపోతోందనే ఆలోచన నాకు కొంత బాధ కలిగించింది. పుస్తకాలు చదవడంలోని ఆనందాన్ని కొత్త తరానికి పరిచయం చెయ్యాలన్న ఆలోచన నాలో ప్రస్ఫుటంగా నాటుకుంది.

2018 డిసెంబర్‌లో ఒక రోజు మా శ్రీవారు సత్యదేవ్ నాతో మాట్లాడుతూ మనమొక పబ్లిషింగ్ హౌస్ స్థాపించబోతున్నామనగానే నాకు పాలో కొయిలో చెప్పిన ఒక సత్యం గుర్తొచ్చింది.

When you want something, all the universe conspires in helping you to achieve it.

సత్యదేవ్ నాకు వెంకట్, మహిలను పరిచయం చేశారు. వెంకట్, మహి కూడా నాలాగే ఆలోచిస్తూ కొత్త జనరేషన్ మళ్ళీ తెలుగు పుస్తకాలు చదివేలా చేయాలనే ప్రయత్నాల్లో ఉన్నారని తెలిసి సంతోషించాను. తెలుగులో ఇప్పుడున్న ప్రచురణ సంస్థలకంటే భిన్నంగా ఏం చేయగలమని మేము ముగ్గురం చాలాసార్లు చర్చించుకున్నాం. చాలామందితో మాట్లాడాం. తెలుగు చదివేవాళ్ళు తక్కువైపోతున్నారు. తెలుగులో రావాల్సినన్ని పుస్తకాలు రావడం లేదు. తెలుగు పుస్తకాలు అమ్ముడవడంలేదు - ఇలా రోజూ ఎక్కడో ఒక దగ్గర ఎవరో ఒకరినోట వింటూనే వచ్చాం.

కానీ ఇవన్నీ సమస్యలు. ఒక మంచి పుస్తకం ఈ సమస్యలన్నింటికీ పరిష్కారం సూచిస్తుందని అనుకున్నాం. ఆ మంచి పుస్తకం ప్రచురించే ఆలోచన నుంచి పుట్టిందే ఆన్వీక్షికి ప్రచురణలు.

అయితే ఇక్కడ మాకొక ప్రశ్న ఎదురైంది. ఏది మంచి పుస్తకం?

పుస్తకాలన్నింటినీ ఒకే గాటిన కట్టి మాట్లాడ్డం కుదరదు. ఒక్కొక్కరికీ ఒక్కొక్క రకమైన పుస్తకం మంచి పుస్తకం అనిపిస్తుంది. కొందరికి లిటరరీ ఫిక్షన్ నచ్చితే, కొందరికి రొమాంటిక్ ఫిక్షన్ నచ్చొచ్చు. మరికొందరికి బయోగ్రఫీలు నచ్చొచ్చు. మరికొంతమందికి డిటెక్టివ్ ఫిక్షన్ నచ్చొచ్చు. సైన్స్ ఫిక్షన్, ఆధ్యాత్మిక రచనలు, బాలల సాహిత్యం - ఇలా ఎన్నో రకాల సాహిత్యాన్ని ఇష్టపడే పాఠకులు ఉంటారు. ఒక ప్రచురణ సంస్థగా అన్ని రకాల పుస్తకాలను ప్రచురించడమే మా బాధ్యత! కాకపోతే మాకంటూ కొన్ని పరిధులు విధించుకున్నాం.

సాంఖ్య, యోగా, చార్వాక దర్శనముల కలయికే ఆన్వీక్షికి. క్లుప్తంగా మూడు ఆంగ్ల పదాలలో చెప్పాలంటే Open your Eyes, Open your Mind, Open your Soul. మేము ప్రచురించే పుస్తకాలు పాఠకుడికి ఈ మూడింటిలో ఏ ఒక్కటైనా కలిగించగలిగితే మా ప్రయత్నం సఫలమైనట్టే.

వందన బండారు
చీఫ్ పబ్లిషర్,
ఆన్వీక్షికి పబ్లిషర్స్ ప్రైవేట్ లిమిటెడ్,
హైదరాబాద్.

బ్రహ్మ కడిగిన పాదములకు

భక్తితో

అంకితం

జన్మనిచ్చిన తల్లిదండ్రులు
కీ.శే. కన్నెగంటి నాగలింగాచారి
కీ.శే. లక్ష్మీనరసమ్మ

జీవితం నేర్పిన తల్లిదండ్రులు
కీ.శే. సున్నం ఆంజనేయులు
కీ.శే. శారద

ఈ పుస్తక రచనలో సహకారం అందించిన
ఆసం శ్రీనివాస్ గారికి,
ఈ పుస్తకం కోసం ప్రత్యేకంగా చిత్రాలు గీసిన
కీ.శే.BKS వర్మగారికి,
డిజైన్లో సహకరించిన **శేషబ్రహ్మం** గారికి,
నా ప్రత్యేక కృతజ్ఞతలు.

నవ్వు...
ఒక శబ్దం కాదు...
అదొక అనుభూతి...!
ఆ అనుభూతిని ఆస్వాదించి
ఆశీర్వదించిన...
ప్రేక్షక మహాశయులందరికీ...
వినమ్రతతో...

ఈ పుస్తకం ఎందుకు చదవాలి?

నేనేంటో నా సినిమాలు చెప్తాయి...

నేనేంటో మీ హృదయాలు చెప్తాయి...

నేనేంటో నా అవార్డులు చెప్తాయి...

నేనేంటో నా బిరుదులు చెప్తాయి...

కానీ ఈ నేను నేనుగా మీ ముందుకొచ్చే ముందు...

నేనెంత సంఘర్షణ అనుభవించానో, ఎన్ని సమస్యలు అధిగమించానో,

ఎన్ని పరిస్థితులను ఎదుర్కున్నానో, ఎన్ని సమస్యల నుండి గట్టెక్కి వచ్చానో మీకు తెలీదు.

మీకు తెలిసిన బ్రహ్మానందం నాణేనికి ఒక వైపు మాత్రమే.

ఆ రెండోవైపే ఈ పుస్తకం!

ఇందులో నా జీవితం యథాతథం!!

*****

ఒకరి అనుభవం - ఒకరికి పాఠ్యాంశం కావొచ్చు.

ఒకరి అనుభవం - ఒకరికి మార్గదర్శకం కావొచ్చు.

ఆ ఒకరు మీరు కావొచ్చు!

మీలో ఒకరైనా కావొచ్చు!

అందుకే నేను - నన్ను ఈ పుస్తకంగా మలచుకున్నాను.

నా అనుభవసారాన్ని అక్షరాలుగా మార్చాను.

విజయం వైపు పయనం వినయంతోనే కాదు - విజ్ఞతతోనూ సాగించాలి.

విద్వత్తుతో పరిపూర్ణం చేసుకోవాలి.

ఇటువంటి విషయాలు చెప్పడానికి ఒక వేదిక కావాలి.

ఆ వేదికే ఇది!

నేనేదో గొప్పగా సాధించానని కాదు...

ఈ చలనచిత్ర చరిత్రలో ఎందరో మహానుభావులు - ఎంతో నిష్ణాతులై శాశ్వత కీర్తి గడించినవాళ్ళు ఉన్నారు.

వారందరి సరసన నిలబడే అర్హత నాకు వుందన్న గర్వంతో నా జీవిత చరిత్ర రాయడం లేదు.

వారంతా చెప్పని, చెప్పుకోలేని విషయాలు కూడా చెప్పడానికి నా జీవితంలో చాలా సందర్భాలున్నాయి.

ఆ సందర్భాలు చెప్పుకోవడం అసందర్భం కాదని మనవి చేస్తూ...

ఈ పుస్తకాన్ని మీ ముందుకు తీసుకురావాలన్న సంకల్పంతో రాయడం మొదలుపెట్టాను.

***

నా నుంచి నవ్వు పుట్టడానికి ముందు...

నా ఇంట్లో 'పేదరికం' పుట్టింది...!

అప్పుడే నా వయసుకు 'పెద్దరికం' అబ్బింది!

పేదరికం అంటే ఏమిటి...

కష్టాలన్నీ ఇల్లరికం రావడమే సుమీ!

తినడానికి కూడు లేకపోవడం- పేదరికం.

ఉండడానికి గూడు లేకపోవడం- పేదరికం.

కట్టుకోవడానికి బట్ట లేకపోవడం - ఇదీ - అదే!

ఇవేవి లేకపోయినా ఆత్మగౌరవం ఉంటే చాలు...

నీ ఉనికీ, నీ వ్యక్తిత్వం, నీ ఔన్నత్యం... వీటన్నిటినీ

ప్రపంచం గుర్తించే రోజొస్తుంది!

అంచేత అమ్మనీ, నాన్ననీ, తోబుట్టువులనీ... వీరితో పాటు

పేదరికాన్ని ప్రేమించండి!

దరిద్రాన్ని ద్వేషించండి.

దరిద్రమంటే ఆత్మ గౌరవం లేకపోవడం!

ఇదంతా చదివి...
నేను చిన్నప్పుడు పడిన కష్టాలన్నీ ఏకరువు పెట్టి
మిమ్మల్ని నవ్వు మరిచి, ఏడుపులోకి నెట్టాలనే ఉద్దేశం మాత్రం కాదు.
ఇది నా ఆత్మకథ కాదు... నా డైరీ!
అన్నీ వుండవు.. అంతా వుంటుంది!
ఎంతో కొంత మీ మనస్సుని తట్టి పిలుస్తుంది.
మీ మనసు తలుపు తెరిస్తే అంతా 'బ్రహ్మానందమే'
"నవ్వే జనా సుఖినోభవంతు"!

***

నిజానికి నా జీవిత చరిత్ర నేను రాసుకోలేదు.
నాకు జీవితాన్నిచ్చిన ఆ భగవంతుడెప్పుడో రాశాడు.
కొంతమంది - దైవానుగ్రహం వల్లే ఈ స్థాయికి చేరుకున్నామని మనసావాచా భావిస్తారు.
నేను రెండో కోవకు చెందినవాణ్ని!
ఆస్తికుల్లో ఆస్తిపరులు వున్నారు.
నాస్తికుల్లో ఐశ్వర్యవంతులు వున్నారు.
నన్ను మాత్రం ఓ అదృశ్య శక్తి చిటికెన వేలు పట్టుకుని నడిపించింది.
కష్టం నుంచీ, బాధ నుంచీ, ఆకలి నుంచీ, పేదరికం నుంచీ, సమస్యల నుంచీ విముక్తినిస్తూ –
నన్నెప్పుడు నడిపిస్తూనే వుంది.
ఆ చిటికెన వేలి స్పర్శ దివ్య స్పర్శ.
అనుభవించిన వారికే తెలిసే స్పర్శ.
ఆ స్పర్శని ఆస్వాదిస్తూ అవరోధాల్ని అధిగమిస్తూ, ఆటంకాలను ఎదుర్కుంటూ, ప్రతికూల పరిస్థితుల నుంచి బయటపడుతూ, ప్రతిబంధకాన్నించి పాఠం నేర్చుకుంటూ...
నేను సాగించిన ప్రయాణంలో...
నా చిటికెన వేలు పట్టుకున్నదెవరో కాదు... ఆ అదృశ్య శక్తి ఎవరో కాదు...
నేను నమ్మిన దైవం!
ఆ దైవకృప వల్ల నేను జ్ఞానాన్ని సంపాదించుకున్నాను.
ప్రతిభనూ సముపార్జించుకున్నాను... పేరు ప్రతిష్టలూ పెంచుకున్నాను.
ఆస్తిపాస్తులు కూడబెట్టుకున్నాను.

ముఖ్యంగా సంపాదించుకున్నదేదీ పోగొట్టుకోలేదు.

అలా ఏదీ పోగొట్టుకోకుండా...

ఒక మనిషి తనలోని శక్తిని వెలికి తీసుకుని...

తనకోసం ఎలా వినియోగించుకోగలడో చెప్పే ప్రక్రియే ఈ పుస్తక పరమార్థం!

***

అంతా దేవుడి దయ

అంతా ఆయనే

అన్నీ ఆయన చేస్తున్నవే అనుకోవడం ఆస్తికత్వం

ఇదంతా నా కష్టార్జితం

నా స్వయంకృషి

నా ఆలోచనల ప్రతిఫలం అనుకోవడం నాస్తికత్వం.

ఈ రెండు భావాలు కాడికి కట్టిన రెండు ఎద్దుల్లాంటివి!

నా పద్ధతి నాదే అని ఆస్తికత్వం అటు లాక్కెళ్ళినా,

కాదు... నా పద్ధతి నాదే అని నాస్తికత్వం ఇటు లాక్కెళ్ళినా సరైనటువంటి ఫలాలను

మనం అందుకోలేకపోతాం!

అటు చేస్తున్న పని శ్రద్ధగా, అంకితభావంతో, నవ్యతతో చేయాలి...

ఇటు స్వామి అనుగ్రహం తోడవ్వాలి...

ఈ రెండూ కలిస్తేనే జీవితమనే బండి సక్రమంగా సాగుతుందని నా విశ్వాసం.

భగవద్గీత చెప్పినా,

మహ్మద్ ప్రవక్త చెప్పినా,

జైనులు చెప్పినా,

బౌద్ధులు చెప్పినా ఒకటే చెప్పారు.

"కష్టపడు... ఫలితాన్ని ఆశించకు" అని.

నీ కష్టం నువ్వు పడితే ఆ భగవంతుడే దానికి సంబంధించిన ఫలితాన్ని ఇస్తాడని తెలియ జేయడానికే నా ఈ పుస్తక రచన.

అంతేగాని... నాకున్న కష్టాల్ని, నేను పడినటువంటి బాధల్నీ చెప్పుకుని

నేను ఇంత తక్కువ వాడిననీ, బీదవాడిననీ,

ఇంత దారుణమైన స్థితి నుంచి వచ్చాననీ

మీ దగ్గర నుంచి జాలి పొందడానికి గానీ...

లేదా నేను సాధించిన విజయాల్ని...

నేను సాధించిన విజయసోపానాల్ని

మీ ముందుంచి నేనింత గొప్పవాడిననీ చెప్పుకోవడానికి ఈ పుస్తకం రాయడం లేదు.

***

శ్రమని నమ్ముకున్న వారికి చిత్రపరిశ్రమ ఎప్పటికీ స్వాగతం పలుకుతూ వుంటుంది.

ఆఖరిశ్వాస వరకు ఆహ్వానం వుంటూనే వుంటుంది.

ఆ శ్రమకు ప్రతిభ కూడా అవసరం.

ఆ ప్రతిభకు సానపెట్టుకోవడం అవసరం.

ఆ ప్రతి అవసరానికి దైవానుకూలత పరమ అవసరం!

మన స్థానాన్ని ఎప్పటికప్పుడూ మనం నిలబెట్టుకుంటూ ఉంటేనే –

అది మన స్థాయిని పెంచడానికి ఉపకరిస్తుంది.

స్థాయి అనేది కోరుకుంటే రాదు.

నేర్చుకుంటే వస్తుంది. జీవితానుభవసారం నుంచి నేర్చుకుంటే వస్తుంది.

ఒక లెక్చరర్‌గా ఎందరో విద్యార్థులకు పాఠాలు నేర్పిన నేను...

ఒక నటుడిగా ఎన్నో పాఠాలు నేర్చుకుంటేనే...

ఎదురయిన పరీక్షలన్నీ ఎదుర్కుంటేనే...

పాసయ్యాను.

నటుడిగా ఫెయిలయ్యిందీ లేదు.

భర్తగా ఫెయిలయ్యిందీ లేదు.

తండ్రిగా ఫెయిలయ్యిందీ లేదు.

నా కథలో...

గొప్ప గొప్ప సినిమా పాత్రలే కాదు...

చాలా చిన్న చిన్న ఆనందాలు కూడా నోచుకోని పేదరికపు ఖాళీ పాత్రలూ వున్నాయి.

నా జీవిత చరిత్ర చేతబుచ్చుకుని అందులో సరస్వతీ దేవిని అక్షరాలూ అడుక్కున్నాను.

ఆ జ్ఞాన శారదాదేవిని జ్ఞానం దానం చేయమని అడిగాను,

అంతేగాని, ఏనాడు ఎవ్వరి దగ్గరా చేయి చాచలేదు.

బదులు తీర్చుకోకుండా సాయమూ అడగలేదు.

కృతజ్ఞత చూపించాను తప్ప - కృతఘ్నుడిగా మిగిలిపోలేదు.

నా పేదరికాన్ని పరిచయం చేయడానికి నాకేమీ సిగ్గుగా అనిపించలేదు.

ఆ స్థితిలో కూడా రేపటి మీద ఆశతో బతికాను గదా...

అందుకు గర్వపడుతున్నాను

ఇది చాలు కదా... ఒకరికి ఒక పాఠంగా నేర్చుకోవడానికి!

ఒక్కరికైనా రేపటి మీద ఆశని పెంచడానికి...

***

ఇందులో నేను నా గొప్పతనాన్ని రాసుకోలేదు,

బ్రహ్మానందం ఎన్ని ఒడిదుడుకులు తట్టుకుని నిలబడ్డాడు అనేది మాత్రమే రాయగలిగానని భావిస్తున్నాను.

ఈదురుగాలికి వొరిగి, జడివానకు తడిసి, వరద ప్రవాహానికి మునిగీ-

చివరకు తుఫాను వెలసిన తరువాత చూస్తే - ఒక్క గడ్డిపరక మాత్రమే స్థిరంగా వుంటుంది.

అటువంటి గడ్డి పరకను నేను.

యోగుల హృదయాలలో వెలిగించుకునే కాంతి మరెక్కడా దొరకదు.

అది మనలో మాత్రమే వుంటుంది.

హృదయాన్ని వెలిగించుకుని చూడండి.

ఆ కాంతిలో మనకు మన భవిష్యత్ దర్శనమవుతుంది.

ఇదంతా నా అనుభవం నుంచీ, నేననుభవించిన ఆధ్యాత్మిక సౌరభం నుంచీ పుట్టిన జ్ఞానం!

నీ పుట్టుక కేవలం నీ కోసమే కాదు...

నిన్ను కన్నవాళ్ళ కోసం కూడా!

నీ జీవితం కేవలం నీ ఒక్కడి సొంతమే కాదు...

నిన్ను కట్టుకున్న ఆలిది కూడా!

నీ స్వార్థానికీ, నీ వ్యసనాలకీ బలయ్యేది నువ్వొక్కడివే కాదు...

నీ మీద ఆధారపడ్డ నీ బిడ్డలు కూడా...!

ఈ సత్యాన్ని నేను తెలుసుకున్నాను.

అందుకే నా కుటుంబాన్ని పోషించుకోవాలనుకున్నాను.

అందుకోసం నాకు తెలిసిన విద్య నటన... దాన్నే నమ్ముకున్నాను.

అటు మనిషిగా - ఇటు నటుడిగా - ఒక సంఘజీవిగా-

ఇప్పుడు నన్ను నేను ఆవిష్కరించుకునేది...

ఎందరో హాస్యనటులకు స్ఫూర్తిగా మారాలని! పూర్తిగా రాసుకున్నాను,

మనస్ఫూర్తిగా చెప్తున్నాను.

అంతే తప్ప స్వోత్కర్ష కోసం పుట్టించిన పుస్తకం మాత్రం కాదిది.
అందుకే నేను విశ్వసించే శ్రీ వేంకటేశ్వరస్వామి పాదాల సాక్షిగా–
ఈ పుస్తకాన్ని మీ ముందుకు తీసుకొచ్చా–
మానవమాత్రులకు కాకుండా
బ్రహ్మ కడిగిన పాదములకు భక్తితో ఈ పుస్తకాన్ని అంకితమిస్తున్నాను.
మీరంతా ఆదరిస్తే – ఈ కావ్యకన్య – ధన్య!!

- మీ బ్రహ్మానందం

ముగ్గురమ్మల ముద్దుల పాపడు

అశ్వత్థ వృక్షం...!

అంటే రావిచెట్టు.

ఈ రావిచెట్టు మొదట్లో జ్యేష్ఠాదేవి కొలువై వుంటుంది.

ఈ జ్యేష్ఠాదేవిని కొలిస్తే లక్ష్మీదేవి సంతోషపడి సిరులు కురిపిస్తుంది.

లక్ష్మీ దేవి అక్కే జ్యేష్ఠాదేవి.

ఈ సంగతి తెలీని కొంతమంది జనం జ్యేష్ఠాదేవిని ద్వేషిస్తూ ఉంటారు.

కానీ నేను పూజిస్తాను, గౌరవిస్తాను, ప్రేమిస్తాను, అమ్మగా భావిస్తాను.

అందరూ మా అమ్మని దరిద్రదేవత అంటారు.

దరిద్రాన్ని - దేవతకెందుకు ముడిపెడతారో నాకు అర్థంగాని విషయం!

దరిద్రం ఆత్మగౌరవాన్ని వొదులుకునేలా చేస్తుంది.

కానీ నేనెప్పుడూ ఆత్మ గౌరవం వొదులుకోలేదు.

అన్ని సమస్యలను ఎదుర్కొంటూ స్థిరంగా నిలబడగలిగే ధైర్యాన్ని నా జ్యేష్ఠాదేవి తల్లి నాకిచ్చింది.

అందుకే ఆ తల్లంటే నాకు ఎనలేని ప్రేమ!

అదే - ఆ తల్లికి ఆశ్చర్యం కలిగించింది.

అందరూ ఆ జ్యేష్ఠాదేవిని - స్థూలవదన, అశుభకారిణి, అరుణనేత్రి,

కఠినగాత్రీ అని రకరకాలుగా నిందిస్తూ వుంటారు.

జ్యేష్ఠాదేవి అడుగు పెడితే - పేదరికం విలయతాండవం చేస్తుందని భయపడుతూ వుంటారు.

నేను భయపడలేదు. స్తుతించాను, ధ్యానించాను, స్మరించాను.

అందుకు ఆ తల్లికి నా పట్ల అవాజ్యమైన అనురాగం కలిగింది.

ఈ ఒక్క బిడ్డనయినా - ఎలాగయినా - గొప్పవాణ్ని చేయాలన్న సంకల్పంతో

ముందు వైకుంఠంలో ప్రవేశించింది.

విష్ణుమూర్తి యోగనిద్రలో వున్నవేళ లక్ష్మీదేవిని కలిసింది.

ఇంతవరకూ ఏనాడు చేయిచాచి ఎరగని నేను ఈనాడు నాకోసం

కాకుండా నన్ను ఒక తల్లిగా ప్రేమించే బిడ్డకోసం వచ్చాను చెల్లీ...

నన్నందరూ తిట్టినా, నా పేరు తలిస్తేనే భయపడినా, నేనెక్కడ అడుగు

పెడతానోనని బెదిరిపోయినా ఈ బిడ్డ మాత్రం –

నిన్ను అమ్మగానే భావిస్తాను...

ఈ బిడ్డకు భవిష్యత్తులో అంతో, ఇంతో, ఎంతో సాయం చెయ్యమని అడిగింది!

అంతో ఇంతో కాదు... ఎంతో సాయం చేసింది లక్ష్మీదేవి!

ఆ విధంగా లక్ష్మీ కటాక్షం నాకు సిద్ధించింది!

ఆ తరువాత...

నా తల్లి జ్యేష్ఠాదేవి - బ్రహ్మలోకానికి వెళ్ళింది.

అక్కడ చతుర్ముఖుడు కార్యోన్ముఖుడై సృష్టికారుడై వుండగా...

సరస్వతీ దేవి తన వాడిలోని కాశ్యపిని మీటుతూ కూర్చుని వుంది.

యాకుందేందు తుషార హార ధవళా...

యా శుభ్రవస్త్రాన్వితయైన ఆ సరస్వతితో...

జ్యేష్ఠాదేవి నా గురించి విన్నవించింది.

వాగ్దేవి కరుణించి నా నాలుక పై బీజాక్షరాలు లిఖించింది!

సారస్వాతాక్షరం పరబ్రహ్మ స్వరూపమై - నాకు సరస్వతీ కటాక్షం లభించింది.

ఎమ్మే చదివి పట్ట భద్రుడనై - విద్యా బోధన చేసే అధ్యాపకుడనయ్యాను.

జ్యేష్ఠాదేవి సంతోషంతో పార్వతీదేవి నెలవై వుండే కైలాసానికి చేరుకుంది.

ఆ గిరి తనయతో ఈ తనయుడి గురించి విన్నవించింది.

లక్ష్మీ కటాక్షం - సరస్వతీ సిద్ధి సాధించిన నా పుత్రుడి కార్య సిద్ధికోసం

కావలసిన కార్యదీక్షనీ, కృషినీ, పట్టుదలనీ, ప్రసాదించమనీ కోరింది.

నేను ఎంచుకున్న జీవన మార్గంలో ఎటువంటి ఒడిదుడుకులు
ఎదురయినా - తట్టుకుని నిలబడగలిగే ఆత్మ స్థైర్యాన్ని, ఆత్మాభిమానాన్ని
కాపాడుకునే పౌరుషాన్నివ్వమని వేడుకుంది.
ఆ విధంగా ముగ్గురమ్మల వరదానంతో – వర్ధిల్లమని
నా తల్లి జ్యేష్ఠాదేవి నన్ను దీవించింది.
ఈ ముగ్గురు కరుణామృత వర్షాన్ని కురిపించడం చూసిన లలితా గాయిత్రి
ఎవరూ అడగకుండానే కళారంగ ప్రవేశాన్ని ప్రసాదించడమే కాకుండా
చిత్రలేఖనంలోనూ ప్రావీణ్యం సాధించేలా వరమిచ్చింది!
అలా నాకు చదువూ, ఐశ్వర్యం, కార్యదక్షతా కళాభిరుచీ - అబ్బి...
ముప్పైఆరు సంవత్సరాలుగా నటనా రంగంలో సుదీర్ఘమైనటువంటి
ప్రయాణాన్ని సాగిస్తూ వస్తున్నాను.
ఇంతకన్నా పర 'బ్రహ్మానందం' ఎంతమందికి దక్కుతుంది!

***

నేను / మీ బ్రహ్మానందం

నన్ను నవ్వించినట్టే - అందర్నీ నవ్వించు

నవ్వు పుట్టిన నక్షత్రమది!

నవ్వు పుట్టిన నక్షత్రం...
నేను పుట్టిన నక్షత్రం... రెండూ ఒక్కటేనేమో!
నవ్వించేవాడు... ఏడుస్తూ... ఏడ్పిస్తూ పుట్టడం గమ్మత్తుగా వుంది కదూ!
అలా నేను పుట్టేద్చానులెండి!
నేను పుట్టినప్పటి సంగతులివి!
గుంటూరు జిల్లా ... సత్తెనపల్లి తాలుకా... ముప్పాళ్ళ పక్కన చాగంటి వారి పాలెం మా ఊరు! చాగంటివారి పాలెంలో - కన్నెగంటి వారిల్లు అది! అందరికీ అందరూ తెలిసేంత చిన్నవూరు.
ఊరు నిదురపోతున్న వేళ... మా ఇంట్లో ఎవరూ నిద్రపోవడం లేదు.
ఎందుకంటే మా అమ్మ లక్ష్మీ నరసమ్మ ప్రసవ వేదన పడుతోంటే...
మా నాన్న నాగలింగాచారి ఏడోసారి గుండె గుప్పిట్లో పెట్టుకుని కూర్చున్నాడు.
అంతకు ముందు ఆరుసార్లు మా అమ్మ ప్రసవ వేదన పడినప్పుడూ అలాగే కూర్చున్నాడు.
నలుగురు మగపిల్లలకూ- ఇద్దరాడపిల్లలకూ జన్మనిచ్చింది మా అమ్మ!
పురుటినొప్పులంటే పునర్జన్మతో సమానం!!
ఆ పునర్జన్మ పొందుతూ - నాకు జన్మనివ్వాలని శాయశక్తులా ప్రయత్నం చేస్తోంది.
నొప్పిని డెల్స్‌లో కొలుస్తారట!
పురుటి సమయం లో ఆ స్త్రీ మూర్తి భరించే నొప్పి ఎన్నో రెట్ల డెల్స్‌తో సమానమన్న మాట.
అంటే ఇరవై ఎముకలు నుజ్జునుజ్జయితే మన శరీరం ఎంత నొప్పిని భరించాలో

అంత నొప్పి! మా అమ్మ ఆ నొప్పిని భరిస్తోంది.
మంత్రసాని... అప్పట్లో చదువుకోని గైనకాలజిస్ట్!
ఆవిడ పూర్వానుభవం ఇక్కడ సరిపోవడం లేదు.
నొప్పులు భరించలేని మా అమ్మకు పురుట్లో వచ్చే గుర్రపువాతం కమ్మింది,
నోటినుంచి నురగలు వస్తున్నాయి.
నేనింకా పుట్టనే లేదు... నన్ను తిట్టడం మొదలుపెట్టారు... అక్కడ చేరిన వాళ్ళు!
"వీడు పుట్టి తల్లిని మింగేసేలా వున్నాడు...
తోడబుట్టిన వాళ్ళ ఉసురు పోసుకునేలాగున్నాడు..." అని!
అ తరువాతెప్పుడో పది పన్నెండేళ్ళ వయసులో నేనెలా పుట్టానంటే... తిట్లు తింటూ పుట్టావని చెప్పింది మా అమ్మ.
అప్పుడు... మా అమ్మ వేదన పడుతున్నప్పుడు- ఏ దేవుడు కరుణించాడో...
ఇరుగు పొరుగూ సాయంతో ప్రసవం జరిగింది!
నవ్వు పుట్టిన నక్షత్రమది!
ఆకాశం విరగబడి నవ్వింది.
ప్రకృతి ఫక్కున నవ్వింది.
గాలి - గాలి తిరుగుళ్ళు ఆపి... గట్టిగా నవ్వేసింది! హమ్మయ్య! ఓ పనైపోయింది.
బ్రహ్మానందం పుట్టేసిన పది నిమిషాలకు...
పాలకోసం ఏడ్చాడు.
సొమ్మసిల్లిన తల్లి... రొమ్ము తీసి పాలివ్వలేకపోతుంటే...
తల్లిని కాపాడాలో... బిడ్డని బ్రతికించాలో... తెలియని సందిగ్ధావస్థలో...
ఆడనే వున్న ఆడవాళ్ళంతా... ఏడవకుండా వుండలేక పోతుంటే...
అప్పుడొచ్చింది ఒక స్త్రీ మూర్తి!
ఏడుస్తున్న బిడ్డని అక్కున చేర్చుకుంది.
అప్పుడెవరు పాలిచ్చిందీ... లోకాలను పాలించేదెవరూ...?
ఎవరు... ఆ అమ్మేకదా!
సకల సృష్టి స్థితిలయ కారిణి అయిన జగన్మాతే కదా?
నాకన్న తల్లికి తల్లి...
పాలిచ్చే తల్లికి తల్లి... లోకాలను పాలించే... జగతినే లాలించే...
జగజ్జనని!
ఆ రూపంలో వచ్చింది!
నా ఏడుపునాపింది! ఆకలి తీర్చింది!
మాతృత్వానికి మరో గుడి... ఆ అమ్మ వొడి!

***

నేను / మీ బ్రహ్మానందం

బ్రహ్మానందం అనే పేరు నాకే ఎందుకు పెట్టారు?

బ్రహ్మానందం.

నా పేరు మీ అందరికీ తెలిసిందే.

పూర్తిపేరు కన్నెగంటి బ్రహ్మానందం.

కన్నెగంటి ఇంటి పేరు... బ్రహ్మానందం ఒంటి పేరు!

గుంటూరు జిల్లా... సత్తెనపల్లి తాలూక...

ముప్పాళ్ళ పక్కన చాగంటి వారి పాలెం మా ఊరు!

అందరికీ అందరూ తెలిసేంత చిన్నవూరు.

మా నాన్న కన్నెగంటి నాగలింగాచారి.

అమ్మ కన్నెగంటి లక్ష్మీనరసమ్మ!

విశ్వబ్రాహ్మణ కుటుంబం మాది!

చాగంటివారి పాలెంలో చాలినంత సంపాదన లేదని మా నాన్న 'ముప్పాళ్ళ'కు తీసుకొచ్చారు.

ముప్పాళ్ళలో మా ఇల్లు మాకు సరిపోయేంత పెద్దదీ... మరొకరొస్తే ఇరుకయ్యేంత చిన్నదీ!

ఏ మూల చూసిన సంతానలక్ష్మీ అపార కరుణా కటాక్ష వరప్రసాదాలే.

ఎనిమిదిమంది సంతానం మేము!

ధనలక్ష్మి మాత్రం అప్పుడప్పుడు చుట్టపు చూపుగా వచ్చి పోతుంటుంది.

మా నాన్న వడ్రంగి పనిచేసేవాడు.

అప్పట్లో నాగళ్ళు... బండి చక్రాలు... ఎడ్లబళ్ళు.. ఇటువంటివి మా నాన్న చేతుల్లో రూపుదిద్దుకునేవి. ఆ సంపాదనే సరిపోదు గనక తనకొచ్చిన అతికొద్ది చదువుతో ఊళ్లో ఉన్న భూస్వాముల పిల్లలకు పాఠాలు చెప్పేవాడు.

అప్పట్లో అతి తక్కువ పొలం ఉండేది.

కష్టం... ఖర్చు ఎక్కువ... దిగుబడి తక్కువ.

మా తల్లిదండ్రులకు మొత్తం ఎనిమిది మంది సంతానం.

అందులో ఆరవ వాడిని నేను.

సుబ్బాచారి, లక్ష్మణాచారి, శ్రీనివాసాచారి, హరికృష్ణ, పూర్ణచంద్రరావు, లక్ష్మీకాంతమ్మ, రామలక్ష్మమ్మ.

మిగిలిన ఏడుగురి పిల్లలకి మా అమ్మానాన్న పెట్టిన పేర్లు!

మరి నాకెందుకో 'బ్రహ్మానందం' అని పెట్టారు.

అలా ఎందుకు పెట్టాలనిపించిందో!

ఈ పేరును సహజంగా ఎవరూ పెట్టేవారు కాదు.

కానీ ఏ లిప్తపాటులో నా తల్లిదండ్రులకు భవిష్యదర్శనం కళ్ళముందు కదలాడిందో

ఏమో!

'బ్రహ్మానందం' అని పెట్టారు!

పెట్టినందుకు ఆ తర్వాతి కాలంలో

నేను కోట్లమందిని.. దశాబ్దాల పాటు బ్రహ్మానందంలో ముంచెత్తడం...

సార్థక నామధేయుడవటం చూస్తుంటే...

ఆ మహా తల్లిదండ్రుల దార్శనికతకు హ్యాట్సాఫ్ చెప్పకుండా...

ఇదంతా నడిపించిన ఆ సర్వేశ్వరుడి పాదపద్మములకు నమస్కరించకుండా ఉండగలనా!

***

ఓ రోజు మా ఇంటికి చుట్టపు చూపుగా వచ్చాడు మా మేనమామ!

ఆయన జ్యోతిష్యశాస్త్రంలో ఘనాపాటి... మొహం చూసి జాతకం మొత్తం చెప్పగలడని ప్రసిద్ధి!

చలాకీగా తిరుగుతున్న నన్ను అలా కొంతసేపు పరిశీలించాడు.

మా అమ్మను పిలిచాడు "చెల్లెమ్మా... మన బ్రహ్మం పరమ భ్రష్ఠుడన్నా అవుతాడు లేదా జాతి గర్వించే స్థాయికన్నా ఎదుగుతాడు. అంతేగాని మామూలుగా మాత్రం బ్రతకడే" అన్నాడు.

ఈ మాటలు విన్న మా అమ్మకి ఓ పక్క ఆనందం... ఓ పక్క విచారము!

కొడుకు గొప్పవాడవుతాడా... కాడా...?

గొప్పవాడయితే ఇంక కావల్సిందేముంది.

ఒకవేళ కాకపోతే...?

కాకపోతే కాకపోనీ...

కానీ వ్యక్తిగా మాత్రం దిగజారకూడదు... చెడ్డపేరు తెచ్చుకోకూడదు...

ఇదే తపన... ఇవే ఆలోచనలతో సతమతమయ్యేది మా అమ్మ.

ఉండబట్టలేక ఒక రోజు నన్ను పిలిచింది.

ప్రక్కన కూర్చోబెట్టుకుని

"నాయనా... నువ్వు గొప్పవాడివి కాకపోయినా బాధలేదు. కానీ... చెడు మార్గాలు.. పట్టబోకు...

జీవితంలో ఎప్పుడూ సిగరెట్లు, మందు లాంటి చెడు వ్యసనాల జోలికి వెళ్ళనని

ఒట్టువేయి"అని అడిగింది.

అంతలా ఒట్టేయమంటోందంటే ఆ చెడు అలవాట్ల ప్రభావం జీవితాలపై ఎంతుంటుందో అర్థం చేసుకోగలిగాను!

నా బాగు గురించి తల్లి పడుతున్న తపనకి కదిలిపోయాను!

"అలాగేనమ్మా... నువ్వు చెప్పినట్లే నడుచుకుంటాను." అని మాట ఇచ్చాను!

ఇచ్చిన మాట తప్పకుండా అప్పటినుంచి ఇప్పటివరకు వాటి జోలికే వెళ్ళలేదు.

ఆశ్చర్యమనిపించినా ఇది నిజం!

సినీరంగంలో ఉండి కూడా మందు, సిగరెట్లు వంటి వ్యసనాల జోలికి వెళ్ళలేదంటే ఎవరూ అంత తొందరగా నమ్మరు.

కానీ నేను ఎటువంటి చెడుదారులు తొక్కలేదు.

ఎందుకంటే...

అమ్మకు మాట ఇచ్చాను గనుక...

అమ్మంటే చాలా ఇష్టం గనుక!!

***

చిరిగిన నిక్కరు కుట్టుకున్న నా పసితనం

పేదరికమంటే బీదరుపులు అరవడం కాదు...
బీదతనాన్ని అర్థం చేసుకోవడం- ఆకళింపు చేసుకోవడం...
అవలోకనం చేసుకోవడం... గత్యంతరం లేక ఆహ్వానించడం...
చివరికి... సర్దుకుపోవడం!
పసితనంలో పక్కవాడికి ఏదుందో... అది తనకు లేకపోవడం... బీదరికమే కదా!
పక్కవాడి నిక్కరు బాగుంది.
నా నిక్కరు వెనకాల కూర్చునే చోట అరిగింది, చిరిగిందీ...
నాకు చిరాకు పెరిగింది.
అప్పుడప్పుడే నాకు ఊహ తెలుస్తోంది...
ఊహ తెలియడమంటే స్పృహ!
స్పృహలో మన జీవితం రావడం!
కనిపించేవి, వినిపించేవి, అనిపించేవి అన్నీ గుర్తుండే వయసు!
అంతకు ముందంతా అందరిలో ఒకడిగా కలిసిపోతాం!
ఆ తరువాత ఒక్కడిగా మారి అందరినీ గమనిస్తూ వుంటాం!
పసితనాన్ని మించిన పవిత్రమైన కాలం ఇంకోటి మన జీవితంలో రాదేమో!
అందరూ నాలాగే వుంటారేమో.. ఆలోచిస్తారేమో... అందరి ఇళ్ళల్లో నాన్న
ఇలాగే గంభీరంగా కనబడతాడేమో... అందరి కంచాల్లోనూ మా ఇంట్లోలా

పచ్చడి మెతుకులేనేమో... అనుకునే దశనుంచి - స్పృహలోకి రావడం... అంటే
ఊహ తెలీడం...!

ఈ ఊహ తెలిశాక పక్కవాడితో పోలిక మొదలవుతుంది.

అందరినీ గమనించడం అలవాటవుతుంది.

వాళ్ళ జీవన విధానానికి-మన పేదరికానికి భేదం తెలీడం ప్రారంభమవుతుంది.

ఆ భేదం నాకు నా నిక్కరు చిరిగినప్పుడు మొదలయింది.

ఆ నిక్కరును తీసుకెళ్ళి మా అమ్మకు చూపిస్తే చిన్నగా నిట్టూర్చింది.

మా నాన్నకు చూపిస్తే పెద్దగా నిట్టూర్చాడు. అంతే తేడా!

నిట్టూర్పులు చూశాక నిక్కరు కొనిపెట్టరన్న నిజం నాకు అర్థమయింది.

సూదీ, దారంతో నిక్కరు కుట్టుకోవడం మొదలు పెట్టాను.

అంటే నేను ఆ వయసులోనే బీదతనాన్ని అర్థం చేసుకున్నాను... ఆహ్వానించాను...

సర్దుకోవడం కూడా అలవాటు చేసుకున్నాను.

మొగ్గ వికసించక ముందే గుబాళించడం... ఆ పేదరికాన్ని, బీదరికాన్ని...

నా పసితనం అర్థం చేసుకోవడం... రెండూ ఒకటేనేమో!

***

దీపావళి పేదల పండుగ కాదు... పెద్దవాళ్ళ పండుగ

అప్పట్లో మా ఇంట్లో... పండుగ అంటే దండగ ఖర్చు. దండిగా ఖర్చు!

దీపావళి అంటే –

నరకాసుర వధ కాదు.

సత్యభామ పౌరుషం కాదు.

కృష్ణుడి దండయాత్రా కాదు.

ఆ వయసులో నా దృష్టిలో అదొక అందాల, ఆనందాల, ఆడంబరాల పండుగ.

అలాంటి పరిస్థితుల్లో... నా పేదరికానికి పెద్దరికం అద్దడానికే వచ్చింది –

ఆ పండుగ! ఎప్పటిలా ఆ ఏడు...

దీపావళి పండుగొచ్చింది!

నా జీవితానికి కాదు...

నా బాల్యానికి!

నా వయసుకి!

డబ్బున్న వాళ్ళందరూ రంగురంగుల బట్టలూ... వెలిగిపోయే మతాబులూ...

ఇంటినిండా దీపాలూ... దీపావళంటే ఏమిటో నా కళ్ళకు కట్టినట్టు చూపిస్తుంటే...

నా ఇంటి గడపకు... అటొక దీపం - ఇటొక దీపం... అంతే!

అటు అమ్మ... ఇటు నాన్నలాగా!

అటు పేదరికం... ఇటు పెద్దరికం లాగా!

నేనెళ్ళి పెద్దరికాన్ని అడిగాను "అందరూ అన్నీ కొనుక్కుంటున్నారు, మరి నువ్వేమిటి మాకేమీ కొనిపెట్టవూ" అని!

పెద్దరికానికి ప్రతినిధి అయిన మా నాన్న వీపు మీద నాలుగంటించి...

"పో... అవతలకి" అన్నాడు.

నేను బిక్కచచ్చిపోయాను. కొట్టినందుకు కాదు. ఎందుకు కొట్టాడో అర్థంకానందుకు !!

దానికి జవాబు అమ్మ చెప్పింది.

"అది పేదవాళ్ళ పండగ కాదు నాన్న. పెద్దవాళ్ళ పండగ! డబ్బులేని వాళ్ళ పండగ కాదు-

డబ్బున్న వాళ్ళ పండగ. మీ నాన్న చేతులు ఖాళీగా వున్నందుకు కొట్టారు తప్ప చేతినిండా డబ్బుండి కాదు" అని.

నాకా వయసులోనే ఆ మాటలు బాగా నాటుకుపోయాయి.

పేదవారికీ - పెద్దవారికీ మధ్య తేడాని 'పరిస్థితి' పాఠంలా చెప్పింది.

నేను నిశ్శబ్దంగా ఇంటి ముందు కూర్చుని వున్నాను.

డబ్బున్న వాళ్ళ పండుగని చూస్తూ...

వాళ్ళ కళ్ళల్లో వెలిగే మతాబుల కాంతిని చూస్తూ...

అశాంతిగా కూర్చుని ఉన్నాను.

పెద్దరికం ఓ మెట్టు దిగొచ్చింది.

అంటే మా నాన్నొచ్చాడు.

ఏమనుకున్నాడో, ఏమో!

నా చేయి పట్టుకుని 'రా నాన్న' అన్నాడు.

ఆశ ఆశ మా నాన్నతో నడిపిస్తోంటే - అంగట్లో మతాబుల దుకాణాలు అన్నీ దాటి పోతూ తీసుకెళ్తున్నాడు మా నాన్న!

ఆనందానికి ఆవలి తీరం ఎలా ఉంటుందో చూడబోతున్నానని అప్పుడు నాకేం తెలుసు.

అంగడి దాటిపోయింది.

నాన్న ఒక పెద్ద బంగళాకి తీసుకొచ్చాడు.

అక్కడా జరుగుతోంది డబ్బున్న వాళ్ళ పండుగ!

ఆ ఆడంబరాన్ని నా పేదరికం బీదచూపులు చూస్తోంది.

మా నాన్న నన్ను ఆ ఇంట్లోకి తీసుకు వెళ్ళాడు.

అది లక్ష్మీ నరసయ్య అనబడే ఒక భూస్వామి ఇల్లు.
వారి ఇంటికీ, పొలానికీ సంబంధించిన వడ్రంగం పనులు మా నాన్ననే చేస్తుంటాడు.
నాకది అప్పుడప్పుడే ఊహ తెలిసే వయసు! పరిస్థితులు తెలియని మనసు!!
ఎవరితోనో నాన్న తనొచ్చినట్టు భూస్వామితో చెప్పమన్నాడు.
అతను చెప్పడానికి వెళ్ళాడు,
నాన్న ఎందుకొచ్చాడో తెలీదు.
నన్నెందుకు తీసుకొచ్చాడో తెలీదు.
నేను ఆ ఇంటి మూలమూలనా కనబడే ఐశ్వర్యపు కాంతిని చూస్తూ –
నాన్నతో పాటు నిలబడి వున్నాను.
ఎదురుగా మెట్లు!
పైకెళ్ళాక రెండు వైపులా ఆ మెట్లు చీలిపోయాయి.
ఆ లక్ష్మీ నరసయ్య గంభీరంగా దిగి వస్తున్నాడు.
మా నాన్న చేతులు తడవడం - నా చేతికి తెలిసింది.
ఆయన మొహంలో బేల చూపులు - నిస్సహాయత!
భూస్వామి లక్ష్మీ నరసయ్య మా దగ్గరికి వచ్చాడు.
"ఏం నాగలింగం! పండగ పూట ఇలా వచ్చావ్?" అన్నాడు.
"పండగనే" అన్నాడు మా నాన్న!
ఆయన అర్థం కానట్టు చూశాడు. నాన్న అర్థమయ్యేలా చెప్పాడు...
"దీపావళి పండగ్గదా! పిల్లలు.. ఏవయినా కొనిపెట్టమని అడుగుతున్నారు."
ఆయన అర్థం అయినట్టు చూశాడు.
గుమస్తాని పిలిచి 'నాగలింగాచారికి ఏవయినా ఇచ్చి పంపండి' అన్నాడు.
నాన్న కళ్ళలో సంతోషం!
చేతులు జోడించి నమస్కరించాడు.
అదంతా పూర్వం!
కానీ అది నా జీవితంలో ఒక పర్వం.
సర్వం డబ్బుతోనే ముడిపడి వుందన్న అక్షర సత్యాన్ని నేర్పిన జీవిత సత్యం.
ఆ వయసులోనే నాకు బోధ పడింది.
ఓహో...
డబ్బుంటే అన్నీ ఉంటాయ్!

ఎవరయినా అడుగుతారు తప్ప - ఎవరినీ అడగాల్సిన అవసరం రాదు.

డబ్బుంటే గౌరవం! డబ్బుంటే మర్యాద! డబ్బుంటేనే విలువ!

డబ్బుంటేనే పండగ!

ఆ రోజు... ఆ నిమిషం... నాకొక పాఠం!

ఎలాగైనా డబ్బు సంపాదించాలన్న కాంక్ష బలపడటానికి అక్కడే నాలో పునాది పడింది.

బాగా డబ్బు సంపాదించి - నన్నందరూ మెచ్చుకుంటూ వుంటే...

పొగుడుతూ వుంటే - 'చూడు నాన్న, నేనూ డబ్బు సంపాదించాను'

అని గర్వంగా చెప్పుకోవచ్చని...

ఆ సంఘటన ఆనాడు నా పసిమనసులో బీజం వేసింది.

ధనం మూలం ఇదం జగత్!

***

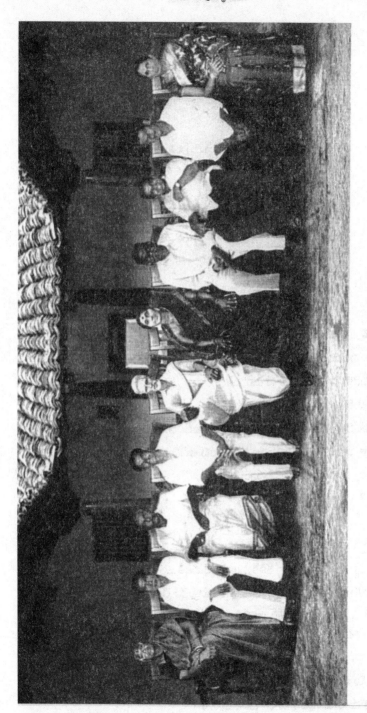

తల్లిదండ్రులు, తోడబుట్టిన వారితో...

పేదరికానికి కోపమెక్కువ

దీపావళి... పండగయిపోయింది.
మాకూ 'పండగయిపోయింది!'
చీకటి చీరెకు చుక్కలద్ది వెళ్ళిన దీపావళి...
మరుసటి రోజుకు మసకబారిపోయింది.
మళ్ళీ పేదరికం మా ఇంట్లో దౌర్జన్యంగా చొరబడింది.
చిత్రంగా నాకు కొత్తగా ప్రపంచం కనపడింది అదేమిటో...!
ఏదో అదృశ్య శక్తి నన్ను నడిపిస్తున్నట్టయింది.
ఎవరిది?
ఏమో!
ఎవరన్నది నాకప్పుడు తెలియదు.
ఆ అదృశ్య శక్తి... నా దృశ్య శక్తికి... అనితర భక్తికి...
అంకురార్పణ చేయబోతోందని ఆ పసిప్రాయానికేం తెలుసు?
అదంతా... మీతో పంచుకోవడానికి కాసింత గడువు అరువు అడుగుతున్నందుకు మన్నించాలి!

***

భూస్వామి ఇంటికి సాయంకోసం వెళ్ళిన మా నాన్న...
నన్ను తోడు తీసుకెళ్లడం కూడా దైవికమేనేమో!

ఆ అదృశ్య శక్తి తాలూకు లీలా వినోదమేనేమో!
అక్కడ మా నాన్న...
సాయం అడగడానికి అభిమానం అడ్డొచ్చినా...
గడ్డు పరిస్థితి గుర్తొచ్చి అవసరం ఆయన్ని కసిరి - ఆత్మాభిమానం
అనవసరం అని ఆపింది.
నా తండ్రి మనసులో ఆ సమయంలో ఎంత సంఘర్షణ చెలరేగిందో...
గుండె మంటకు ఆవిరయిపోయిన ఆత్మగౌరవం ఎంతగా కరిగి నీరయిందో...
ఆయన అరచేతులకు అంటిన చెమ్మ చెప్పకనే చెప్పింది.
సాయం కోసం సాచిన ఆయన చేయి చూడగానే చెప్పింది.
నాకప్పుడవన్నీ ఏం తెలుసు?
సాయం అందబోతోందనే ఆనందమే తెలుసు.
కళ్ళ ముందు వెలిగే మతాబుల జిగేలు కన్నా నాకప్పుడింకేం తెలుసు?
పేదరికానికయిన గాయం నా ప్రాయానికేం తెలుసు?
ఇప్పుడాలోచిస్తే తెలుస్తోంది.
అప్పుడు మా నాన్న పరిస్థితేమిటో అర్థమవుతోంది.
కానీ అదృశ్యం మాత్రం నన్ను వెంటాడింది.
డబ్బుంటే విలువ... డబ్బుంటే గౌరవం... డబ్బుంటేనే అన్నీ... అని.
ఆ దృశ్యమే నాకు పాఠంగా చెప్పింది.
ఈ పాఠాలన్నీ నేను మీతో పంచుకునేది.
'బ్రహ్మానందం పాపం ఎన్ని కష్టాలు పడ్డాడూ' అని మీరు జాలి తలచాలని కాదు.
ఆ స్థాయినించి ఈ స్థాయికి నేను రావడానికి ఎదురయిన పరీక్షలన్నిటినీ
నేనెలా ఎదురుకుని పాసయ్యానో మీరు తెలుసుకోవడానికి!
గతిలేని స్థాయినుంచే పురోగతి మొదలయ్యిందని మీకర్థం అయ్యేలా చెప్పడానికి!
నా జీవిత చరిత్ర రథయాత్ర - ఎన్ని గతుకుల మీద సాగిందో తెలిస్తే...
యువతరానికి - పేదరికం వల్ల నిరాశకు లోనయిన వారికీ
కాస్తయినా భవిష్యత్తు మీద
ఆశని కల్పిస్తుందని!
యువతకు భవితకు నిర్దేశిస్తుందని...! స్ఫూర్తినిస్తుందనీ! అంతే...
నా జీవిత చరిత్ర జీవితాశయం అదే!

***

మళ్ళీ పేదరికం తలుపు తడితే...

ఓ రోజు ఉదయం మా అమ్మ నన్ను కొట్టింది.

ఎందుకు కొట్టిందో తెలుసా... "నేను అన్నం తిన్నందుకు!"

మా నాన్న బియ్యం తేవడం ఆలస్యం అయ్యిందనీ...

మా అమ్మ వండి పెట్టేసరికి బడి గంట కొట్టేస్తారనీ...

ఆకలికి ఆగలేక మా పిన్ని పిలిచి భోజనం పెడతానంటే...!

వెళ్ళి తిన్నందుకు... మా అమ్మ కొట్టింది! అందుకు కొట్టింది.

ఎందుకు కొట్టిందో అప్పుడు తెలీదు.

కొట్టింది మా అమ్మ కాదు - ఆత్మగౌరవం కొట్టింది.

తిండి లేకపోవడం పేదరికం - ఆత్మగౌరవం లేకపోవడం దరిద్రం!

ఆ దరిద్రాన్ని దరిదాపులకు రానివ్వలేదు మా అమ్మ.

ఇంకొకరి ఇంటికి అన్నం పెట్టమని వెళ్ళే దౌర్భాగ్యపరిస్థితి నా బిడ్డలకు
వచ్చిందే అన్న ఆక్రోశం, ఉక్రోశం!

అంతే కదా!

అందుకే కదా కొట్టింది!

పేదరికానికి కోపమెక్కువే సుమా!

ఏడుస్తున్న నన్ను మా నాన్న దగ్గరికి తీసుకుని ఒక మాట చెప్పాడు.

నేనెక్కువగా చదువుకోలేదు నాన్నా.. కానీ ఒక మాట చెప్తాను.

ఎప్పటికీ గుర్తుపెట్టుకో అన్నాడు.

ఆహారం లేకపోతే మనిషి పద్దెనిమిది రోజులు బ్రతకగలడట.

అందుకని పదిహేడు రోజులు ఓపిక పడితే... ఏమో
పద్దెనిమిదో రోజు మనకీ భూమ్మీద నూకలు దొరకవచ్చేమో... అన్నాడు!

అది నాకు పాఠంలా అనిపించింది.

మా నాన్న నాకు బడిపంతుల్లా కనిపించాడు.

బ్రతుకు పాఠశాలలో నేర్చుకున్న పాఠాలే
నన్ను నిరంతరం నడిపించే మార్గదర్శకాలయ్యాయి!

అందుకే నేనెక్కడా చేయి చాచలేదు.

ఎక్కడా అప్పు చేయలేదు.

ఉన్నంతలోనే సర్దుకుని బ్రతికాను.

అందువల్లే నాకు డబ్బంటే పిచ్చి కాదు - గౌరవం!
సాయం కోసం సాచే చేయి తిరగబడితేనే -
ఇచ్చే చేయిగా మారుతుందని -
నాకు నా పేదరికమే నేర్పింది!

***

నా ఆరో ఏట ఓసారి నాన్నతో కలిసి బజారుకెళ్ళాను...
మిట్ట మధ్యాహ్నం...
పైన ఎండ... కింద పెనంలా రోడ్డు...
కాళ్ళకు చెప్పులు లేవు...
అరికాళ్లు చుర్రుమంటున్నాయి...
చెప్పులుంటే బాగుండుననిపించింది.
నాకు చెప్పుల్లేవన్న సంగతి నాన్న దృష్టిలో పడేలా చేయాలనుకున్నాను.
దారిలో చెప్పుల షాపు సమీపిస్తుండగా “అబ్బా... కాల్లో ముల్లు గుచ్చుకుంది నాన్న...”
అని బాధ నటించాను.
మా నాన్న నా నెత్తిమీద ఓ మొట్టికాయ వేశాడు.
‘చూసుకుని నడవలేవురా’ అని కసిరాడు.
నా కళ్ళల్లో నీళ్ళు తిరిగాయి.
అయితే ఆ మొట్టికాయ మంచే చేసింది.
చెప్పులు లేకుండా నడవడం అలవాటు చేసింది.
అలా బాధల్లో నవ్వడమూ అలవాటయ్యింది.

***

నెలకోసారి కిరాణా కొట్టుకెళ్ళి ఇంటికి కావల్సిన సరుకులు తెచ్చేవారు అమ్మా - నాన్న.
వాటిని మోసుకురావడానికి మా పిల్లల్లో ఎవరో ఒకరిని వెంట తీసుకెళ్ళేవారు.
‘నే వెళ్తా అంటే నే వెళ్తా’ నంటూ మాలో మేము గొడవపడేవాళ్ళం.
కారణం... సరుకులు కొన్నందుకు మా నాన్న వెంట వచ్చిన పిల్లాడికి ఆ కిరాణాషాపతను
ఓ చిన్న బెల్లం ముక్కను తాయిలంగా ఇచ్చేవాడు.
ఆ బెల్లం ముక్కంటే మాకు అంత క్రేజ్!
ఇక పండుగలు వచ్చినప్పుడు కూడా అంతే...
వ్రతాలు, పూజల పైన మా పిల్లలెవరికీ శ్రద్ధ ఉండేది కాదు.

తండ్రి పూజ చేస్తుంటే వంటింట్లో అమ్మ వండుతున్న ఉండ్రాళ్ళు, కజ్జికాయలు ఎప్పుడు తిందామా అనే ఆశతో చూస్తూ ఉండిపోయేవాళ్ళం.

అటువంటి పేదరికం మాది!

ఆ పేదరికమే భరించడాన్ని నేర్పింది...!

ఓర్పును నేర్పింది...!

నేనా బీద పరిస్థితులతో ప్రయాణం చేసానే తప్ప పేద ఇంట్లో పుట్టినందుకు ఏనాడూ బాధపడలేదు. తల్లిదండ్రులపై కొంచెం కూడా కోపం వచ్చేది కాదు!

ఎందుకంటే అమ్మంటే భక్తి!

నాన్నంటే భయం!

అప్పటికి అంతే తెలుసు!!

***

బడిలో లెక్కల మాస్టారి బెత్తానికి బలి

సరస్వతీ నమస్తుభ్యం!

"గూకారాంధ కారస్తూ... రుకారస్తూ తన్నిరోధకృత్..."

అంటే - "గురువుకు నిర్వచనం!"

'గు' అంటే గుహ్యమైనది... తెలియనిదీ... కనపడనిదీ... చీకటి!

'రు' అంటే రుభ్యము చేసేది, ఎరుకపరిచేది... లోకాన్ని దర్శింపజేసేదీ... వెలుగు!

అనగా - అజ్ఞానమనే చీకటిని తొలగించీ... జ్ఞానమనే దీపాన్ని వెలిగించే వాడే గురువు.

ఆ గురువులందరికీ... గురుభ్యోన్నమః

ఇదంతా నాకు దీపం వెలిగింతరువాత తెలిసింది.

ఆ దీపాన్ని వెలిగించేటప్పుడు తెలియలేదు.

కారణం... బాల్యం! అజ్ఞానం! చీకటి! తెలియనితనం!

అందువల్ల అప్పట్లో అల్లరెక్కువ చేసేవాడిని.

అందులో భాగంగా ఓ రోజు ఛండ శాసనుడైన మా లెక్కల మాష్టారి

బెత్తానికి విందు భోజనం కల్పించాను.

బడిలో జరిగిన బడిత పూజకు తోడు

ఇంట్లో ఇంకో బాజా మోగింది.

ఆ బడితె కథ ఏమిటంటే...

లెక్కల మాష్టారు పంచె కట్టుకుంటారు.

పాఠం చెబుతున్నంత సేపూ పంచెని సరిచేసుకోవడంతోనే సరిపోతుంది.

ఆ రోజు రాగానే కుర్చీలో కూర్చోబోతూ కాస్త ముందుకు జరుపుకున్నాడు.

దాంతో ఆయన పంచె కుర్చీ కాలు కింద పడింది.

నేను వెంటనే ఆ పక్కనున్న వాడికీ... ఈ పక్కనున్న వాడికి...

నేను మాష్టారినెలా ఏడ్పించబోతున్నానో... మిగతా విద్యార్థులందరినీ

ఎలా నవ్వించబోతున్నానో చెప్పాను.

ఆయన పుస్తకం తెరిచారు.. నేను లేచి నోరు తెరిచాను.

'అది రాదండీ'

మాష్టారుకు అర్థం కాలేదు.

ఈ లోపు నేనాయన్ని ఏడిపించబోతున్న విషయం పుకారుకన్నా వేగంగా మిగతావాళ్ళకంతా చేరిపోయింది.

"ఏవిట్రా శుంఠా! లెక్క చెప్పక ముందే రాదండీ అంటావేమిట్రా అప్రాచ్యుడా!"

అంటూ తిట్టారు.

నేను మళ్ళీ 'అది రాదండీ' అన్నాను.

మిగతా వాళ్ళంతా గొల్లున నవ్వారు

ఆయన ఉక్రోశంతో లేవబోతూ- కుర్చీని వెనక్కి జరిపారు.

పంచె బయటికి వచ్చింది.

వెంటనే నేను 'వచ్చిందండీ' అన్నాను.

మళ్ళీ క్లాసు రూమంతా పగలబడి నవ్వారు.

ఆయన కోపం నషాళానికి అంటినట్టు విసురుగా వొచ్చి...

పంచె సరిచేసుకుంటూనే ఒక్కొక్కడినీ బెదిరిస్తూ...

ఎందుకు నవ్వొచ్చింది అని బాదారు.

ఒకడికి ఆయన పంచెని చూడగానే నవ్వొచ్చింది. ఫక్కున నవ్వాడు.

ఆ నవ్వే నా కొంప ముంచింది.

నవ్వు నాలుగు విధాలుగా చేటంటారు. నాకు రెండు విధాలుగా చేటయ్యింది.

వాడిని పట్టుకుని నాలుగు బాదితే విషయం చెప్పాడు.

నేను అదిరిపడి, తమాయించుకునీ, ప్రపంచంలోని అమాయకత్వాన్నంతా

నా ముఖానికే అద్దుకుని ఏమి ఎరగనట్టు నిలబడ్డాను.

ఆయన కనికరించకుండా - 'డిస్కవరీ ఛానల్'లో పెద్దపులి చిన్న జంతువుని లాక్కెళ్ళినట్టు లాక్కెళ్ళి చితకబాదారు.

నెత్తురు కూడా వచ్చింది.

అది చూసి నన్ను వెనక్కినెట్టి - ఆవేశంతో బయటికి వెళ్ళిపోయారు.

నేను ఏడుపు!

నా స్నేహితులంతా రిక్షా కట్టించుకుని ఇంటికి తీసుకొచ్చారు.

మా నాన్న లేడు.

పెద్దన్నయ్య వున్నాడు.

మాష్టారు ఇలా బాదారని తెలియగానే వీరభద్రుడిలాగయిపోయి...

ఎందుకు, ఏమిటి అని అడక్కుండా మాష్టారుని నిలదీయడానికి

నన్ను తీసుకుని బయలుదేరాడు.

అప్పుడే మా నాన్న ఎదురయ్యాడు.

నా కన్నీళ్లూ, వాతలు చూసి కరిగిపోయి, కన్నీళ్ళు పెట్టుకుంటాడని వెర్రి ఆశ!

మా అన్నయ్య విషయం చెప్పి... అడగడానికెళ్తున్నానన్నాడు.

"ఏడ్చావు లేవోయ్"

అనేసి మా నాన్న నన్ను లోపలికి ఈడ్చుకెళ్ళి...

ఇంట్లో వున్న కర్ర స్తంభానికి కట్టి పారేశాడు.

"ఏం జరిగిందీ, నువ్వేం చేశావు, ఎందుకు కొట్టారూ..." అని ఈయన ఓ బెత్తం తీశాడు.

ఊరికే కొట్టారన్నాను.

ఊరికే కొట్టడానికి ఆయనకేం పనిలేదా అన్నాడు.

నా కర్మ ప్రారబ్ధం కాకపోతే ఇదేమిటి!

నాన్న నా వాతలు చూసి కడుపు తరుక్కుపోయి, లాలించి బుజ్జగించి

ఓదారుస్తాడనుకుంటే... రివర్సయ్యింది.

"వాడసలే సొమ్మసిల్లినట్టుంటే... మళ్ళీ మీరేమిటండీ" అని మా అమ్మ ఆపబోయింది.

వినలా!

నాతో వచ్చిన మిగతా స్నేహితుల్ని బెదిరిస్తే వాళ్ళు నిజం చెప్పేశారు.

ఆ తరువాత మాష్టారు ఇచ్చిన బడిత పూజకు రెట్టింపు మా నాన్న ఇచ్చాడు.

ఈ సంఘటన నేనెందుకు చెబుతున్నానంటే...

నవ్వుకోవడం కోసం మాత్రం కాదు.

అప్పటిదాకా బ్రహ్మానందం అనే బుడతడు అందరినీ ఏడిపించగలడూ, నవ్వించగలడూ

అని నా తోటివాళ్ళు అంటూంటే.. అదే నిజమనుకుని భ్రమలో ఉండేవాడిని.

కానీ ఇప్పుడాలోచిస్తే అర్థమవుతోంది... అదెంత అర్థంలేని అభిప్రాయం అనేది!

ఎవరయినా నీతో 'నీ అంత గొప్పవాడు లేడూ' అంటే - పొంగి పోవడం కంటే...
నిన్ను నువ్వు తెలుసుకో! నీ అర్హతేమిటనేది బేరీజు వేసుకో!
అనే సూత్రాన్ని నేను గుర్తు పెట్టుకోవడానికి ఆ సంఘటన దోహదపడింది.
ఒక మహానుభావుడన్నట్టు...
"మాటలు నేర్చుకోవడానికి పుట్టాక రెండు సంవత్సరాలు పడుతుందీ...
ఆ మాటలు ఎప్పుడెప్పుడు ఎక్కడెక్కడ వాడాలో తెలుసుకోవడానికి
ఒక జీవితకాలం సరిపోదు" అని!
ఇప్పుడు నన్ను మాటల్తో ఆకాశానికెత్తే వాళ్ళు ఉన్నారు...
చార్లీ చాప్లిన్ కంటే గొప్ప వాడనీ అనే వాళ్ళున్నారు.
అవన్నీ నిజమనుకుంటే ఎట్లా?
అప్పుడే 'నేనేమిటి' అన్న ప్రశ్న నాలో కలిగింది!
ఈ ఆలోచన కలిగించింది ఎవరూ?
ఆ పరమాత్ముడే!
నేనేమిటి అన్న ప్రశ్నలాగే
నా జీవితంలోకి నాకు తెలియకుండానే -
ఆపద మొక్కులవాడు, అనాథ రక్షకుడూ, ఆర్తత్రాణ పరాయణుడూ,
నారాయణుడూ అయిన కలియుగ శ్రీ వేంకటేశ్వర స్వామి ప్రవేశించాడు.
నాకు 'అడుగులు' నేర్పాడు.
తెలీనిది - 'అడుగిడీ' నేర్పాడు గురువులను 'అడుగుడూ' నేర్పాడు.
అడుగడుగునా నాకు తోడయ్యాడు.
నేను సంతోషంగా ఉన్నప్పుడు నాతో కలిసి నడిచేవాడు.
అప్పుడు ఇసుకలో రెండు జతల పాదముద్రలుండేవి.
నేను కష్టాల్లో ఉన్నప్పుడు మాత్రం ఒక్క జత పాదముద్రలే ఉండేవి.
దానర్థం కష్టాల్లో ఆయన నన్ను వొదిలేసి పోయాడని కాదు.
ఆ కటి హస్తాన్నీ... వరద హస్తాన్నీ... ఆ రెండు చేతులనీ సాచి-
నన్ను మోస్తూ నడిచేవాడు!
అప్పటి నుండే...
'ఆ పరమాత్ముడే నాకు - పరమ ఆప్తుడయ్యాడు'
హరీ... సిరీ... నమోస్తుతే!!

***

నేను / మీ బ్రహ్మానందం

అయిదు రూపాయలతో మొదలైన బతుకాట

నేను ... చదువు - 'కొనలేను'
కానీ 'చదువుకోవాలనే' ఆరాటపడ్డాను.
నా ఆరాటం పరిస్థితులతో పోరాటం మొదలు పెట్టడంతో ప్రారంభమయింది.
అప్పటివరకు థర్డ్ ఫోరం దాకా ఫీజులేదు.
ఫోర్త్ ఫోరం నుండీ ఎస్ ఎస్ ఎల్ సీ వరకూ ఫీజు కట్టాల్సిందే!
నెలకు బడి ఫీజు మూడు రూపాయలు!
ఆ ఫీజే నా బడికి దడి కట్టేసేలా దడిపించింది.
అప్పుడు మూడు రూపాయలంటే ఇప్పుడు మూడొందలో, మూడు వేలో!
నా ఆశలు బడి వెంబడి పడి పరుగులు పెడుతుంటే...
నా ఇంటి స్థితి నన్ను చీకటి వాకిట నిలబెట్టింది.
ఆ వయసులో శూన్యంగా అనిపించింది అని చెప్పలేను గానీ...
అప్పుడు నా మానసిక పరిస్థితి అదే గదా!
అగమ్యగోచరం!
నాన్నకు వయసు పెరిగింది.
సత్తువ తగ్గింది.
కుటుంబంలో సభ్యులెక్కువ,

ఆదాయం అనడం కన్నా సంపాదన చాలా తక్కువ.

అన్నలు వడ్రంగి పని చేసేవాళ్ళు.

వాళ్ళు అమ్మ, నాన్నలకు తిండి పెట్టడమే ఎక్కువ.

తల్లి తండ్రులనయితే పోషించగలరు కానీ - నన్ను చూసేదెవరు!

ఆర్చేదెవరూ... తీర్చేదెవరూ!

తిండి,

బట్టలూ,

చదువూ - వీటన్నిటినీ ఎవరినడగాలీ?

***

"శ్రీ నాగేశ్వర స్వామి భక్త వెలుగూరి శరభయ్య హైందవోన్నత పాఠశాల!"

బడి పేరే పెద్దది కాదు - బడికీ పెద్ద పేరుంది సుమా!

ఆ బడిలో ఫోర్త్ ఫోరంలో చేరాను.

అక్కడ జీవనసారం చెంచాడంత తెలిసింది.

ఇప్పుడు చాంతాడంత తెల్సిందనుకోండి. అది వేరే విషయం.

చదువు మీద మోజు ఫీజు చెల్లించలేదు కదా!

అందుకే అవసరం అవకాశాన్ని వెదికింది.

స్కూలు ఆవరణలో టెన్నిస్ బాలే నా స్కూలు ఫీజు కడ్తుందని తెలీక -

కాళ్ళ దగ్గర పడ్డ బాల్ని ఆటగాళ్ళ వైపు విసిరేశాను.

ఆ విసరడమే వింతగా నాకో పని చూపించింది.

అక్కడికి మాష్టారులే కాదు - డాక్టర్లు, మంచి ఉద్యోగాలు చేసేవాళ్ళు వొచ్చి ఆడేవాళ్ళు!

వాళ్ళకు బాల్ని అందించే పని దొరికింది.

ఆ పని చేసేవాళ్ళని పిక్కర్స్ అనేవాళ్ళు... టెన్నిస్ పిక్కర్స్!

నా పనికి ఇంగ్లిష్ పేరు తగిలించుకుని - తెలుగులో జీతం మాట్లాడుకున్నాను.

నెలకు ఐదు రూపాయిలు.

మూడు రూపాయిలు బడి ఫీజు... మిగిలిన రెండు రూపాయిలు పుస్తకాలకో,

పెన్నులకో, జీళ్ళకో, జిలేబీలకో ఏమో! నా ఖర్చులు నేనే చూసుకోగలిగానుగా!

అయిదు రూపాయలతో ఆట మొదలయింది.

ఆరాటం... పోరాటం... ఉబలాటం.. జంఘాటం.. అన్నీ మానేసి...

నేను చదువు - కొనగలిగాను.

ఆ వయసులో నాకు నేను కడు బీదవాడినీ పని చేసుకుని బ్రతకాలీ,
డబ్బు సంపాదించుకుని చదువుకోవాలి అనే ఆలోచన మొగ్గదశలోనే ఉంది.
ఇంకా మనసు వికసించని దశలోనే -
అవసరం అవకాశాన్ని వెదుక్కునేలా చేసింది!
ఎవరినీ యాచించడం తెలీని పొగరుమోతు ఆత్మగౌరవం -
నా చదువు ఖర్చు ఆటతో ఆరంభించింది!
ఆ రోజుల్లో...
మాకో టీచర్ ఉండేది! బి.ఎస్సీ, బి.ఇడ్ టీచర్.
టీచర్ అనడం కన్నా - నన్ను నడిపించే అదృశ్య శక్తి అనుచరగణంలోని
ఒక మహోన్నత స్త్రీ మూర్తి అనడం ఉచితంగా ఉంటుంది.
ఉచితం అంటే 'ఫ్రీ' అని కాదు,
సముచితంగా వుంటుందని కవిభావం!
ఆ స్త్రీ మూర్తి పేరు 'సున్నం యోగీశ్వరమ్మ!'
ఆవిడ పరిచయం నా బీదరికానికి పరమ ఔషధం!
నేను చురుగ్గా ఉండేవాడిని.
చదువులోనే కాదు - సాంస్కృతిక వ్యవహారాల్లో కూడా!!
స్కూల్ యానివర్సరీకి, ఆగష్టు ఫిఫ్టీంత్‌కీ, నవంబర్ ఫోర్టీంత్‌కీ, ఇరవై ఆరు జనవరికీ -
ఇలా ఏ అకేషన్ వచ్చినా ఆ యోగీశ్వరమ్మ గారు - నన్నే ముందు పిలిచేవారు.
ఆటల్లోనే కాదు నాటికల్లోనూ నటనతో మెప్పించే వాడినవడం వల్ల-
ఆవిడకు నా మీద వాత్సల్యం పెరిగింది!
అలా నేను చదువుకొంటూ ఎస్.ఎస్.ఎల్.సి పూర్తి చేశాను.
ఆ రోజుల్లో -
ఇంటర్ కాదు - పి.యు.సీ. వుండేది.
అంటే ప్రీ యూనివర్సిటీ కోర్స్!
అది చదవాలంటే చాలా డబ్బు కావాలి.
మళ్ళీ సమస్య మొదటికొచ్చింది.
ఏ దారి దొరక్క - పి యూ సీలో చేరాక - సంవత్సరం గ్యాప్ వచ్చింది.
అప్పుడు మళ్ళీ అదృశ్య శక్తి -
యోగీశ్వరమ్మ గారికి నా పరిస్థితి గుర్తు చేసింది.

ఆవిడకో అన్నగారు.. ఆయన పేరు సున్నం ఆంజనేయులు గారు!

హెడ్ ఆఫ్ ది డిపార్టుమెంట్ ఆఫ్ పాలిటిక్స్ - భీమవరం కాలేజీలో!

అది పి.ఎస్.ఆర్ కాలేజ్.

అక్కడ ఆయనకు ఈవిడ రికమండ్ చేశారు.

బ్రహ్మానందం అనీ చురుకైన కుర్రవాడు - చాలా టాలెంటుందీ

భీమవరంలో హాస్టలేదైనా చూసి చదివిస్తే బావుంటుందని చెప్పారు.

ఆయన సరేనన్నారు.

మళ్ళీ ఆరాటం... పోరాటం... ఆట మొదలు పెట్టేశాయి!

'అక్షరం పరబ్రహ్మ స్వరూపం!'

ఆ పరబ్రహ్మ స్వరూపమే నాకు అక్షర బిక్ష పెట్టింది!

***

యుద్ధానికి వెళ్తూ కత్తి మరిచిపోతాడా ఎవడైనా?

ఉన్నత విద్య!

చదువుకోవాలనే తపన వుంటే ఉన్నంత విద్య...!

చదువుకున్నంత విద్య!!

భీమవరం ప్రయాణం - నాకో వరం!

నా జీవితం అనుకోని మలుపు తిరగడానికీ –

నన్ను నేను శిల్పిలా చెక్కుకోవడానికి -

భీముడంతటి బలం భీమవరం ఇచ్చింది.

***

మొట్టమొదటిసారి నేను సత్తెనపల్లి వదిలిపెట్టి చాలా దూరం ప్రయాణం చేయడం!

నా అరిస్టోక్రాట్ ట్రంకు పెట్టె - నేను!

అప్పట్లో దాన్ని యార్నాల పెట్టె అని కూడా నిక్ నేమ్ తో పిలిచేవారు.

అందులో రెండు జతల బట్టలు... తుండుగుడ్డ లాంటివి పెడితే...

ఇంకో డజను మందికి సరిపడా బట్టలు పెట్టుకునేంత ఖాళీ మిగిలిపోయింది.

సున్నం యోగీశ్వరమ్మ గారి పుణ్యమాని ఆవిడ సిఫార్సుతో...

సున్నం ఆంజనేయులు గారి దగ్గరకు బయలుదేరాను.

ఉన్నత విద్య - ఉన్నతమైన, ఉజ్వలమైన భవిష్యత్తునిస్తుందనే ఆశ రైలుబండిలా

వేగంగా దూసుకు వెళ్తూంటే -

అప్పటిదాకా నేననుభవించిన కష్టాలన్నీ
పట్టాల పక్కన చెట్టూ పుట్టల్లా వెనక్కి వెళ్ళిపోతున్నాయి!
చిత్రంగా నేను - విచిత్రంగా నా మజిలీ!
రెండు జిల్లాలు దాటి - పశ్చిమ గోదావరి జిల్లాలోకి ప్రవేశించింది రైలు బండి.
భీమవరంలో దిగాను!
అడుగు అడిగింది - "వెనకడుగు వేస్తావా" అని!
ఆశ బదులు చెప్పింది - "ముందడుగు తప్ప ఇంకే అడుగు వేసినా అప్పుడడుగూ" అని!
భీమవరంలో బలుసుమూడి అనే ఏరియాలో -
ఆంజనేయులు గారిల్లు!
రిక్షాలో వెళ్ళాను.
ఓ చోట దిగి నడవడం మొదలు పెట్టాను.
నడవడం మొదలు పెట్టానంటే ఏ రోడ్డు మీదో దిగి సందులు గొందులూ నడుస్తున్నానని కాదు.
గేటు ముందు దిగి - పెద్ద కాంపౌండ్లో లోపలెక్కడో వున్న ఇంటివైపు నడుస్తున్నానన్నమాట!
నా అడుగులు తడబడుతున్నాయి.
వాళ్ళెవరో తెలీదు. ఎలా రిసీవ్ చేసుకుంటారో తెలీదు. ఈ ఊరేంటో తెలీదు.
ఇక్కడ వారు మాట్లాడే యాసేంటో తెలీదు.
బయట వసారాలో కూర్చుని ఆ ఇంటి ఇల్లాలు వత్తులు చేసుకుంటుంది.
ఆవిడే ఆంజనేయులు గారి భార్య శారదగారు.
ఆ ఇంటి ఇల్లాలు!
సరస్వతీదేవి పేరు పెట్టుకుని - గుమ్మంలో లక్ష్మీదేవిలా కూర్చుని వుంది.
నమస్కారం పెట్టాను.
"ఎవరూ" అంది.
అప్పట్లో ఫోన్‌లూ గట్రా ఏవుంటాయి...
ఏ వార్త చేరవేయాలన్నా ఓ కార్డు ముక్కే!
యోగీశ్వరమ్మ గారు అప్పటికే కార్డు ముక్క రాశారు.
"నా పేరు బ్రహ్మానందమమ్మ. సత్తెనపల్లి నుండొస్తున్నాను. యోగీశ్వరమ్మ టీచరుగారు పంపించారు" అని చెప్పాను.
"నువ్వేనా. రా బాబు" అన్నారు దయగా. వసారాలో నా 'అరిస్టోక్రాట్' పెట్టాను.

"స్నానం చేసిరా! భోజనం వడ్డిస్తాను" అని చెప్పారు.

బట్టలు తీసుకుని పెరట్లోకి నడిచాను.

అది గిలకబావి కాదు. వరలున్న బావి. సిమెంట్తో గాజుల్లా పేర్చిన బావి.

చాంతాడేసి వొంగి నీళ్ళు తోడుకోవాలి.

తోడుకుని వాడుకున్నాను.

స్నానం పూర్తయ్యాక నా పళ్ళెం తీసుకుని వెళ్ళి వంటింటి వెనక వసారాలో కూర్చున్నాను.

ఆవిడ ప్రేమగా వడ్డించింది.

అమ్మగారి దర్శనమైతే అయ్యింది.

అయ్యవారు ఎలా ఉంటారో!

అనుకోగానే మాటలు వినిపించాయి.

"ఎవరిదా ట్రంకు పెట్టి?"

"సత్తెనపల్లి నుండి మన యోగీశ్వరమ్మ పంపించిన కుర్రవాడొచ్చాడు." అని చెప్పింది లక్ష్మీదేవిలా కనపడే శారద గారు.

"సర్లే రేపు చేరుస్తాలే" అన్నాడాయన.

సౌండు వినబడింది. మనిషి కనబడలా!

రేపు చేరుస్తాలే అన్న హామీ వినపడింది. నాలో ఇంకా గుబులు కనబడలా!

భోజనమయ్యాక ఆయన నన్ను చూసారు - గంభీరంగా!

నా వివరాలు చెప్పాను - వినయంగా.

మా నాన్న స్తోమతు గురించి కూడా చెప్పాను కొంచెం బిడియంగా!!

పొద్దున్నే ఎన్నింటికి తయారయి ఉండాలో ఆర్డరేసి వెళ్ళారు.

వాళ్ళు చూపించిన పంచనే పెట్టె, నేను.

అక్కడే చదువుకోవాలి... అక్కడే పడుకోవాలి.

ఎలాగో తెల్లవారింది!!

అప్పుడు పేలింది ఒక బాంబు!

కాలేజీకి ఆయనతో కలిసి బయలుదేరడానికి సర్టిఫికేట్ కోసం చూస్తే లేదు.

బహుశా నా జీవితం లో అంతగా భయపడింది ఆ రోజేనేమో!

జడిసిపోయి, తడిసిపోయి, వణికిపోయి, వెనక్కిపోయి, పక్కకుపోయి -

ఎక్కడికి పోవాలో తెలీక ఆయన దగ్గరికే పోయి గొంతు తడారిపోయి!

"ఎస్.ఎస్.ఎల్.సీ సర్టిఫికేట్ తీసుకురావడం మరిచిపోయి..." మిగతాది మింగేశానో, ఆపేశానో గుర్తులేదు.

ఆ తరువాత ఆయన మొహంలో కనబడ్డ రౌద్రం చూసే ధైర్యం లేక -

తల దించుకుని, వంచుకుని నిలబడ్డాను.

ఆయన గొంతు చించుకుని - తిట్లు లంకించుకుని -

"ఇట్లాంటివాడు జీవితంలో ఏం పైకొస్తాడు, పియుసీలో చేరడమంటే పిల్లలాటలనుకుంటున్నాడా, సర్టిఫికేటే ముఖ్యం అదే మరిచిపోయి వస్తాడా, యోగీశ్వరమ్మకు కార్డు ముక్క రాసి పడేసి, తిరుగు ప్రయాణం కట్టమని చెప్పు." అని కేకలేసారు.

నేను బెదిరిపోయి, హడలిపోయి, పులి ముందు కుందేలయిపోయి దీనంగా చూడడం శారదగారు గమనించి-

"పాపం కుర్రాడు. ఏదో హడావుడి లో మరిచిపోయుంటాడు, ఈ మాత్రానికే అతని భవిష్యత్తుని పాడు చేయాలా, మళ్ళీ వెళ్ళి తెచ్చుకుంటాడు లెండి."అని ఆవిడ దయగా, సామరస్యంగా సర్ది చెప్పింది.

ఆ ఉగ్ర నరసింహ రూపం కాసేపటికి శాంతపడి...

"అదేదో వెంటనే ఏడవమను సన్నాసిని!" అనేసి అక్కడనుండి వెళ్లిపోయాడు.

వర్షం వెలిసింది. అయినా నాకు తడిసింది!

అప్పుడెవరు నన్ను కాపాడింది.

ఆ ఇంటి ఇల్లాలి రూపంలో ఏ అదృశ్యశక్తి నన్ను వెనకేసుకొచ్చింది.

మరో అవకాశం ఎందుకొచ్చింది?

భీమవరం - మళ్ళీ వరం ఇచ్చింది.

నాకా మాత్రం అక్షింతలు పడాల్సిందే!

యుద్ధానికెళుతూ కత్తి మరిచిపోతాడా ఎవడైనా!

***

హాస్టల్ ఫుడ్డే నా జీవితానికి బటర్ బ్రెడ్

భీమవరం నుంచి సత్తెనపల్లికి సర్టిఫికేట్ తెచ్చుకోవడానికి తిరిగొచ్చిన నేను...

నన్నక్కడికి పంపించిన యోగీశ్వరమ్మ టీచర్ నుండీ... మా నాన్న నుండీ...

ఎన్ని తిట్లు పడాలో అన్నీ పడ్డాను. పడాల్సివచ్చింది.

ఇనుముని వాళ్ళు కాల్చి వొదిలిపెట్టారు.

నన్ను నేను సమ్మెటతో కొట్టుకుని కావాల్సిన రూపంలోకి తెచ్చుకోవడానికి ఉపయోగపడ్డారు.

అప్పుడు నాకు కాస్తోకూస్తో జ్ఞానం వచ్చింది కాబట్టి -

ఇందరి మాటలెందుకు పడాలి అన్న ఉక్రోశం రావాలి.

కానీ రాలేదు.

ఎందుకంటే - పేదవాడి ఉక్రోశం - చివరికి ఆక్రోశంతోనే ముగుస్తుంది కాబట్టి!

నా ధ్యేయం మీదే దృష్టి పెట్టాను.

నా గమ్యం మీదే మనసు పెట్టాను.

సర్టిఫికేట్ తీసుకెళ్ళి ఆంజనేయులుగారికి చూపెట్టాను.

'అఘోరించావ్ లే' అన్నట్టు చూసి -

నన్ను తీస్కెళ్ళి పి.యు.సి.లో చేర్చాడు.

ఇది కదా నాకు కావాల్సింది...

పి.యు.సిలో చేరడమే గదా కావాల్సింది. నా గమ్యం గదా నాకు ముఖ్యం!
ఆ తిట్లన్నిటితో నాకు పనేమిటి!
ఉక్రోశానికి పోతే పి.యు.సి. లో సీటు వచ్చేదా?
ఈ తిట్లన్నీ రైలు పట్టాల మీద గులకరాళ్ళే!
బ్రతుకు రైలు బండి సాఫీగా సాగటానికి గులకరాళ్ళే పట్టాలని
పటిష్టంగా కాపాడుతూ వుంటాయి!

***

పి.యు.సిలో సీటయితే వచ్చింది.
కానీ ఊరికే ఆంజనేయులు గారింట్లో పడి తినలేను గదా!
అందుకని ఎంతో కొంత నా వంతు పని నేనూ చేసేవాడిని.
భీమవరానికి ఆరు కిలోమీటర్ల దూరంలో - మొగల్లు అని ఒక ఊరుండేది.
అక్కడ వుండే రాజుల వారి అబ్బాయి - ఆంజనేయులు గారి స్టూడెంటు!
వాళ్ళే పాలు, పెరుగూ మాష్టారు కోసం పంపించేవాళ్ళు.
నేను సైకిల్ మీద ఆరు కిలోమీటర్లు వెళ్ళి పాల క్యాను, పెరుగు క్యాను
సైకిలికి తగిలించుకుని - తిరిగి ఆరు కిలోమీటర్లు సైకిల్ తొక్కుకుంటూ
వచ్చి తెచ్చి ఇచ్చి - కాలేజీ కి బయలుదేరేవాడిని.
ఆ దారంతా ఎఱ్రమట్టి రోడ్డు!
తెల్లమొహంతో వెళ్ళి - ఎఱ్ర మొహంతో తిరిగొచ్చేవాడిని!
ఆ ఎఱ్రటి దుమ్మంతా నా మీద పడేది.
వచ్చి స్నానం చేసి, బట్టలు మార్చుకుని, విడిచిన బట్టలు ఉతుక్కుని-
ఆంజనేయులు గారి భార్య పెట్టిన టిఫినో, అన్నమో తినేసి –
కాలేజీకి వెళ్ళేవాడిని!
ఇలా కొంత కాలం సాగింది.
అప్పుడే నాకు హాస్టలులో సీటొచ్చింది.
ఆంజనేయులు గారే హాస్టల్ వార్డెన్‌తో మాట్లాడి
బీసీ హాస్టల్లో ఉచితంగా సీటు ఇప్పించారు.
బీసీగా పుట్టడం నా పూర్వజన్మ సుకృతమని అప్పుడే తెలిసొచ్చింది.
హాస్టల్లో... ఫుడ్డు... వాళ్ళే ఇచ్చిన బెడ్డు... నీ జీవితానికవే బటరూ బ్రెడ్డూ!
బెటరే గదానుకుంటే పెన్నో, పెన్సిలో, పుస్తకమో, సబ్బో, సరఫో...

ఏది కావాలన్నా కాసులుండాలి గదా!
ఖర్చులకు డబ్బిచ్చేదెవరు?
ఇక్కడా నన్నెవరు ఆదుకున్నారు?
ఎవరు నాకు ఎవరిచేత సాయం అందించారు!
నూనె పోసినవాడే వత్తి వేస్తాడు. వాడే వెలిగిస్తాడు. దారి చూపెడతాడు.
నన్ను ఆంజనేయులు గారికి పరిచయం చేసిన యోగీశ్వరమ్మ గారికి ఇంకో చెల్లెలుండేది.
ఆవిడ పేరు సున్నం అనసూయమ్మ గారు!
తెనాలిలో జె.ఎమ్.జె. కాలేజీలో ఆవిడ ఎం.ఎస్.సీ చదువుకునేటప్పుడు -
సత్తెనపల్లిలో వాళ్ళింట్లో నన్ను చూసింది.
అప్పుడు ఆవిడ నా గురించి వాళ్ళమ్మ గారినీ, అక్కగారినీ అడిగి -
నా పరిస్థితి తెలుసుకుంది.
ఇప్పుడు నా పరిస్థితి కూడా యోగీశ్వరమ్మ గారి ద్వారా తెలుసుకుని -
నెల నెలా నా ఖర్చుల కోసం కొంత డబ్బు మనియార్డరు చేసేది.
ఎవరు నేను?
ఎవరు ఆవిడ?
ఎవరు బ్రహ్మానందం!
ఇదంతా ఎవరు ఆడించే రసవత్తర నాటకం?
ఎందుకు నారు పోశాను రా బాబూ... అనుకుని ఆ పైవాడు నా వెనుక
చెంబు పట్టుకుని నీళ్ళు పోస్తూ వస్తున్నాడు.
అలా నా ఖర్చులకు అనసూయమ్మ గారి ద్వారా డబ్బు అందేది!
ఆవిడ రుణం తీర్చుకునే అద్భుతమైన అవకాశం - నాకొచ్చింది.
ఆ అవకాశం గురించి అవసరం వచ్చినప్పుడు చెప్తాను.

***

పై స్థాయికి చేరాలంటే చాలా మెట్లుంటాయి.
దేవుడు కట్టిన మెట్లు!
ఒక్కో మెట్టూ ఎక్కడానికి కావాల్సిన సత్తువ మనమే పెంచుకోవాలి.
అందుకే నేను పి.యు.సీ లో ఉన్నప్పుడే - ఆ మెట్ల దోవకోసం అన్వేషణ
మొదలు పెట్టాను.

ఒక మెట్టు కనపడింది. ఆ ఎత్తు ఎక్కడానికి నాకు ఉపయోగపడిందే రామకృష్ణ భవన్!
పి.ఎన్.ఆర్. కాలేజీలోనే రామకృష్ణ భవన్ ఉండేది.
అక్కడ స్టూడెంట్స్ సాంస్కృతిక కార్యక్రమాల్లో పాల్గొనేవాళ్ళు.
ఆ ఆడిటోరియంలో నాటకాలూ - పాటల పోటీలు - వ్యాసరచన -
వకృత్వ పోటీలు నిర్వహించేవారు.
పాడటం తప్ప - అన్నిట్లో పాల్గొనేవాడిని.
ఎందులో పాల్గొంటే అందులో ఫస్ట్ ప్రైజ్ గెలుచుకునేవాడిని.
ఎక్కువగా బెస్ట్ కమీడియన్ ప్రైజ్‌లు అందుకునేవాడిని.
రామకృష్ణ భవన్లో ప్రారంభమైన విజయంతో -
చాలా చోట్ల - నాకంటూ ఒక చోటు వుంటూనే వుండేది.
ఇదంతా సున్నం ఆంజనేయులు గారికి తెలిసింది.
ఆయన పేరు నిలబెట్టానని అందరూ అనేవాళ్ళు!
అలా నేను బాగా చదువుకుంటూనే కళారంగం వైపు దృష్టి సారించడం
అనేది భగవంతుడి నిర్ణయం!
పి.యు.సి. పాసయ్యాను.
ఇప్పుడే నేను డిగ్రీ కాలేజీలో చేరాలి.
కానీ అక్కడ నాకొక ఆటంకం ఏర్పడింది.
చదువుకోవాలన్న తపన వుంటే - చదువు కొనాల్సిన అవసరం రాదని అర్థమైంది.

***

దేవుడు ఛాన్స్ ఇస్తాడు కానీ ఛాయిస్ ఇవ్వడు

పి.యు.సి. పూర్తయింది.

డిగ్రీలో చేరాలి.

చేరాలంటే సీట్ ఖాళీ వుండాలి.

ఖాళీ లేదన్నారు.

హెచ్.ఇ.సీలో చేరాలనుకున్నాను...

హిస్టరీ... పాలిటిక్స్... ఎకనామిక్స్...!

నా హిస్టరీ పేరుంటే ఈ హిస్టరీ లో సీటెలా దొరుకుతుంది?

ఇక్కడ ఇంకో అద్భుతానికి అంకురార్పణ జరిగింది.

ఏ గ్రూప్ లో చేరాలన్నా - నాకు అవకాశం దొరకలేదు.

సున్నం ఆంజనేయులు గారు స్వయంగా మాట్లాడితే-

ఒకే ఒక్క సీట్ ఖాళీ వుందన్నారు.

అది హెచ్.పి.టీ.

హిస్టరీ... పాలిటిక్స్... తెలుగు... స్పెషల్ తెలుగు!

"సర్లేవోయ్ తెలుగు తీసుకోమరి!" అనేశారు మా ఆంజనేయులు గారు.

ఆ వాక్కు విని అవాక్కయ్యాను!

ఇష్టం ఒకటీ... ఇచ్చేదొకటీ... అని మనసులోనే అయిష్టాన్ని దాచుకున్నాను.

తెలుగు తీసుకున్నాను.

"GOD WILL GIVE YOU CHANCE... HE WON'T GIVE YOU CHOICE"

దేవుడు ఛాన్స్ ఇస్తాడు గానీ - ఛాయిస్ ఇవ్వడూ అని సరిపెట్టుకున్నాను.

అదొద్దు - ఇది కావాలి - అని అడగలేదు.

అడిగినా ఇవ్వడానికిక్కడ ఛాయిస్ లేదు... ఛాన్స్ మాత్రమే ఉంది.

ఎందుకు ఛాన్స్ దొరికింది!

ఎందుకు నేను స్పెషల్ తెలుగే తీసుకోవాల్సి వచ్చింది?

ఎందుకు నా బ్రతుకు పద్యమైంది!

ఎందుకు నా భవిష్యత్తు గద్యమైంది!

ఎందుకనేది ఎప్పటికో అర్థమైంది!

అప్పుడు తెలీదు నాకు - ఆ తెలుగే నాకు భవిష్యత్తులో ఉపయోగపడబోతుందని!

తెలుగు భాష... తెలుగు యాస... ఉచ్చారణలో స్పష్టత... వ్యక్తీకరించడంలో... వేగం...

అచ్చులు... హల్లులు... పొల్లులు.. దీర్ఘాలూ... వాక్య నిర్మాణం... వ్యాకరణ విన్యాసం...

బ్రహ్మానందం నాలుక మీద తెలుగు అద్దింది ఆ తల్లి సరస్వతీ దేవి!

నా బ్రతుకు ఛందోబద్ధ పద్యమైంది!

నా భవిష్యత్తు గమ్యాన్ని నిర్దేశించే గద్యమైంది! నా జన్మ సార్థకమైంది!

***

వానరుడే ఈ నరుడు అని రుజువు చేయడానికి -

కోతి పనులు చేయడం మొదలయ్యింది.

మాష్టార్ల అరుపులని అనుకరించడం... అందరినీ నవ్వించడం... అలవాటయ్యింది.

మాష్టార్లని ఇమిటేట్ చేయడంతో ఆగిపోలేదు.

ఏదో ఒక సినిమా చూసి రావడం...

ఎన్.టి.ఆర్. నీ, ఏ.ఎన్.ఆర్ నీ, పద్మనాభం, రాజబాబు, రేలంగీ... లాంటి ఆ మహానుభావుల హావభావాలతో పాటు వాచకాన్ని అనుకరించడం...

అబ్బుర పరచడం.

యాక్టింగ్ తో పాటు మోడ్యులేషన్ నీ అనుకరించడం - 'ధ్వన్యనుకరణ'

అంటారని అప్పుడు నాకేం తెలుసు.

మిమిక్రీకి ప్రారంభ దశ... ప్రాచుర్యంలో లేని దశ!

అప్పట్లో మిమిక్రీ అంటే నేరెళ్ళ వేణుమాధవ్ గారొక్కరే!

ఆ విద్య ఎందుకో నాకు అబ్బింది!

ఎందుకో ఏమిటి... అందుకే... ఇదిగో ఇందుకే...!

నవ్వు పుట్టిన నక్షత్రం... నేను పుట్టిన నక్షత్రం ఒకటే గదా... అందుకే!

కాలేజీలో ఏ ఫంక్షన్ జరిగినా బ్రహ్మానందంని పిలవండి అనేవారప్పుడు.

నేను స్టేజీ ఎక్కి నోరు తెరవకముందే నవ్వులు మొదలయ్యేవి.

నోరు తెరిచాక అందరి పొట్ట చెక్కలయ్యేది.

నా మనసు మురిసి ముక్కలయ్యేది!

జీవితంలో పైకి రావాలనుకునేవాళ్ళకు అవరోధాలు - అధిరోహించే సోపానాలుగా మారాలి తప్ప - ఆటంకాలుగా కనబడకూడదు.

ఏరిపారేయండి మీ దారిలో ఎదురయిన ముళ్లని, రాళ్ళూ రప్పలని.

మీ దారి మీరే నిర్ణయించుకోవాలి... మీరే బాట వేసుకోవాలి.

ఎటు వెళ్ళాలో దేవుడు చెప్తాడు.

ఎలా వెళ్ళాలో మనమే చూసుకోవాలి.

నేనూ... నా సాంస్కృతిక ప్రయాణం...

తెలుగు... తెలివీ... నా ధ్యేయానికి పునాదులు వేస్తున్న తరుణంలో...

సినీ కళామతల్లి సేవలో వున్న ప్రముఖుల పరిచయం జరిగింది!

నేను మిమిక్రీ, మోనో యాక్షన్ చేసే ఫంక్షన్ కి -

ప్రముఖ రచయిత, నటులు గొల్లపూడి మారుతీరావుగారూ...

డాక్టర్ వివేకానందమూర్తి గారూ చీఫ్ గెస్ట్ లుగా వచ్చారు.

ఆ స్టేజిమీదే ప్రముఖ నటదంపతులు రాధాకుమారి గారూ, రావి కొండలరావుగారు...

'పట్టాలు తప్పిన బండి' అనే నాటకం వేశారు.

వాళ్ళందరి ప్రశంసలూ నాకు దక్కాయి!

నా ప్రదర్శన చూసిన ప్రముఖ నటులు ముక్కామల గారయితే-

ఏకంగా ఆయన చేతికున్న ఖరీదయిన వాచీ తీసి నా చేతికి తొడిగారు.

అదే నా తొలి స్వర్ణ కంకణంగా నేనిప్పటికీ భావిస్తాను.

ప్రోత్సాహం... ఆ పొగడ్తలు... నాలోని కళాకారుడికి ఉత్తేజాన్నివ్వడంతో మరింత మెరుగులు దిద్దుకుంటూ పోతున్నాను.

ఒక పక్క బుద్ధిగా, శ్రద్ధగా, పట్టుదలగా చదువుకుంటూ -

మరో పక్క ఆంజనేయులు గారింట్లో చిన్నా చితకా పనులు చూసుకుంటూ -

బ్రహ్మానందం బుద్ధిమంతుడు, పనిమంతుడు, తన శక్తి తనకే తెలీని

హనుమంతుడు అన్న పేరు తెచ్చుకున్నాను.

ఆంజనేయులుగారింట్లో నాలాగే ఇద్దరు ముగ్గురు కుర్రవాళ్ళుండి
వాళ్ళ మధ్య నేనుండడం వల్ల - చెలికత్తెల మధ్య హీరోయిన్లా
ఒక ప్రత్యేకమైన అభిమానాన్ని సంపాదించుకున్నాను.

బ్రతుకు పుస్తకంలో అలా మొదటి అధ్యాయం అధ్యయనం చేస్తూ... చివరికి డిగ్రీ
పాసయ్యాను.

బి.ఏ.లో పట్టభద్రుడినై –

సున్నం ఆంజనేయులుగారి ప్రశంసలకు పాత్రుడినయ్యాను.

మిమిక్రీ నా జీవితంలో ఒక భాగమైంది!

అదే నాకు మహాభాగ్యమైంది!

నా జన్మకు కారణమైన నా తల్లిదండ్రులు... సంతోషపడ్డారు.

నాకు సాయం అందించిన యోగీశ్వరమ్మ గారు, అనసూయమ్మ గారూ, ఆంజనేయులు
గారూ మహానందపడ్డారు.

అపాత్రదానం చేయలేదని ఆనందించారు.

***

K. BRAHMANANDAM, P. U. C.
Awarded first prize in Fancy dress in connection with the inter collegiate drama competitions held at Narsaraopet on 28—1—68

యాభై ఐదేళ్ల సుదీర్ఘ నట ప్రస్థానానికి నాంది

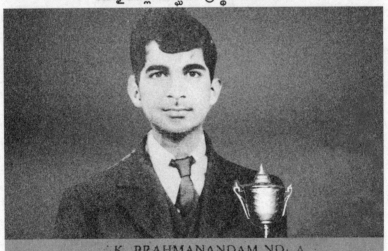

K. BRAHMANANDAM, ND. A.
Adjudged the Best Supporting Actor in "Donga Veeradu" in the Inter-Collegiate Competitions held at Waltair. 1969

నేను / మీ బ్రహ్మానందం

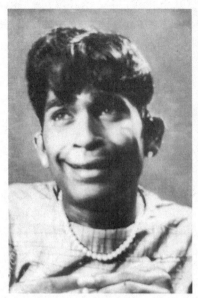

అప్పట్నుంచే ఈ వేషాలుండేవి...

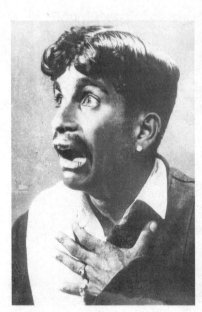

జీవితమే ఒక నాటకం

రంగస్థలం...
నటనా కుసుమం వికసించు పుణ్యస్థలం...!
అభినయ క్షేత్రాన నటులు ఉద్భవించు పుణ్యక్షేత్రం...!
ఆ రంగస్థలమే గదా - ఈ చిత్రసీమలో నా పేరు గుబాళింపజేసింది!!
ఆ రంగస్థలమే గదా - నాకీ చిత్ర రంగాన నవ్వులు పండించే పాత్రలిచ్చింది!!
అందుకే... నటనకు... నా నమస్సులు!
ఇంటర్ కాలేజీ కాంపెటీషన్స్ డిగ్రీలో...!
డిగ్రీ చదువుతుండగానే ఆంధ్రా యూనివర్సిటీ ఈ కాంపెటీషన్స్ కండక్ట్ చేసింది.
నాటకం అనగానే -
కొండలలో నెలకొన్న కోనేటి రాయుడు...
ఇక్కడో నాటకాలరాయుడు ఉన్నాడని - నా పేరే ముందు వ్యాపించేలా చేశాడు.
ఈ జగన్నాటకానికి నిజమైన సూత్రధారి పై వాడయితే -
జీవులంతా పాత్రధారులే గదా!
నా పేరు వినిపించింది. గెలవాలని నాకనిపించింది.
మా కాలేజీ మా టీమ్ ని పంపించింది!
పోటీ గట్టిగానే వుంది!
గమ్మత్తుగా బ్రతుకు రంగస్థలం మీద ప్రతీ పాత్ర జీవించాలనే

ఆరాటం పడుతూ వుంటుంది.

ఈ ఇంటర్ కాలేజీ స్టేజి మీద కూడా - ప్రతీ నాటకమూ రక్తి కట్టించింది.

మా నాటకం పేరు 'దొంగవీరుడు'!

నేనొక్కడినే జీవిస్తే సరిపోదు గదా - పక్క పాత్రలూ ఒక్క తప్పు కూడా చేయకూడదు.

ఒకరిద్దరు ఆకలేసి డైలాగులు మింగేశారు..

ఆ ప్రెస్టేజియస్ కాంపెటీషన్ మీద మా కాలేజీ వారు చాలా ఆశలు పెట్టుకున్నారు.

నా వరకూ నేను పాత్రోచితంగానే నటించాలనుకున్నాను.

అందరం కాలేజ్‌కి తిరిగొచ్చాం!

కానీ మా కన్నా ముందే మేం సరిగ్గా చేయలేకపోయామనే వార్త మా కాలేజీకి వచ్చింది.

అప్పటికే నాటకం సరిగ్గా రాలేదనే గిల్టీ ఫీలింగ్లో మేమంతా వున్నాం.

మా నాటకానికి 'బెస్ట్ ప్రొడక్షన్' ప్రైజ్ వస్తుందని అందరూ అనుకున్నారు.

వాళ్ళందరికీ ఏం సమాధానం చెప్పాలో తెలియలేదు.

నా తప్పు లేదు.

కానీ వాళ్ళవల్ల తప్పు జరిగింది.

నాకు సంబంధం లేదు.

కానీ నా మెడకే చుట్టుకుంది.

ఎటు తిరిగి ఎటొస్తుందోనని - నాటకాన్ని సరిగ్గా చేయలేని వాళ్ళు
తప్పంతా నా మీదకు తోశారు.

స్టేజీమీద నటించని వాళ్ళు - కాలేజీలో నటించేశారు.

ఫైన్ ఆర్ట్స్ ఇంచార్జ్ జె.వి. గారూ...

ప్రిన్సిపల్ డీ.కే.ఎస్ గారూ...

నన్ను పిలిపించారు. మందలించారు. పరువు తీశానంటూ నిందించారు.

కాలేజీ పేరు భ్రష్టు పట్టించానంటూ ఆగ్రహించారు.

నేను డైలాగుల్లేని పాత్రలా నిలబడ్డాను. ఏదో చెప్పబోతే...

వేషాలు సరిగ్గా వేయడం రాక వెధవ్వేషాలు వేస్తావుటోయ్ అన్నారు.

నా కళ్ళలోంచి కృష్ణా, గోదావరి పాయలు...

చేయని నేరానికి మాటలు పడ్డందుకు మనసు మీద గాయాలు...

పుండు మీద కారం చల్లారు.

సున్నం ఆంజనేయులుగారిని పిలిచి మరీ చెప్పారు.

ఆయనా నేను చెప్పేది వినిపించుకోకుండా చెడామడా చివాట్లేసి పోయారు.

ఎవరున్నారప్పుడు నేను చెప్పుకోవడానికి?

నిశ్శబ్దంగా శూన్యంలోకి చూశాను.

మౌనంగా రోదించాను.

మనశ్శాంతి కోసం శోధించాను.

మనిషికి డబ్బుండాలి - అని అప్పుడు నాకనిపించింది.

నేను డబ్బున్నవాడినయితే వీళ్ళంతా నా జోలికి రావడానికి భయపడేవారేమో అనిపించింది.

కానీ డబ్బు వల్ల మాత్రమే గౌరవం దక్కదనీ -

పేరు వల్లే గౌరవాభిమానాలు దక్కుతాయనే సత్యం ఆలస్యంగా తెలిసింది.

డబ్బు సౌకర్యాలు మాత్రమే ఇస్తుంది. సౌఖ్యాలనిస్తుంది.

వినయం నేర్పి, వివేకం నేర్పి, ఒదిగుండడం నేర్పి - ఎదగడం నేర్పి -

పేదరికం ఒక సద్గురువులా...

అజ్ఞానాంధకారాన్ని పారద్రోలి జ్ఞానదీపాన్ని వెలిగిస్తుంది!

అందుకే నేనక్కడ నిరుపేదలా నిలబడ్డాను.

జాలేసింది...!

ఎవరికీ?

ఇంకెవరికి?

జగన్నాటక సూత్రధారి జగన్నాథుడికి! పాపం ఆయనకీ జాలేసింది!

లోకానికి రమ్మన్నవాడు...

నవ్వులిమ్మన్న వాడూ... గొప్పగా బ్రతికి పొమ్మన్నవాడూ...

నేను ఓడిపోయినట్టు నిలబడడం చూడలేక, భరించలేక, సహించలేక –

'ఓడించలేక'... గెలిపించకుండా వుండలేక...

ఆ ఇంటర్ కాలేజీ కాంపెటీషన్ లో...

ఎవరయితే నేను నాటకాన్ని చెడగొట్టానని అన్నారో...

ఎవరయితే నేను మా కాలేజీ పేరు పోగొట్టానని నిందించారో...

వారందరి నోరూ మూయించడానికి -

ద గ్రేట్ ఆర్టిస్ట్ బ్రహ్మానందంకి బెస్ట్ సపోర్టింగ్ యాక్టర్ గా ఫస్ట్ ప్రైజ్ డిక్లేర్ చేసేలా చేశాడు!

నేను మళ్ళీ నిశ్శబ్దంగా నిలబడ్డాను.
ఆనందం అంబరమై -
అంతరంగం సంబరమై-
ఓడినచోటే గెలిచి -
గెలిచిన చోట తలెత్తుకుని -
మళ్ళీ శూన్యంలోకి చూశాను.
అక్కడే గదా అనంత విశ్వాస-
పారిజాత వనాంతరాన -
నాకింత సాంత్వననిచ్చిన నా స్వామీ వుండేది!
నాకు బహుమతినిప్పించిన -
నీకు నేనేమివ్వగలను?
పేదవాడను
నిస్సహాయుడను.
ఖాళీ చేతులని కలిపి జోడిస్తే-
కృతజ్ఞ పూర్వకంగా నీరునిండిన కళ్ళతో
చూపు సారిస్తే నమస్కారం సమర్పిస్తే –
మనసు మరుమల్లె పువ్వయ్యింది!
ఏం గుబాళింపో... పారవశ్యపు పరిమళమయ్యింది.
అతండు తప్ప గతిలేని... స్థితిలో మతిపోయి...
గుండె స్థాన భ్రంశమై గొంతులోకొచ్చింది.
మొట్టికాయలేసినా వీడిది గట్టికాయమే సుమా అనుకున్నవాడు -
నాకు తోడయ్యాడు, నీడయ్యాడు, నా వాడయ్యాడు!
ఓం నమో వేంకటేశాయ!

***

ఆలిండియా రేడియోలో మిమిక్రీ ప్రదర్శననిస్తూ...

ప్రజానాట్యమండలి కళాకారుడిగా...

ఉన్నావా? అసలున్నావా?

డిగ్రీలో ఉన్నప్పుడే...

అంతర్వేదిలో ఒక ప్రోగ్రాం ఇవ్వాల్సి వచ్చింది!

మిమిక్రీ చేయడం కోసం అక్కడికి వెళ్ళాల్సి వచ్చింది.

అక్కడొక మిత్రుడున్నాడు.

అతడి పేరు చొక్కన శ్రీ!

అతనక్కడ ఉద్యోగం చేస్తూ సాంస్కృతిక కార్యక్రమాల్లో చురుగ్గా పాల్గొనేవాడు.

అందులో భాగంగా నా ప్రోగ్రాం కూడా అరేంజ్ చేసి–

నన్ను తీసుకెళ్ళడానికి వచ్చాడు.

కాలేజీలో పర్మిషన్ తీసుకుని అతడితో కలిసి బయలుదేరాను.

భీమవరం నుంచి అంతర్వేది వెళ్ళాలంటే మధ్యలో గోదావరి దాటాలి.

సింగల్ మోటార్ వుండే బోటు ఎక్కాం!

చీకటి పడేవేళ!

బోటు బయలుదేరింది.

సన్నగా వర్షపు తుంపర మొదలయ్యింది.

కాలవ మధ్యలోకి వెళ్ళాక –

అప్పుడు జరిగింది ఎవరూ ఊహించలేని సంఘటన!

నది మధ్యన బోటు ఆగిపోయింది.

మోటారు మూగబోయింది.

మా గుండెల్లో రాయి పడింది.

వర్షం.. చీకటీ.. ఆ బోటులో వున్నది నేనూ... బోటు నడిపేవాడూ...

నన్ను తీసుకెళ్ళడానికి వచ్చినవాడు... ఇంతే!

నాకు ఈతరాదు.

నాతో వచ్చిన వాడికీ చేతకాదు.

బోటులో పడే వర్షపు నీళ్ళు దోసిలితో తోడిపోస్తూ-

నా మిత్రుడు బోటు నడిపేవాడిని తిట్టిపోస్తూ కాసేపలా గడిచింది.

చొక్కా తడిసిపోయింది.. వర్షం వల్లో చెమట పట్టడం వల్లో!

ఏం చేయాలి?

ఎలా ఒడ్డుకు చేరాలి?

అప్పుడెవరు ఆదుకుంటారు?

అన్నీ ప్రశ్నలూ, భయాలూ, కీడు శంకించటాలూ!

అటువెళ్ళి నాటకం వేయాలి.

పొద్దున్నే ఇటొచ్చి క్లాసుకు అటెండ్ కావాలి.

వీడికీ నాటకాల పిచ్చి ప్రాణాల మీదకు తెచ్చిందని ఎక్కడ

ఆంజనేయులు గారు తిడతారోనన్న భయం...

ఇటు ప్రాణ భయం!

అప్పుడెవరు నన్ను ఒడ్డుకు చేర్చింది.

ఈ గండం నుంచి ఆవలి గట్టెక్కిచ్చిందెవరు?

వేదాలను రక్షింప నీటిలో మత్స్యావతారుండై ఉద్భవించిన

శ్రీమన్నారాయణుడా.

పాల కడలిలోనే పాన్పు వేసుక్కూర్చున్న ఆ శేష శయనుడా!

నరుడా...

నారాయణుడా...

పరమాత్మా...

పరంధామా... ఎవరు?

అప్పుడు జరిగిందది.

అటునుంచి - ఇలాంటి బోటే ఇంకొకటి వచ్చింది!

విచిత్రంగా అతని బోటులో లిఫ్టిచ్చాడు.

మమ్మల్ని సురక్షితంగా ఆ ఒడ్డుకు చేర్చాడు.

ఎవరు ఎవరి రూపంలో వొచ్చారు?

సమయానికి ఆ బోటు రావడమేమిటి?

ఆపద నుండి రక్షించి –

మమ్మల్ని ఒడ్డుకు చేర్చినవాడు...

ఈ భవసాగరం దాటించి ఈ జన్మకు ఆవలితీరాన చోటిచ్చే ఆ సర్వాంతర్యామికి...

శతకోటి వందనాలు!!

***

ఫ్రీ కోటా – అదే నా వాటా

జీవితం పాఠాలు నేర్పుతుంది అంటారు. కానీ...

కళాశాలలో పాఠాలు జీవితం నేర్పదు.. జీతం నేర్పుతుంది!

జీతం అంటే ఫీజు! ఫీజు కడితేనే గదా చదువు?

ఫీజంటే డబ్బు!

డబ్బు 'సంపాదన వుంటేనే వస్తుంది'... 'అవసరం' వున్నప్పుడల్లా రాదు.

నా అవసరం నాకు తెలుసు... నా పరిస్థితులకీ తెలుసు!

ఎట్టకేలకు డిగ్రీ పూర్తిచేశాను.

బి.ఏ. తెలుగులో పట్టభద్రుడినయ్యాను.

ఎమ్.ఏ. చేయాలి! ఏం చెయ్యాలి?

ఏమిలేని వాడు ఎమ్.ఏ. చదువుకోవాలనుకోవడమేమిటి?

అత్యాశ కదూ!

పైగా ఆంధ్రా యూనివర్సిటీ వైజాగులో వుండేది.

అక్కడికెళ్ళి చదువుకోవడమనేది - అసాధ్యం!

అసాధ్యం నాకు! దేవుడికి కాదు!!

ఎలా సాధ్యమయ్యేలా చేశాడా దేవుడు?

వింతగా... విచిత్రంగా... ఆశ్చర్యంగా... అద్భుతంగా...!

అది ఎలా జరిగిందంటే...

గుంటూరు నుంచీ, చుట్టుపక్కల ఊళ్లనుంచీ, కర్నూల్ లాంటి
దూర ప్రాంతాలనుంచీ వైజాగ్ వెళ్లి చదువుకోవడమనేది నాలాంటి పేద విద్యార్థులకు
కష్టమైన పని కాబట్టి - ఆంధ్ర యూనివర్సిటీ వారు...
గుంటూరులోనే పీజీ సెంటర్ ఏర్పాటు చేశారు.
పోస్ట్ గ్రాడ్యుయేషన్ సెంటర్ గుంటూరుకు తరలి వచ్చింది!
ఆశ్చర్యంగా... అద్భుతంగా..! ఆ స్థాయిలో జరిగింది ఆ విచిత్రం!
కాలేజీ అయితే వచ్చింది... క్యాషేది?
అక్కడున్న కాలేజ్ ఇక్కడికొచ్చింది.
ఇక్కడున్న నేను ఇందులో చేరాలంటే ఎందులోనూ సరితూగను.
ఎందులో ఏమిటి... అందులోనే!
అందులోనే అంటే... డబ్బులోనే!
కూడుకీ... గూడుకీ... బట్టలకీ... చదువుకీ... ఎంత కావాలి?
అంత నా దగ్గర ఎక్కడిది?
'అవసరం' అనవసరమైన ఆశలు పెంచుతుంది!
మళ్ళీ ఆ అనవసరమైన ఆశలని అవసరమే తొక్కిపారేస్తుంది!
పై చదువులు నాకవసరం!
కానీ ఏమిలేని వాడు ఆశపడడం అనవసరం!
నేను ఆశలు వదులుకున్నాను. చంపుకోలేదు.
జీవితం నేర్పే పాఠాలు కళాశాలల్లో వుండవు.
అనుభవాల్లోంచి పుడతాయి.
నా జీవితానుభవం నాకు డబ్బు విలువ నేర్పింది!
ఆ విలువ... విలువలూ నేర్పింది!
అందుకే సర్వకాలా సర్వావస్థలోనూ స్థిత ప్రజ్ఞతతో వుండగలిగే విజ్ఞత
అప్పుడే నాకు అలవడింది!
అవసరం నన్నెప్పుడూ దిగజార్చలేదు.
అవకాశం నన్నెప్పుడూ గర్వించేలా చేయలేదు.
అక్కడా నేనే... ఇక్కడా నేనే!
నేను నేనుగానే ఉన్నాను!
ఇప్పుడు గుంటూరుకు కాలేజీ తరలి వచ్చింది.

గట్టిగా ప్రయత్నిస్తే సీటు కూడా వస్తుంది.

చదువు చెప్పించే దాత ఎవరు?

సరస్వతీ దేవి వీణా తంత్రులు ఒక సారస్వత సంగీతాన్ని సుదూర తీరాలకు ధ్వనించేలా... నినదిస్తే..

అక్కడ ఒకరు ఆ వీణారవం విన్నారు!

ఆవిడెవరో కాదు - అంతకు ముందు సాయం అందించిన సున్నం అనసూయమ్మ గారు!

ఆవిడ తెనాలిలో జె.ఎం.జే కాలేజీలో లెక్చరర్ గా పని చేస్తున్నారని

ఇంతకు ముందే మీకు పరిచయం చేశాను.

ఆవిడ తన తోటి నలుగురైదుగురు లెక్చరర్స్‌తో కలిసి-

ఒక ఇల్లు అద్దెకు తీసుకుని వుండేది.

వాళ్ళు ఉద్యోగ బాధ్యతల వల్ల బిజీగా వుండడం వల్ల -

వారానికి సరిపడా సరుకులూ, కూరగాయలూ, మిగతా కొన్ని పనులూ

చేసిపెట్టడానికి, వాళ్ళ అవసరాలు చూసుకోవడానికి ఒక మనిషి కావాల్సి వచ్చింది.

వాళ్ళ అవసరం నాకున్న అవసరాన్ని తీర్చింది.

అలా కలిసి వచ్చింది.

ఆవిడ స్వచ్ఛందంగా సాయం చేయాలనుకున్నా-

ఊరికే తీసుకోవడం కన్నా ఉడతా భక్తిగా సాయం చేయడం ఉత్తమమైన పద్ధతి!

అందుకే శనివారం సాయంత్రం వారింటికి వెళ్లి -

ఆదివారం ఉండి - వాళ్ళకు కావాల్సినవన్నీ చూసుకుని, తిరిగి వచ్చేవాడిని.

ఇదంతా కాలేజీలో చేరిన తరువాత!

మరి సీటు సంపాదించడం ఎలాగా

ఉదరం ఉపదేశం ఇచ్చింది! బ్రతికి పొమ్మని.

దొరికిన ఆధారం ఆదేశం ఇచ్చింది! చదువుకొమ్మని!

ప్రదేశం వుంది! కళాశాల!

ప్రవేశం కావాలి "ఖాళీ వుండాలి కదా!"

బి.ఏ. సర్టిఫికేట్ తీసుకుని కళాశాలకెళ్ళాను!

అక్కడ హెడ్ ఆఫ్ ది డిపార్టుమెంట్ ఆఫ్ తెలుగు... ఎన్.వి.జోగారావు గారు.

వారు - వేరు!

అందరు తెలుగు మాష్టార్లలాగా పంచెకట్టుతో కాకుండా ప్యాంటు షర్టుతో టక్

చేసుకుని - ఠీవీగా సిగరెట్ కాలుస్తూ వుంటారు.

ఆయన పెద్ద పండితుడు!

నేను పామరుడిలా వెళ్ళాను.

సర్టిఫికెట్స్ చూపించాను.

వాటిల్లో ఒక సర్టిఫికేట్ ఆయనను ఆకర్షించింది-

అందులో ఈ స్టూడెంట్ 'ఈస్తెటిక్ సెన్స్' వున్నవాడు అని వుంది-

ఆయనకి పాండిత్యంతో పాటు ఎక్స్ట్రాకరిక్యులర్ యాక్టివిటీస్ పట్ల అభిరుచీ, అభిమానం వున్నాయి.

నన్ను చూశారు.

'నవ్విస్తావా' అన్నారు.

వ్విస్తాను అన్నాను,

నవ్వారు.

మిమిక్రీ చేయమన్నారు.

అటూ ఇటూ చూశాను.

నవ్వడానికి నలుగురు కావాలి.

నవ్వడానికి నలుగురు లెక్చరర్స్ వున్నారు.

నవ్వు శబ్దం కాదు.. అనుభూతి!

కానీ నవ్వితే శబ్దం రావాలి... అది 'రసానుభూతి'

ఆ రసజ్ఞత వున్న హాస్యప్రియులే అందరూనూ!

నా ధన్యానుకరుణతో నవ్వుల ధ్వని మొదలయ్యింది!

నవ్వు - నా జీవితంగా మారడానికి ఆ సంఘటన కూడా దోహదమయ్యింది!

కాలేజీలో ఫ్రీగా చదువు చెప్పే కోటా ఒకటుంది... అది నా వాటాకొచ్చింది.

విత్ అవుట్ ఫీ... ఫ్రీ సీటు దక్కింది!

కళ - కళాశాలలో సీటు ఇప్పిస్తుందని కలలో కూడా అనుకోలేదు.

ధన్యోస్మి! కళ, కళ కోసమే కాదు... 'కల' కోసమూ ఉపయోగపడింది!

వైజాగ్‌కే పరిమితమైన ఆంధ్రా యూనివర్సిటీ కాలేజీ...

గుంటూరుకు రావడమేమిటి?

ఎక్కడో వున్న సున్నం అనసూయమ్మ గారు నా చదువుకయ్యే ఖర్చుకోసం ఎంతో కొంత సాయం చేయడానికి -

వాళ్ళ దగ్గర చిన్నా చితక పనులు చేయగలిగే అవకాశం రావడమేమిటి?

తెలుగు ప్రొఫెసర్‌కి కళల పట్ల అభిరుచి వుండడమేమిటి?

నా నవ్వు నవ్వించడమేమిటి?

ఫ్రీగా సీటు దొరకడమేమిటి?

వీటన్నిటికీ వెనక ఉన్నదెవరు?

ఈ అద్భుతాలన్నిటినీ ఆవిష్కరించిన ఆ భగవంతుడెవ్వడూ?

స్వామీ నా స్వామే కదా!

నా గమ్యం రమ్యంగా తీర్చిదిద్దిన ఆ తిరుమల వాసుడికి...

తీర్చుకోలేనంత రుణపడి వుండటం గాక మరేమిటి?

ప్రభూ!

సర్వదా శతధా సహస్రధా నీకు వేయి జన్మలదాకా రుణపడి ఉందును గాక!

***

లారీలకు రంగులేస్తే తప్పేంటి?

పోస్ట్ గ్రాడ్యుయేషన్...
గ్రాడ్యుయేషన్ తరువాత కొనసాగించే చదువు!
ఇదీ... కొని... సాగించేదే!
ఫీజయితే లేదు... ఫ్రీ సీటు!
కాస్తో కూస్తో అనసూయమ్మ గారి సాయం!
కానీ అన్నిటికీ ఆవిడని అడగలేను గదా! అది ఖాయం!!
పోస్ట్ గ్రాడ్యుయేషన్ అంటే చాలా కావాలి.
అన్నిటికన్నా ముందు అన్నం కావాలి.
ఆ తరువాత అక్షరం కావాలి.
రెండూ పరబ్రహ్మ స్వరూపాలే!
అన్నమూ... అక్షరమూను...!
అందరూ వున్నారు నాకు.
అమ్మా వుందీ...
నాన్నా వున్నాడు..
ఎనిమిది మంది తోబుట్టువులం!
అన్నల మీద అమ్మానాన్న ఆధారపడి వున్నారు.
నేనూ వెళ్లి నాకింతిమ్మని అడగలేదు.

వాళ్ళ స్థోమత నాకు తెలుసు.
అందరూ వున్నా ఒంటరిగా పెరిగాను.
రక్త సంబంధం...
కుటుంబ వ్యవస్థ...
ఏమాత్రం పతనం కాని కుటుంబమే!
పరిస్థితులు పరిపాలించే చోట పంచభక్ష్య పరమాన్నాలెక్కడ...
పంచవర్ష ప్రణాళికలెక్కడ?
నేను జాలిని తప్ప - నా కుటుంబం నుంచి ఏదీ పొందలేదు.
పరవాలేదు.
తల్లి తండ్రీ జన్మనిచ్చారు.
తోబుట్టువులు రక్తం పంచుకున్నారు.
భగవంతుడి కృపతో చదువుకోగలుగుతున్నాను.
మానవతా మూర్తుల సాయంతో మనగలుగుతున్నాను.
నాలాగా ఎందరో ఉన్నారు.
అందులో నేనూ ఒకడిని!
కానీ ఇంతేనా?
ఎప్పటికీ ఇంతేనా?
కాదు గదా?
దేవుడు...
అవసరాలు కల్పించాడు.
అవకాశాలు సృష్టించాడు.
అద్భుతాలు ఆవిష్కరించాడు.
అమృతమయం చేయడానికి ముందు క్షీరసాగర మధనం ఒకటుంది గదా!
ఈ భవసాగర మధనంలో - మన వంతు ఏదొస్తే అది పుచ్చుకోవాల్సిందే గదా!!
నా వంతుగా ముందు బీదరికం వొచ్చింది - స్వీకరించాను.
ఆ తరువాత చదువొచ్చింది... మహా ప్రసాదంగా కళ్ళకద్దుకున్నాను.
మిమిక్రీ అనే ఒక కళ అబ్బింది... అది భగవత్ సంకల్పంగా భావించాను.
నవ్వించడమే ఒక అద్భుతమైన హాస్య - పాత్ర అందింది. జన్మ సార్థకం చేసుకున్నాను.
ఇప్పుడు...

పోస్ట్ గ్రాడ్యుయేషన్ పూర్తి చేయాలి.

హాస్టల్ ఫీజు కట్టలేను.

ఉండటానికి చోటు కావాలి.

ఈ విశాల విశ్వంలో ఒక మనిషి తలదాచుకోవడానికి కాసింత చోటు కోసం వెదుక్కునే దుర్భరస్థితి పగవాడికి కూడా రాకూడదు.

నాకొచ్చింది.

కాలేజీకి చాలామంది యూనివర్సిటీ బస్సులో వస్తూ వుంటారు.

ఆ బస్సుకయ్యే ఖర్చు భరించలేను.

అలాగే గుంటూరులో వుండి హాస్టల్లో భోజనం చేసేంత స్థాయి నాకు లేదు.

అప్పుడు.

నాలాంటి వారికోసం - నల్లపాడులో ...

ఒక తెలివిగల వ్యక్తి - కొన్ని గదులు కట్టించి అద్దెకిచ్చేవాడు.

అవి ఎంత వుండేవంటే -

పడుకుంటే తల ఒక గోడకూ పాదాలు ఎదుటి గోడకు తగిలేంత పొడవుండేవి.

అంత చిన్న గదులు!

నాలాంటి విద్యార్థులు తలదాచుకోవడానికవే ఇంద్ర భవనాలు.

గది దొరికింది.

అద్దె ఎవరు కడతారు?

నేనే గదా!

ఆర్థిక పరమైన ఇబ్బందులకు నన్ను విచిత్రంగా లొంగదీసుకోలేదు.

కృంగిపోయేలా చేయనూ లేదు.

వేర్ దేరీజ్ ఏ విల్... దేరీజ్ ఏ వే... అన్న సూత్రం నాకప్పట్లో తెలీదు.

కానీ అవసరమే నాకు దారి వెదుక్కునే వివేకాన్నిచ్చింది.

ఆ దారి... లారీ...

అవును... లారే!

దారిలో కొన్ని లారీలు కనిపించాయి!

వాటికి చిన్న చిన్న రిపేర్లు చేసి రంగు వేస్తున్నారు.

నేను దూరంగా నిలబడి గమనించేవాడిని.

శ్రద్ధగా చేస్తే అదీ ఒక కళలాగే అనిపించింది.

అప్పుడు కూడా నేను బొమ్మలు గీసేవాడిని.

వాటికి అందంగా రంగులు వేసేవాడిని.

బ్రతుకు చిత్రానికి రంగులద్దుకోవడానికి -

ఈ లారీలకు రంగువేస్తే తప్పేముందనిపించింది.

వెళ్ళి అడిగాను.

రమ్మన్నారు.

ముందు వాళ్ళకు సహాయకుడిగా వున్నాను.

తరువాత నేనూ సొంతంగా పెయింట్ చేయడం నేర్చుకున్నాను.

పొద్దున్నే లేవడం... వొండుకోవడం... తినడం...

బాక్స్ పెట్టుకోవడం... కాలేజీకి వెళ్ళడం...

సాయంత్రం కాగానే పాతబట్టలు వేసుకుని పెయింటింగ్ చేయడం...

తిరిగి చివరి బస్సుకు నల్లపాడు వెళ్లి...

వొంటిమీద పడ్డ రంగు కిరోసిన్తో తుడుచుకుని,

స్నానం చేసి - తిని పడుకోవడం...

పెయింటింగ్ చేసేందుకు వాళ్ళిచ్చే నాలుగైదు రూపాయలు

జాగ్రత్తగా దాచుకుని పొదుపుగా ఖర్చు పెట్టుకుంటూ...

కష్టపడటంలోని ఆనందాన్ని అనుభవించడం కన్నా -

ఆత్మ సంతృప్తి కోసం కష్టపడేవాడిని.

అలా నన్ను నేను మరయంత్రంలా మార్చుకున్నాను.

యంత్రం అద్భుతాలని ఉత్పత్తి చేస్తుంది.

అలా నా భవిష్యత్తుని ఉత్పత్తి చేయడం మొదలు పెట్టింది.

కష్టే ఫలి...

ఇష్టే ఫలి...

మొదటి సంవత్సరం పోస్ట్ గ్రాడ్యుయేషన్ విజయవంతంగా పూర్తి చేసాను.

***

బ్రహ్మానంద మోక్షం

పోస్ట్ గ్రాడ్యుయేషన్ మొదటి సంవత్సరం ఎన్నో కష్టాలకోర్చి పాసవ్వడం భగవంతుడికి నచ్చింది.
నా కష్టం గుర్తించాడు.
వెనుదిరగని నా పట్టుదలని గమనించాడు.
నిప్పుల్లో ఈ ఇనుముని వేసాడు.
పోత పోయడానికో రూపాన్ని సిద్ధం చేశాడు.
ఇదంతా నాకేం తెలుసు?
నా కోసం ఇంత పెద్ద గ్రౌండ్ వర్క్ చేసి పెడుతున్నాడని అప్పుడు నాకేం తెలుసు?
మొదటి సంవత్సరం పూర్తయిపోయినా -
రెండో సంవత్సరం ఎలా సాగుతుందో తెలీక కాస్త ఉక్కిరి బిక్కిరవుతున్నాను.
నాలో వున్న మిమిక్రీ అనే కళ అప్పట్లో ఇంత ప్రాచుర్యంలోకి రాలేదు కాబట్టి –
నాకు పోటీ కూడా లేదు పైగా హాస్యంలో అదొక నూతన ప్రక్రియ!
ఎక్కడ నేను మిమిక్రీ ప్రోగ్రాం ఇచ్చినా -
అక్కడ చూసినవారు ఇంకెక్కడా అలాంటి కార్యక్రమాలు జరిగినా
నన్ను పిలుస్తూ వుండేవారు.
నేను ప్రదర్శన ఇచ్చిన ప్రతీ చోటా - ప్రతీ నోటా నవ్వులు ఆశీస్సులైపోయేవి!
ప్రోగ్రామ్స్ ఇచ్చినందుకు నాకు డబ్బు కూడా ఇచ్చేవారు.

అలా పోస్ట్ గ్రాడ్యుయేషన్ రెండో సంవత్సరం పూర్తయ్యేసరికల్లా
మిమిక్రీ నా ప్రొఫెషనయిపోయింది.

ఆర్థిక సమస్యలూ అంతగా అనిపించలేదు.

అలా నేను రెండో సంవత్సరం పరీక్ష రాశాను.

ఎలాగూ పరీక్ష పాసవుతానని - 'రాసిన వాడికి' తెలుసు గదా!

పోస్ట్ గ్రాడ్యుయేషన్ పరీక్షల కోసం చదువుతుండగా -

ఒక చిన్న సంఘటన జరిగింది!

అది నాకు నా మీద భగవంతుడికున్న అపారమైన కృపని అర్థమయ్యేలా చేసే -

ఇంకో నిదర్శనం!

ఆరు బయట మడతమంచం వేసుకుని కూర్చుని చదువుకుంటున్నాను.

గదిలో గాలి వుండదు.

మడత మంచం వేస్తే తిరగడానికి చోటుండదు.

అందుకే బయట గాలికి కూర్చుని చదువుకుంటున్నాను.

ఫ్యాను లేని వాడికి చెట్టుకొమ్మలే వింజామరలు గదా!

అందుకే చెట్టుకింద కూర్చున్నాను.

కాసేపటికి వాతావరణం చల్లబడింది.

టీ తాగాలనిపించింది.

గదిలోకి వెళ్ళి టీ పెట్టుకుంటూ వున్నాను.

బయట ఈదురుగాలి మొదలయ్యింది.

గాలి శబ్దం జోరుగా వినిపిస్తుంది.

టీ పూర్తయ్యింది.

గ్లాసు పట్టుకుని బయటికి వస్తున్నాను.

బలంగా వీచే గాలికి చెట్టు విపరీతంగా వూగుతోంది.

నేను ముందుకెళ్లాలా, గదిలోకెళ్లాలా, మడతమంచం తీసుకొచ్చేయాలా
ఏదీ అర్థంగాక క్షణమాగాను.

అలా ఆగడం ఎంత మంచిదయ్యిందంటే...

బలంగా వీచే గాలికి చెట్టుకొమ్మ ఫెళ ఫెళ ఫెళని విరిగి -

సరిగ్గా మడత మంచం మీదే పడింది!

నా గుండె జల్లుమంది.

నివ్వెరపోయి చూశాను.

నేను గనక ఆ మంచం మీదే కూర్చుని వుంటే ఏం జరిగేదో తలచుకుని నిర్ఘాంతపోయాను.

అప్పుడు నన్ను లోపలికి పంపించిందెవరు?

బయటికి రాకుండా ఆపిందెవరు?

ఏ అదృశ్యశక్తి నా ప్రాణాలని నిలబెట్టింది?

అదే గనక నా తలమీద పడి వుంటే -

నన్ను మడతమంచం మీంచి చాప మీదకు చేర్చి వుండేవారు గదా!

అది భగవంతుడి లీల కాక మరేమిటి?

ఆ సంఘటన నుండి తేరుకుని, పరీక్షలు రాశాను.

రిజల్ట్స్ ఇంకా రాలేదు.

ఖాళీగా వుండాలి.

కూర్చుని తింటే ప్రోగ్రామ్స్ మీదొచ్చే పదీ పరకా అయిపోగానే

మరో ప్రోగ్రాం ఎప్పుడొస్తుందని ఎదురు చూడాలి.

అప్పుడొచ్చింది నాకు ఉద్యోగం చేయాలనే ఆలోచన.

ఇక్కడ నాకొక స్ఫూర్తిదాయకమయిన పాట గుర్తొచ్చింది.

"అగాధమౌ జలనిధిలోనే ఆణిముత్యమున్నటులే...

ఏదీ తనంత తానై నీ దరికి రాదూ...

శోధించి సాధించాలీ...

అది యే ధీరగుణం...!"

ఇవి శ్రీశ్రీ గారు రాసిన "కలకానిదీ - విలువైనదీ -

బ్రతుకు కన్నీటి ధారలలోనే బలి చేయకూ..." అన్న పాటలోని పంక్తులు!

ఆ పాట మధురమై...

ఆ పాత మధురమై...

నా జీవనోపాధి వెదుక్కోవడానికి దోహదం చేస్తే...

ఉద్యోగ వేటలో పడ్డాను!

అదంతా ఉద్యోగపర్వంలో...

***

ఆంజనేయ మహత్యం

"శీలేన శోభతే విద్య...
విద్య వలన వ్యక్తిత్వం వికసిస్తుంది"
ఎక్కడో ఒక చోట అంటారూ...
"విద్య దదాతి వినయం... వినయాద్యాతి పాత్రతాం!
పాత్రత్వాత్ ధనమాప్నోతి ధనాద్ధర్మం తతః సుఖం!!
విద్య వినయాన్ని ప్రసాదిస్తుంది.
వినయం వలన అర్హత కలుగుతుంది.
విద్య వినయాల వలన ధనము కలుగుతుంది.
ఆ ధనము ద్వారా ధర్మ నిరతీ - తదుపరి సుఖము కలుగుతాయి"
తెలుగు సంస్కృతాంధ్ర సాహితీ సౌరభాల్లో
ఇటువంటి పరిమళ భరితమైన ప్రవచనాలెన్నో...!
నా విద్యయనం పూర్తయింది.
అధ్యాపకుల దగ్గర అధ్యయనం పూర్తయింది.
వినయం ఉండనే వుంది.
అర్హత పొందాననే నేను అనుకుంటున్నాను.
ఇక మిగిలింది ధనం! ధనం మూలం ఇదం జగత్ |

ధనం మనిషి బ్రతుకుకు ఇంధనం!

నా బ్రతుకు బండి సజావుగా సాగాలంటే నాకు కావాల్సింది ధనం!

ఆ ధనం ఉద్యోగం చేస్తే వస్తుంది.

అందుకే ఉద్యోగ 'వేటలో' అప్లికేషన్ 'బాణాలు' వేయడం మొదలు పెట్టాను.

నేను చదువుకున్న డి.ఎన్.ఆర్ కాలేజీలో -

ఇంకా కొన్ని కాలేజీల్లో -

తెలుగు లెక్చరర్ గా చేరడానికి అప్లికేషన్లు పెడుతూ ప్రయత్నాలు చేస్తున్నాను.

నేను ఇంటర్లో ఎవరి ఇంటనయితే వున్నానో -

ఆ సున్నం ఆంజనేయులు గారు గుర్తొచ్చారు.

ఆయన కోసం ప్రయత్నం చేశాను.

అత్తిలిలో కొత్తగా ఒక కాలేజీ పెడుతూ -

ఆయన్ని రమ్మన్నారు.

ఆ కొత్త కాలేజీ కి ప్రిన్సిపాల్ ఆయనే!

ఆయన్ని కలిశాను.

ఉద్యోగం వొచ్చేవరకు బి.ఏ. వాళ్ళకు, స్పెషల్ తెలుగు వాళ్ళకూ

ట్యూషన్స్ చెప్పుకోమన్నారు.

ఖాళీగా వుండటం కంటే నలుగురికి పాఠాలు చెప్పుకోవడం వల్ల డబ్బూ వస్తుందీ.

అనుభవమూ వొస్తుంది!

ట్యూషన్స్ చెప్పడం మొదలు పెట్టాను.

అటూ ట్యూషన్స్ చెప్తూనే -

సున్నం ఆంజనేయులు గారు పనిచేసే కాలేజీలో -

ఆయనకూ, కాలేజీ కి సంబంధించిన చిన్నా చితకా పనులు చేసిపెట్టేవాడిని.

నేను చేసిపెట్టే పనులు మేనేజ్మెంట్కు తెలిసేలా చేయించేవారు ఆంజనేయులుగారు.

ఆ కాలేజీ పేరు ఎస్.వి.ఎస్.ఆర్ట్స్ అండ్ సైన్స్ కాలేజీ.

శ్రీవల్లీ సుబ్రహ్మణ్యేశ్వర ఆర్ట్స్ అండ్ సైన్స్ కాలేజీ అన్నమాట!

కొత్తగా పెట్టిన కాలేజీ కాబట్టి -

లెక్చరర్ పోస్టులకు అప్పాయింట్మెంట్స్ ఇస్తున్నారు.

ఆంజనేయుడు శ్రీరాముడికి బంటు అయితే -

నేను ఆంజనేయులు గారికి బంటులా మెలిగాను కాబట్టి -

ఆయన తరుపున నేనూ అప్లయ్ చేశాను. ప్రిన్సిపాలు మనవాడే..

మేనేజ్మెంట్ దృష్టిలో బ్రహ్మానందము మంచివాడే...
హమ్మయ్య వెంటనే ఉద్యోగం వచ్చేసిందీ అనుకుంటున్నారేమో!
లేదు మహాప్రభో!!
అక్కడా ఒక చిన్న ట్విస్ట్!
ఇంటర్వ్యూ లో సెలెక్ట్ అయితేనే ఉద్యోగం అన్నారు.
ఇంటర్వ్యూ చేసేది ఎవరో...
ఏం ప్రశ్నలు అడుగుతారో... ఏమీ తెలీదు.
దేవుడు వరమిచ్చినా పూజారి వరమియ్యలేదు - అంటే ఇదేనేమో
ఇంటర్వ్యూ రానే వచ్చింది.
నేనూ వెళ్ళనే వెళ్ళాను.
లోపల ముగ్గురున్నారు.
ఆంధ్రా యూనివర్సిటీ మెంబర్ ఒకాయన!
ప్రభుత్వం తరపునుంచి ఇంకొకాయన !
ఇక్కడి మేనేజ్మెంట్ తరపునుంచి మరొకాయన!
ప్రశ్నోత్తరాలు మొదలయ్యాయి!
నా చేతుల్లో పట్టే చెమట - నా చేతులకే తెలిసిపోతుంది.
గుండెకు ఉక్కపోస్తోంది.
తడారిన పెదాలతో సమాధానాలు చెప్తున్నాను.
ఉద్యోగం పురుష లక్షణమంట!
ఇంటర్వ్యూలో ప్రశ్నలు పరుషలక్షణం!
కఠినంగా ఉన్నాయి! సులభంగానే చెప్తున్నాను.
ఆఖరున తెలుగులో ఏ కవి అంటే ఇష్టమని అడిగారు.
పోతన, నన్నయ, తిక్కన, శ్రీనాథుడు దబదబా అందరూ గుర్తొచ్చేసారు.
ఎవరని చెప్పను?
అందరూ మహాకవులే గదా!
అప్పట్లో నేను జాషువా కవిత్వాన్ని ఎక్కువ ఇష్టపడేవాడిని.
వెంటనే తడుముకోకుండా జాషువా గురించి చెప్పాను.
ఆయన రాసిన పద్యాలు, తాత్పర్యాలు చెప్పమన్నారు.
తడుముకోకుండా రాగయుక్తంగా పద్యాలు చెప్పి (నాటకానుభవం కదా మరి)
తాత్పర్యాలు చెప్పాను (ఎమ్.ఏ. తెలుగు గదా మరి!)

అందులో ఒకాయన ఉద్వేగంలో చప్పట్లు కొట్టాడు...
"ముందు ఆయన కొట్టాడు... ఆ తరువాత వాళ్ళు కొట్టాల్సి వచ్చింది!"
మీకొస్తే సెలక్షన్ బోర్డులో మీ పేరుంటుందని చెప్పి పంపారు.
సెలక్షన్ బోర్డు దగ్గర ఎలక్షన్ సెంటర్ ముందు నిలబడిన అభ్యర్థిలా
ఎదురుచూస్తూ నిలబడి ఉన్నాను.
లోపల - నా నుదుటి మీద ముగ్గురు సంతకాలు గీయాలి!
మళ్ళీ సెలక్షన్ బోర్డు మీద నా పేరు రాయాలి.
ఈ రాతలూ గీతాలూ 'రాసినవాడికే' బాధా వుండదు.
రాయించుకునేవాడికే గదా ఆందోళనా పర్వం!
ఎట్టకేలకు ఆ పర్వం ముగిసింది!
సర్వం సంబరమే! విజయ గర్వం అంబరమే!
సెలక్షన్ బోర్డు మీద 'కన్నెగంటి బ్రహ్మానందం' అని నా పేరు రాశారు.
సున్నం ఆంజనేయులు గారు నాకన్నా ఎక్కువ సంతోషపడ్డారు.
ఆయన దగ్గర వుండి చదువుకున్న ఒక విద్యార్థి –
ఇప్పుడు ఆయన దగ్గరే తెలుగు లెక్చరర్ గా జాయినవ్వడం
ఆయనకీ గర్వకారణమయ్యింది! మళ్ళీ అక్కడో మరో చిక్కు!
అది కొత్తగా కట్టిన, పెట్టిన కాలేజీ కాబట్టి-
బోధనా సమయం ఆరుగంటలేనంట!
పన్నెండు గంటలు పనిచేస్తే ఫుల్టైం లెక్చరర్ మొత్తం జీతం ఇస్తారు.
కానీ ఇక్కడ అవసరం ఆరు గంటలే కాబట్టి-
పార్ట్ టైం లెక్చరర్గా అప్పాయింట్ చేసుకుంటామన్నారు.
సగం జీతం, సగం ఉద్యోగం - సగమే సంతోషం - ఏమిటదీ అనుకున్నాను.
అప్పుడు...
ఆ ముగ్గురు కలిసి మేనేజ్మెంట్తో మాట్లాడారు.
మీ కాలేజీలో ప్రస్తుతానికీ ఫుల్ టైం లెక్చరర్ అవసరం లేకపోవడం
మీ తప్పుగానీ - అది బ్రహ్మానందం తప్పెలా అవుతుందీ అని వాదించారు.
అలా నేను ఫుల్ టైం తెలుగు లెక్చరర్ గా అప్పాయింట్ చేయబడ్డాను.
ఇక్కడా ఎవరు చక్రం అడ్డువేశారు?
ఆ చక్రధారే గదా!
అలా నేను అధ్యాపకుడిగా మొదటి రోజు కాలేజీలో అడుగుపెట్టాను.

'తెలుగు విద్యాలయం'
వర్ణమాలకు - స్వర్ణమాల వేసే ఆలయం!
పద్యానికి పట్టు చీర కట్టి -
ఛందస్సుతో అలంకారాలు దిద్ది -
గద్యంతో నైవేద్యం పెట్టి -
వ్యాకరణంతో మంత్రం పుష్పం...
సమాసాలతో ఫలం పుష్పం...
అలా తెలుగు భారతికి అక్షర నీరాజనం సమర్పించుకునే చోట -
అక్షర లక్షల బిక్షాల శిక్షణా శిబిరం!
సరస్వతీ మందిరం!
అందులో ప్రవేశించాను.. భక్తుడిలాగ!
ఆ కాలేజీ కొత్తది కాబట్టి ఎంబ్లెమ్ తయారు చేయమన్నారు.
'శ్రీ వల్లీ సుబ్రహ్మణ్యేశ్వర ఆర్ట్ అండ్ సైన్సు కాలేజీ'
అయిదు పడగల పాముని వేసి -
కాలేజీ పేరు రాసి -
కింద ఒక కొటేషన్ రాశాను.
'శీలేన శోభతే విద్య !' అని.

***

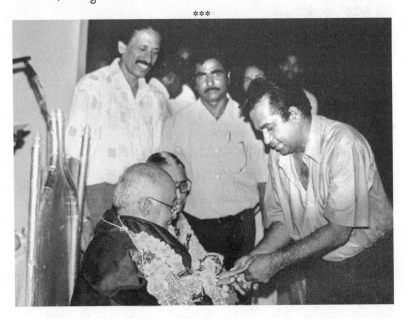

అప్పుడు నా జీతం రెండు వందలే!

మానవ జన్మ పరమ ఉత్కృష్టమైన జన్మ!
పక్షిగానీ, జంతువుగానీ మరే ఇతర జీవిగానీ –
పుట్టినప్పటి నుండీ గిట్టేవరకూ -
అదే పేరుతో జీవిస్తాయి.
అదే పేరుతో మరణిస్తాయి!
కానీ మనిషి అలా కాదు.
బాల్యం నుంచీ వృద్ధాప్యం దాకా అన్ని దశలూ చూస్తాడు.
బ్రహ్మచర్యం నుండీ మొదలుకుని - సన్యాసం దాకా –
సాధించడానికి ఎన్నో అవకాశాలు సృష్టించాడా భగవంతుడు!
కీర్తి కీటకానికి రాదు - మనిషికొస్తుంది.
ఐశ్వర్యం - ఏ ఇతర ప్రాణికీ రాదూ - మనిషికే వొస్తుంది.
అందుకే మానవ జన్మ పరమ ఉత్కృష్టమైన జన్మ!
నేను ఏదో సాధించాలని, సాధిస్తాననీ అనుకోలేదు.
కానీ భగవంతుడు నన్నొక గమ్యం వైపు నడిపించడం మొదలు పెట్టాడు.
ఆ గమ్యాన్ని చేరుకునే బాటని సుగమం చేయడం మొదలు పెట్టాడు.
నా జీవితానికి ఆధ్యాత్మికమయిన పరిమళాన్ని అద్దడమూ ఆరంభించాడు.
ఆ పరిమళం ఆస్వాదించిన వారికే అవగతమవుతుంది.

నేను-

చదువుకోవడమే గగనమైన రోజుల్లో...

సున్నం అనసూయమ్మగారు ఎవరు... నేనెవరు?

"మాతా నాస్తి - పితా నాస్తి - నాస్తి బంధు సహోదర:" అన్నట్టు -

నా జీవితంలో అందరూ మిథ్యలాగే మిగిలిపోతే -

మధ్యలో ఆవిడ పరిచయం -

ఆంజనేయులు గారిని ఆవిడ పరిచయం చేయడం...

ఆయన నాకు సారస్వాతాక్షర పల్లకీనందు కూర్చోబెట్టి వెళ్ళడం...

ఇదంతా నా జీవన గమనా నిర్దేశకత్వానికి సుగమమైన దారులు ఏర్పరచడమే గదా!

అత్తిలి కాలేజీకి నేను ఇంటర్వ్యూ కోసం వెళతానని భగవంతుడికి మాత్రమే తెలుసు.

నాకు తెలీదు.

భగవంతుడు నా కోసమే ఎక్కడో భీమవరంలో లెక్చరర్గా పనిచేస్తున్న

సున్నం ఆంజనేయులుగారిని ఈ కొత్త కాలేజీకి ప్రిన్సిపాల్గా రప్పించాడు.

అందువల్లే నేను ఆయనకు అందుబాటులో వుండి అభిమానపాత్రుడినయ్యాను.

ఆ ఇంటర్వ్యూ వరకూ వెళ్ళగలిగాను.

ఉద్యోగం సాధించాను.

ఇది కూడా భగవంతుడి లీలే గదా!

ఇక !

అత్తిలిలో ఉద్యోగమయినా -

అక్కడ గది తీసుకుని - ఆ అద్దెకట్టి - మెస్సులో భోజనం చేయాలంటే -

చాలా ఖర్చుతో కూడుకున్న పని.

అప్పుడు నా జీతం రెండు వందలే!

పేరుకి ఫుల్ టైమ్ లెక్చరర్నే!

కానీ, న్యూ కమర్స్ శాలరీ తక్కువ!

ఎందుకంటే, కొత్తగా పెట్టిన కాలేజీ, కొంతకాలం సమర్థవంతంగా నడిపించి -

మెరిట్ స్టూడెంట్స్ని తయారు చేయగలిగితేనే -

అప్పుడు ఆ కాలేజీని గవర్నమెంట్ గుర్తిస్తుంది. జీతాలు పెరుగుతాయి!

అందువల్ల -

అత్తిలిలో గది తీసుకుని వుండటమంటే

ఈ బ్రహ్మానందానికి బ్రహ్మ ప్రళయమే!

అప్పుడు -

ఆంజనేయులు గారు భీమవరం నుంచి అత్తిలికి వచ్చి -

సాయంకాలం తిరిగి భీమవరం వెళ్ళేవారు.

అరగంట ప్రయాణ సమయం!

ఆయన దగ్గరే వుండి -

ఆయనతోనే వొచ్చి -

మళ్ళీ ఆయనతోనే వెళ్ళే అవకాశం నాకు కలిగింది.

అలా అది కూడా నాకు కలిసి వచ్చేలా చేసిందెవరు.

ఆ నిర్దేశకత్వం ఎవరిది?

నీరవ, నిశ్చల, నిశీధిని నెట్టేసి -

ప్రకృతి ప్రణవనాదాన్ని ప్రభవించే ప్రభాతంలోకి

ప్రతిదిన ప్రబంధాన్ని ప్రవచించే ప్రభా ప్రసరణం వైపు - నడిపించేది...

నీ దిక్కు అదీ అని నిర్ణయించేది ఎవరు.. ఇంకెవరు?

నా స్వామే కదా!

ప్రపంచం పంకజంలా ప్రపుల్లమయ్యే ప్రభాతం -

నా జీవితంలో నేను ప్రతిదినం చవి చూసేలా చేసిన –

ఆ ఆది మధ్యంతరహితుడికి -

ఆ స్వామికి నా జీవితం అంకితమైంది!

అలా నేను కొన్నాళ్ళు ఆంజనేయులు గారి ఆశ్రయంలో చదువేకాదు -

ఉద్యోగమూ నిర్వహించాను.

ఆ తరువాత ఆయన అంతకు ముందు పని చేసిన భీమవరం కాలేజీకి -

ఆయన అవసరం వచ్చింది.

కొన్నాళ్ళ పాటు ఆయన లీవ్ లో అత్తిలి వచ్చి ప్రినిపాల్‌గా పని చేశారు.

కాబట్టి - ఆయన తిరిగి వెళ్ళాల్సి వచ్చింది.

వెళ్ళిపోయారు!

ఎందుకొచ్చారు?

ఎందుకు వెళ్ళారు? (నాకు ఉద్యోగం ఇప్పించడానికి కాకపోతే)

ఇది కాకతాళీయం కాదు - యాదృచ్ఛికమూ కాదు.

భగవత్ సంకల్పం! అంతే!

నేను నిమిత్త మాత్రుడిని! ఇప్పటికీ... ఎప్పటికీ!

గుడికి వెళతాం!

దేవుడు మన ముందుంటాడు.

కనబడతాడేమో... ప్రత్యక్షం అవుతాడేమో అని ఎవరూ అనుకోరు.

నిర్మలమైన భక్తితో నమస్కారం చేస్తాం!

కానీ -

ఎందరికి దేవుడు వెనకుండి నడిపిస్తాడు? నడవలేని రోజు –

ఎందరిని చేతుల్లో ఎత్తుకుంటాడు.

ప్రహ్లాదుడు కొండపైనుంచి పడతాడని -

ముందే చేతులుచాచి నిలబడిన నారాయణుడు గదా నా స్వామి!

అటువంటి నేను...

ఆ కృపకు పాత్రుడనయిన నేను...

ఏదో కష్టపడి చదువుకున్నాను గానీ ఈ మొక్కకు నీళ్ళు పోసింది వాడే గదా!

పైగా - వీడి మొహానికి ఏదో హాస్యరసాన్ని రుద్ది మరీ వొదిలేయలేదా?

అదనంగా అదో అర్హత...!

పుట్టుకతోనే నవ్వించే మొహాన్నిచ్చాడు.

నలుగురిని నవ్వించే విధంగా పోతపోశాడు.

నవ్వు వంద బాధలను దూరం చేస్తుందీ... వెయ్యిమందినీ దగ్గర చేస్తుంది.

అలా ఎంతోమందికి దగ్గరయ్యాను.

అందువల్ల జీతానికి తోడు –

ప్రోగ్రామ్స్ వల్ల వచ్చే పారితోషికం కూడా అందుకోవడం జరిగింది.

***

అల వైకుంఠపురములో లక్ష్మితో నా కళ్యాణం

ఇక జీవితంలో అత్యంత కీలకమైన దశ
'బ్రహ్మచర్యం' పూర్తయింది.
'గృహస్తుడుగా' జీవించే వయసు మొదలయింది!
పెళ్ళి సంబంధాలు వొస్తున్నాయి!
ఆ రోజుల్లో...
బ్యాంకు ఉద్యోగికయినా - కాలేజీ లెక్చరర్ కయినా హైయెస్ట్ రెస్పెక్ట్ ఉండేది!
అందువలన నాకు భయంకరమైన కట్నం ఇస్తామంటూ -
దారుణంగా సంబంధాలు రావడం షురువయింది!
అమ్మా నాన్న అదేపనిగా సంబంధాల పరంపర ప్రారంభించారు.
నేను వాళ్లకు మౌనమే సమాధానంగా వున్నాను.
కారణం...
కృతజ్ఞత!
అదే కారణం!
అదొక్కటే కారణం!
కష్టాలు పడ్డప్పుడు కష్టపడి సంపాయించాలనుకున్నాను తప్ప-
ఎలాగయినా సంపాదించాలనుకోలేదు.
అయాచితంగా డబ్బు రావాలనీ కోరుకోలేదు.

అందుకే కట్నం కోసం నేను ఆశపడలేదు.

అది కృతజ్ఞత చూపించుకోగలిగే అవకాశం!

అవకాశం కాదు - అదృష్టం!

ఎవరయినా మనకేదయినా సాయం చేసినప్పుడు -

తిరిగి వారికి కృతజ్ఞతాపూర్వకంగా ఏదయినా చేయగలిగే అవకాశం వస్తే –

అంతకన్నా అదృష్టం ఏముంటుంది?

ఆ అదృష్టం నా పెళ్లితో ముడిపడింది.

ఆ ముడి... బ్రహ్మముడి... ఎలా పడిందంటే...

నా చదువుకు సాయం చేసిన సున్నం అనసూయమ్మ గారు...

ఆవిడ అన్న ద్వారా నా ఉద్యోగం దాకా నడిపించిన అనసూయమ్మ గారు...

నేను పోస్ట్ గ్రాడ్యుయేషన్ చేస్తున్న సమయంలోనే-

తగిన వరుడిని చూసి పెళ్ళి చేసుకున్నారు.

ఆమె భర్తకు ముగ్గురు చెల్లెళ్ళు!

ఆ ముగ్గురిలో ఒకరు - లక్ష్మి!

అనసూయమ్మగారు నిండు చూలాలుగా వున్నప్పుడు -

ఆవిడని చూసుకోవడానికి ఈ ముగ్గురు ఆడపడుచులూ వచ్చి – సాయంగా వున్నారు.

నేను చదువుకునేటప్పుడు అనసూయమ్మ గారింటికి వెళ్లి వస్తూ ఉన్నప్పుడు -

లక్ష్మిని చూశాను.

చూడటం వరకే!

మాట్లాడుకున్నదే లేదు!

కానీ,

ముగ్గురు ఆడపడుచుల పెళ్ళి బాధ్యత అనసూయమ్మగారూ, ఆవిడ భర్తే భరించాలి!

అంత స్తోమత అప్పట్లో వాళ్ళకు లేదు!

అప్పుడు వచ్చింది ఆవిడకు ఆలోచన!

లక్ష్మిని బ్రహ్మానందానికిచ్చి చేస్తే బావుంటుంది- అని.

“లక్ష్మి నెమ్మదస్తురాలు! ఇంటి బాధ్యత తీసుకోగలిగే సమర్థురాలు.

నువ్వు చేసుకుంటే బావుంటుందీ” అని ఆవిడ ఆర్డర్ వేయలేదు-

సలహా ఇచ్చారు!

కాదనడానికి కారణాలేవీ నాక్కనిపించలేదు.

కానీ మా అమ్మానాన్నలకు కనిపించాయి.

ఆ కారణం - ఇంటర్ క్యాస్ట్ అవడం.

వాళ్ళు కాపులు - మేం విశ్వబ్రాహ్మణులం!

మేం బీ.సి. - వాళ్ళు ఓ.సి.!

అదొక్క కారణం మా ఇంట్లో అభిప్రాయ భేదాలకు తావిచ్చింది.

అమ్మా నాన్న అన్నయ్యలు ఒప్పుకోలేదు!

వాళ్లు కాదన్నారు!

నేను కావాలన్నాను.

'నాకెంతో సాయం చేసిన ఆ కుటుంబానికి కృతజ్ఞత చూపించగలిగే అదృష్టాన్ని నేనెలా ఒదులుకుంటాను' అన్నాను.

భారతంలో తిక్కన సోమయాజి చెప్పినట్టూ...

"కృతజ్ఞత చూపించనివాడు చస్తే ఆ శవాన్ని కుక్కలు కూడా వాసనచూడవట!"

మా అమ్మ నాకొచ్చే సంబంధాల గురించీ -

వారు ఇస్తామన్న కట్నకానుకల గురించీ - ఏకరువు పెట్టింది.

ఏ - కరువుకూ నేను లొంగలేదు.

మా అమ్మ అన్ని ఆయుధాలు వాడింది.

సామధానభేదోపాయాలతో పాటు శోకం అనే ఆయుధాన్నీ, ఉపాయాన్నీ వాడి చూసింది.

నేను లక్ష్మినే చేసుకుంటానూ అన్న మాట మీదే నిలబడ్డాను.

మాటంత పెద్ద పీట ప్రపంచంలోనే లేదు.

ఆ పీట మీద నిలబడ్డ వాడికే పెద్ద పీఠం వేస్తాడా భగవంతుడు!

అనసూయమ్మ గారు ఖచ్చితంగా చేసుకుని తీరవలసిందే అనేమీ అనలేదు.

అయినా నేను కృతజ్ఞత చూపించాల్సిన తరుణం వచ్చిందనుకున్నాను.

చివరికి విసిగిపోయి నేను -

ఈ పెళ్ళికి ఒప్పుకోకపోతే నేనసలు పెళ్ళే చేసుకోనూ అన్నాను.

పెళ్ళీ పెటాకులూ లేకుండా, వంశం నిర్వంశంగా మిగిలిపోతుందంటే –

ఏ తల్లిదండ్రులు మాత్రం దిగిరారు?

అలా దిగొచ్చారు మావాళ్ళు !

ఆ విధంగా నాకూ లక్ష్మికీ పెళ్లి ఖాయమయింది!

పెళ్లికి అమ్మా నాన్న వచ్చారు!
ఆ పెళ్లి కూడా ఎక్కడ జరిగింది?
వైకుంఠపురం అనే ఊరిలో!
వేంకటేశ్వరస్వామి సన్నిధిలో!
బమ్మెర పోతన అన్నట్టు...
"అల వైకుంఠపురంబులో నగరిలో నమూల సౌధంబు దాపల
మందార వనాంతరాంతరామృత సరః ప్రాంతేందు కాంతోపలోత్పల
పర్యంక రమా వినోదియగు నా ప్రసన్నుండు..." నా విభుండు...
నా వేంకటేశ్వరస్వామి వైకుంఠపురంలోని తన సన్నిధికి రప్పించుకుని మరీ!
మా కళ్యాణం జరిపించాడు.
వరాల వర్షమే కాదు - ఆశీస్సుల అక్షింతల వర్శవర్శమూ జురిసింది.
బ్రహ్మాండ భాండాల మోసే వాడి సన్నిధిన -
బ్రహ్మాండంగా బ్రహ్మానందం - లక్ష్మిల కళ్యాణం జరిగింది.
జీవితంలోని అతి ముఖ్యమైన ఘట్టం - వేంకటేశ్వరస్వామి ఆలయంలో
జరగాలని నియంత్రించిందెవ్వరు?
నిర్దేశించిందెవ్వరు?
బ్రహ్మానందానికి నా గురించి శోధించి, ఆలోచించీ, అవలోకించీ
నా వైపు తొంచి చూసే స్థాయి రావాలనుకునే గదా -
అన్నమయ్యకి కటాక్షించినట్లు ఈ బ్రహ్మానందాన్ని కటాక్షించింది.
పూలదండలలో, మధుపర్కాలలో, కళ్యాణ తిలకాలతో –
లక్ష్మీ మెడలో తాళికట్టి నాదాన్ని చేసుకున్నాను.
ఇప్పటికి నలభై ఏళ్ళయ్యింది.
పంతొమ్మిది వందల డెబ్బయి ఏడు - డిసెంబరు పద్నాలుగో తారీఖున నా పెళ్ళి జరిగింది.
ఇద్దరం ఒక్కటై – ఆ బ్రహ్మ కడిగిన పాదములకు నమస్కరించుకున్నాం!
"శతమానం భవతి" అని ఆ స్వామి దీవించాడు.

***

పెళ్ళైన కొత్తల్లో ఫ్యాన్ కూడా ఇన్‌స్టాల్మెంట్స్‌లో

"భార్య మూలం మిదం గృహం...
కృషి మూలం మిదం ఫలం...
వేదం మూలం మిదం జ్ఞానం...
ధనం మూలం మిదం జగత్..."
అని ఒక ఆర్యోక్తి! ఒక సూక్తి!
ఇప్పుడు నా పెళ్ళయ్యింది. ధనం అనే ఇంధనంతో దీపం పెట్టుకోవాల్సిందే!
ఒక్కరం ఇద్దరమయ్యాం.
జీతం మాత్రం ఒక్కటే అయ్యింది.
ఖర్చు ఇద్దరిదీ అయ్యింది!
ఇంతకుముందు తిన్నా తినకపోయినా అడిగేవారు లేరు.
ఇప్పుడు అడిగే వారొచ్చారు.
అడిగేవారు తిన్నా తినకపోయినా అడగాల్సింది నేనే గదా!
ఇల్లు గడవాలంటే అన్నీ చూసుకోవాల్సింది నేనే గదా!
టేబుల్ మీద రెపరెపలాడే కాగితాల దొంతర బ్రహ్మచారి జీవితం!
ఆ కాగితాల మీద పెట్టే పేపర్ వెయిట్ సంసార జీవితం!!
ఆ బరువే లేకపోతే ఆ కాగితాలు ఎటు ఎగిరిపోతాయో తెలీదు.

అలాగని సంసారాన్ని బరువుగానూ భావించకూడదు. బాధ్యతగా ఎంచాలి.

భర్త అనగా భరించువాడు, బంధాన్ని అనుబంధాన్ని, బాధ్యతగా చూసుకునేవాడు.

పెళ్ళితో నాకు బాధ్యత పెరిగింది.

ముద్దూ ముచ్చట్లే కాదు కడుపుకింత ముద్దా కావాలి.

నా కొచ్చే జీతంలోనే గడవాలి.

నా తరుపు వాళ్ళ దగ్గర్నుంచి నా కొచ్చేదీ లేదు.

అత్తగారి తరపునుండీ అడగడమూ ఇష్టం లేదు.

నాతోటి లెక్చరర్‌కి ఆ ప్రాబ్లెమ్ లేదు.

ఇద్దరి తరుపునా నలుగురికి సరిపడా గ్రాసం వస్తూ వుండేది.

బియ్యం.. ఉప్పులూ.. పప్పులూ.. ఊరగాయలు... కూరగాయలూ.. అన్నీ వస్తుండేవి.

మాకు రావు. మాకు అడగడమూ రాదు.

కాబట్టి - ఖర్చులు అదుపు చేసుకుని పొదుపు నేర్చుకున్నాం.. మదుపుకు అవకాశం ఎలాగూ లేదు.

పొదుపు అంటే మా దృష్టిలో సర్దుబాటు!

ఉన్నదాంతోనే సర్దుకుపోవడం అలవాటు చేసుకున్నాం!

కానీ కనీసావసరాలని కాదనుకోలేం గదా!

అలా ఒక ఫ్యాన్ కొన్నాం... వాయిదాల పద్ధతిలో!

దానికి నెలకు పది రూపాయిలు ఇన్స్టాల్మెంట్!

మంచం... సోఫా... అవీ వాయిదాల పద్ధతిలో కొన్నవే సుమా!

ఒక జీవితం రెండుగా మారింది.

రెండుగా మారిన జీవితం - ఒక్క కాపురంగా మారింది.

ఖర్చు రెండయింది.

అయినా అప్పు చేయకుండానే గడిచిపోయింది.

కేవలం సర్దుకుపోవడం వల్లే అది సాధ్యమయింది.

ఇది చెప్పడానికి సులువుగానే వుంటుంది.

పెళ్ళయిన కొత్తలో ఆచరణలో పెడితే కష్టంగానే వుంటుంది.

కష్టం ఇష్టమయింది.

అదృష్టమేమిటంటే అన్నిటికీ సర్దుకుపోయే సాధ్వివంటి స్త్రీ నా ఇంటికి ఇల్లాలయింది.

కొందరు సర్దుకుపోలేరు.

ఆనందాలనీ, అవసరాలనీ, హొదులుకోవడం వల్ల వారిలో అసంతృప్తి మొదలవుతుంది.
కాపురంలో అసంతృప్తి మొదలయితే - సంసార సాగరంలో సుడిగుండాలు పుట్టినట్టే!
ఈ సూత్రం ఎరిగిన వారు సర్దుకుపోతారు.
ఎరగని వారు పోట్లాటకు దిగి విడిపోతారు.
అందుకే సంసారంలో ఒడిదుడుకుల్ని తట్టుకుని నిలబడినప్పుడే
భార్యా భర్తల బంధం మరింత పటిష్టమవుతుంది.
భార్య - భర్త రెండు పట్టాల్లా కాకుండా రైలింజనుకు తగిలించిన బోగీలలా వుండాలి.
ఇంజనుకు తెలుసు గమ్యం ఏమిటో!
బోగీ అనుసరిస్తే చాలు!
ఇది ఫిలాసఫీ కాదు - మేల్ ఈగో కాదు - ప్రాక్టికాలిటీ!
నా జీవితం నాకు నేర్పిన రియాలిటీ!
కొన్ని సున్నితమైన బంధాలు కూడా డబ్బు చుట్టూరా
అల్లుకోవడం అనివార్యమై పోతూ ఉంటాయి.
ఆ బంధాల్ని ఎప్పటికీ కాదనుకోలేం!
ఆ బంధం పేరు... అమ్మ!
అమ్మ, అన్నల దగ్గర సత్తెనపల్లిలో వుండేది.
నాన్న కూడా అక్కడే!
అక్కడివాళ్ళకు బ్రహ్మానందం ఉద్యోగం చేస్తున్నాడు.
మంచి జీతం తెచ్చుకుంటున్నాడు.
ఇంకా పిల్లల్లేరు.. ఖర్చులు పెద్దగా వుండవు... అంతవరకే తెలుసు!
ఈ పొదుపు గురించీ వాయిదాల పద్ధతి గురించీ వాళ్ళకేం తెలుస్తుంది.
అమ్మకు సుస్తీ చేసినప్పుడల్లా ఉత్తరం వస్తూ వుండేది.
మేం వెళ్లి రావడానికీ, అక్కడ అమ్మ ఆసుపత్రి ఖర్చులకూ, మందులకూ –
ఎంతో కొంత తీసుకెళ్ళాలి.
అందుకోసం ఆవిడ దుద్దులో... నా ఉంగరమో... తాకట్టు పెట్టాల్సి వచ్చేది.
ఇదంతా మాకుగా మేము వాళ్ళకు చెప్పలేదు.
వాళ్లకు తెలుసో లేదో కూడా తెలీదు.
తెలిసినా తెలియనట్టు ఊరుకున్నారేమో కూడా తెలీదు.
నాకు తెలిసింది నా బాధ్యత!

మగవాడికి భర్తగానే కాదు కొడుకుగా కూడా బాధ్యత తెలిసివుండాల్సిందే!
అలా నేను అమ్మని చూసుకోవాల్సి వచ్చేది.
ఆహారం వాళ్ళు... ఆరోగ్యం నేను!
ఇదంతా నా ఔదార్యం గురించి, నా త్యాగం చెప్పుకోవడానికి చెప్పడం లేదు.
సర్దుకుపోవడంలోని సంతృప్తి గురించి చెప్పదలచుకున్నాను.
సంసారంలో అసంతృప్తికి తావు ఇవ్వకుండా బ్రతకడం
ఎలాగా అనేది భావితరాలకు చెప్పడమే నా ఉద్దేశ్యం!
అంతేకాదు... మరో విషయం... అందరూ తెలుసుకోవాల్సింది ఏమిటంటే...
నేను ఎలాంటి విపత్కర పరిస్థితుల్లోనూ
అప్పు చేయకూడదనే ప్రిన్సిపల్‌ని పెట్టుకున్నాను.
కొందరలా కాదు -
ఖర్చుకు భయపడడం - ఇంకొకరిని ఆశించడం - ఇస్తే పొగడడం -
ఇవ్వకపోతే తిట్టుకోవడం ఇలాంటివన్నీ చేస్తూ వుంటారు.
అన్నిటికన్నా విచారించవలసిన విషయం ఏమిటంటే -
ఆదాయాన్ని మరిచి అప్పులు చేయడం!
సంపాదన మరిచి ఖర్చులు చేయడం!
అది అత్యంత ప్రమాదకరం!
వడ్డీల మాట అటుంచండి.
అప్పు చేయడం కూడా వ్యసనమే! తప్పు చేయడం లాంటిదే!
ఒకవేళ అప్పు చేయడం అనివార్యమయితే -
తప్పని పరిస్థితుల్లో ఎవరి దగ్గరనుంచయినా
అప్పు తీసుకోవాల్సిన సందర్భమే ఎదురయితే-
అప్పుడు వాళ్ళకా అప్పుని సకాలంలో తిరిగి తీర్చగలిగే మార్గమేంటో కూడా
ముందే ఆలోచించి పెట్టుకోవాలి.
దానికి తగ్గట్టుగా ప్లాన్ చేసుకోవాలి.
ఇటువంటి కొన్ని ఆర్గనైజ్డ్ ప్రిన్సిపల్స్ వల్ల -
నా జీవితంలో విచారించవలసిన సందర్భాలూ రాలేదు.
పైగా నా ఎదుగుదలకూ ఉపయోగపడ్డాయి!
అంతవరకూ బావుంది.

నా అనుభవసారం సంసారానికి మాత్రమే ఉపయోగపడింది.

కానీ ఎంతకాలం అలాగే ఉండాలి?

జీవితమంటే అంతే కాదు గదా!

ఎదగాలి!

ఎదగాలంటే సంపాదన పెరగాలి.

అందుకోసం జీతం కాకుండా మరో అవకాశాన్ని చూసుకోవాలి.

ఆ అవకాశం నాకొచ్చిన విద్య... అదే మిమిక్రీ!

విరివిగా ప్రోగ్రామ్స్ ఇవ్వడం మొదలు పెట్టాను.

ఎక్కడ కాలేజీ ఫంక్షన్ జరిగినా బ్రహ్మానందంని పిలిచి మిమిక్రీ ప్రోగ్రామ్స్ పెట్టించుకునేవాళ్ళు!

అలా జీతంతో పాటు పారితోషికం పెరిగింది.

రేడియో నుంచి కూడా పిలుపొచ్చింది.

విజయవాడ ఆకాశవాణి కేంద్రం నుంచి

ఎన్నోసార్లు మిమిక్రీ ప్రోగ్రామ్స్ ఇస్తుండేవాడిని.

ఇలా రెండు విధాలా నేను సంపాయించడం

నా తోటి లెక్చరర్స్ కి నచ్చలేదు.

అసూయనీ పెంచింది!

నా ప్రోగ్రాంకి సెలవు దొరక్కుండా చేసేవారు.

ఒకసారి మచిలీపట్నంలోని నేషనల్ కాలేజీలో ప్రోగ్రామ్ ఇవ్వడానికి ఒప్పుకున్నాను.

కానీ వెళ్ళడానికి సెలవు దొరకలేదు.

క్లాసులు తీసుకున్నాకే బయలుదేరమన్నారు.

ఆ సమస్య నాకు ఎన్ని తిప్పలు తెచ్చి పెట్టిందో

తరువాత అధ్యాయంలో వివరిస్తాను.

***

అటువంటి కారే నాకుంటే

అరిషడ్వర్గాలు ఆరు...!
అందులో ఆరవది అసూయ!
వరసలో ఆఖరిదయినా పతనాన్ని సృష్టించడంలో మొదటిది!
స్వార్థం, సంకుచిత స్వభావం... ఇటువంటి గుణాలు అసూయ సంతానం!
తనకున్న సంపదలు ఇతరులకు దక్కకూడదని...
తను పొందలేని ఉన్నతస్థానం ఇతరులకూ సొంతం కాకూడదనీ...
ఈర్ష్యతో ఆలోచించే వ్యక్తులు -
మనకు ప్రతిచోటా తారసపడుతూ వుంటారు.
పైకి మిత్రులుగా నటిస్తూ-
లోపల మన ఉన్నతిని చూసి ఏడ్చేవాళ్ళు చాలామంది వుంటారు.
ఆ చాలామందిలో కొందరు మా కాలేజీలోనూ వున్నారు.
నేను వాళ్ళలాగే జీతం తీసుకుని వుంటే – పాపం ఆ నరఘోష వుండేదికాదు.
మిమిక్రీ ప్రోగ్రామ్స్ ద్వారా అదనంగా పారితోషికం తీసుకుంటున్నాను గదా!
అది కొందరికి కంటికింపుగా వుంటే - మరికొందరికి కంటగింపుగా వుండేది!
నా అవకాశాలని అణగదొక్కాలనే ఆలోచన వున్నవాళ్ళకు -
ఒక సాకు దొరికింది.

***

ఇదంతా నేను ఇప్పుడే చెబుతున్నానంటే –

బ్రహ్మానందం సినిమా నటుడు కాకముందే ఈర్ష్య అసూయలకు బలయిపోవాల్సిన పరిస్థితులు ఎదురయ్యేవి!

అందులో వీళ్ళ సంకుచిత మనస్తత్వానికి పరాకాష్ట మరో అధ్యాయంలో మీ ముందుంచుతాను.

ఇప్పుడు.. ఇక్కడ...

నాకు పెళ్ళయింది.

ఖర్చులు పెరిగాయి.

కాబట్టి మిమిక్రీ ప్రోగ్రామ్స్ చేయక తప్పడంలేదు.

హాబీ నుంచి ఆదాయం వైపు ప్రయాణం నాతోటి మిత్రులకు నచ్చేది కాదు.

కాబట్టి -

నేను ఒక్కసారి మచిలీపట్నంలోని నేషనల్ కాలేజీలో ప్రోగ్రామ్స్ ఇవ్వడానికి ఒప్పుకున్నప్పుడు -

సెలవు దొరకకుండా చేశారు.

పోనీ ఆ ఒక్కరోజయినా ఉదయం వెళితే సాయంత్రం ప్రోగ్రామ్ టైంకి అందుకోవొచ్చనుకుంటే - అదీ కుదరకుండా

క్లాసులన్నీ అటెండ్ చేసే వెళ్ళాలన్నారు.

నేను వెళ్ళాలి.

సెలవు లేదు.

ఇవ్వలేదు.

వెళ్ళకపోతే మాటపోతుంది.

వెళితే ఆ రోజుల్లో పదిహేనువందలు పారితోషికం!

అంటే కాలేజీలో నా కొచ్చే నాలుగు నెలల జీతంతో సమానం!

అప్పుడు నాకు భగవంతుడు గుర్తుకు రాలేదు.

ఇచ్చిన మాట గుర్తుకొచ్చింది.

వాళ్లిస్తానన్న పారితోషికం కనిపించింది.

అత్తిలి నుంచి భీమవరం వెళ్లి - అక్కడ నుంచి మచిలీపట్నం బస్సులో వెళ్ళాలి.

క్లాసులన్నీ అటెండయి బయటికి వచ్చేసరికి మధ్యాహ్నం పన్నెండున్నర అయింది.

నేను బస్టాండ్ వెళ్ళేసరికి బస్సు వెళ్ళిపోయింది.

సహనానికి పరీక్ష...
సాధించడానికి కావలసిన దీక్ష...
ఇవన్నీ నిజంగా నాకప్పుడేమీ గుర్తులేవు.
ఇచ్చినమాట - ఇస్తానన్న పదిహేను వందల మాట!
ఇవే నా మస్తిష్కంలో వున్నాయి.
బస్సు వెళ్ళాక - కాసేపు నిశ్శబ్దంగా బస్టాండు ముందు నిలబడ్డాను.
నేనెక్కవలసిన బస్సు వెళ్లిపోయింది... అందుకే ఆ నిశ్శబ్దం.
ఆ నిశ్శబ్దాన్ని ఛేదిస్తూ "ఆకివీడు.. ఆకివీడు" అని ఎవడో కాకిలా అరిచాడు.
ఆ కంఠం నాకు కోకిల కంఠంలా వినిపించింది.
తలతిప్పి చూస్తే ఒక మెటాడోర్ వాన్ వాడు ఆకివీడు వెళ్తూ -
పాసెంజర్స్ని ఎక్కించుకుంటాడు.
ఆకివీడు వరకూ వెళ్ళగలిగితే అక్కడనుండీ మచిలీపట్నం వరకూ వెళ్లొచ్చు!
నా గమ్యానికి మొదటి మజిలీ.
బస్టాండు ముందు నిశ్శబ్దంగా నిలబడడం కంటే -
ఏదో ఒక ప్రయత్నం చేయవచ్చు గదా!
పరిగెత్తడం అంటే ఏమిటో నాకప్పుడు తెలిసింది.
పరిగెత్తుకెళ్ళి ఆ మెటాడోర్ ఎక్కాను.
అదే నాకు ఇండియన్ ఎయిర్లైన్స్ వారి విమానంలా కనిపించింది.
కోళ్ళ గంపలూ... ఎండుచేపల కంపులూ కూడా - ఇంపుగానే అనిపించాయి.
పాపం నాకు అదేమిటో!
కోకిలకు డబ్బులిచ్చి - సర్దుకుని కూర్చున్నాను.
మెటాడోర్ వ్యాన్ వెళ్తుంది.
స్టాప్ స్టాప్ కి జనాలు ఎక్కుతున్నారు.
ఇరవై మందిని కడుపులో మోసే గర్భిణిలా సాగిపోతుంది.
నేను టైం లెక్కేసుకుంటున్నాను.
ఫలానా టైమ్ కి ఆకివీడు చేరితే -
ఫలానా టైంకి మచిలీపట్నం చేరొచ్చు అని.
నా ఆలోచనలకే కాదు - మెటాడోర్కి బ్రేక్ పడింది.
"రైల్వే గేటు పడింది" అని కోకిల కాకిలా అరిచాడు.

ఈ సారి వాడి కాకి కంఠస్వరం కఠినంగా వినిపించింది.

ఆ రైల్వే గేటు పడ్డ ఊరిపేరు 'ఉండీ'

అందరం దిగాం!

సరుకుల సందులోంచి - మనుషుల మధ్యలోంచి నా శరీరాన్ని బయటికి నెట్టుకుని.

ఈడ్చుకుని దిగాను.

అందరం ఎక్కవలసిన రైలు కోసం కాకుండా.

ఆగకుండా పోయే రైలుకోసం ఎదురు చూస్తున్నాం!

ఇంతలో ఒక కారొచ్చి ఆగింది.

"ఇటువంటి కారే గనక నాకుంటే ఈ పాటికి వెళ్ళిపోయి ఉండేవాడిని గదా అనుకున్నాను." అప్పుడొచ్చింది ఆ ఆలోచన.

ఈ కారులో గనక గుడివాడకు వెళితే -

అక్కడినుంచి ఇంకా త్వరగా మచిలీపట్నం వెళ్ళొచ్చు అని.

కారులో ఒక పెద్దాయన వెనుక సీటులో కూర్చుని పేపర్ చదువుతున్నాడు.

డ్రైవర్ దిగాడు.

ఓ రాయేసి చూద్దాం అనుకుని వేశాను.

"ఈ కారు ఎక్కడివరకూ వెళ్తుందండీ" అని.

"ఇది ట్రావెల్స్ కారు. ఆ పెద్దాయన బుక్ చేసుకున్నారు" అని చెప్పాడు.

కారు మీద నేను విసిరిన రాయి తిరిగి నాకే వచ్చి తగిలినట్టయింది.

చిన్నగా నిట్టూర్చి వెళ్లబోయాను.

పెద్దాయన కారు విండోలోంచి చూసి - "ఎవరదీ" అని డ్రైవర్ని గంభీరంగా అడిగాడు.

డ్రైవర్ వెళ్ళి చెప్పాడు.

"ముందు సీటు ఖాళీగానే వుంది కదా - వొచ్చి కూర్చోమను" అన్నాడాయన.

కారు విండోకి అద్దం వుండటం ఎంత మంచిదయ్యిందో నాకర్థమైంది.

డ్రైవర్ రమ్మన్నాడు.

నేనెళ్ళి ముందు సీటులో కూర్చున్నాను.

ఆ పెద్దాయనకు "థాంక్స్ మాష్టారు" అని చెప్పాను.

గేట్ తెరుచుకుంది.

ముందు వెళ్తున్న మెటాడోర్ వైపు గర్వంగా చూశాను.

కార్లో వెళ్తుంటే దార్లో ఆయనడిగాడు.

"ఎందాక?" అని

"మచిలీపట్నం వరకూ వెళ్ళాలి" అని మర్యాదగా చెప్పి -

"గుడివాడలో దింపేస్తే బస్సు పట్టుకుని వెళ్ళిపోతాను" అని వినయంగా చెప్పాను.

దానికి ఆయన సమాధానం విని నిటారయ్యాను.

"నేను కూడా మచిలీపట్నమే వెళ్తున్నాను లెండి" అన్నాడు.

నాకు వెంటనే "హుర్రే" అని అరిచి చప్పట్లు కొట్టాలనిపించింది.

నిస్సంకోచంగా చెప్తున్నాను... నాకప్పుడు అలాంటి ఫీలింగే కలిగింది!

దారిలో వివరాలడిగాడు.

నేషనల్ కాలేజీలో నా మిమిక్రీ ప్రోగ్రాం వుందని చెప్పాను.

ఆయన చిన్నగా నవ్వి - మెల్లగా చెప్పాడు -

"నేను దిగాల్సింది అదే ఏరియా!"

నాకు రెండోసారి "హుర్రే" అనాలనిపించలేదు.

మచిలీపట్నం బస్టాండులో దిగి

రిక్షా పట్టుకుని వెళితే లేటవుతుందేమో అని ఆలోచించేలోపే,

నన్ను కాలేజీ దగ్గర దింపడానికి కూడా ఆయన సిద్ధమయ్యాడు. మచిలీపట్నం వచ్చింది.
కాలేజీ దగ్గర దింపారు.

నేను ఆ పెద్దమనిషికి శతకోటి నమస్కారాలు - ఒక్క నమస్కారంలోనే

జోడించి కళ్ళతో చెప్పాను.

కారు వెళ్లిపోయింది.

నేను ప్రోగ్రామ్ టైంకి చేరుకున్నాను.

అలా దిగ్విజయంగా నా పని పూర్తయ్యింది.

ఇదంతా చదవితే మీకేమనిపించింది!

అత్తిలిలో బస్సు వెళ్లిపోవడం ఏమిటి?

మెటాడోర్ కాకిలా అరవడమేమిటి?

రైల్వేగేట్ పడటమేమిటి?

కారు రావడమేమిటి?

ఆయన లిఫ్ట్ ఇవ్వడమేమిటి?

అది మచిలీపట్నమే వెళ్ళడమేమిటి? పైగా నేను దిగాల్సిన చోటే దింపడమేమిటి?

ఏమిటిదంతా?

ఎవరిదా లీల?

కాలేజీలో అసూయాపరుల వల్ల నేను ఇబ్బంది పడుతున్నానని -

మచిలీపట్నం వరకూ వెళ్ళడానికి నాకు మార్గం సుగమం చేసిందెవ్వరు?

ఎక్కడా ఏ ఇబ్బందీ లేకుండా ప్రయాణం చేయడానికి

ఆ సౌకర్యం ఏర్పాటు చేసిందెవ్వరు?

ఆ రైల్వే గేటు పడకపోతే కారు ఆగేది కాదు. నేను ఎక్కేవాడినీ కాదు.

ఇంత ఆర్గనైజ్డ్ గా నన్ను గమ్యానికి చేర్చిందీ...

ఇంకెవరు?

ఆ స్వామీ నా స్వామే కదా!

వైకుంఠం నుంచి సరాసరి భూలోకం మీద పాదం మోపగలిగిన వాడే గదా!

ఓ అడుగు నేల మీదా - మరో అడుగు ఆకాశానా వేయగలిగిన

ఆ వామన మూర్తే గదా!

నన్ను నడిపించిన వాడూ...

నన్ను గమ్యానికి చేర్చినవాడూ...

వాడే నాకు తోడుగా వుండగా...

ఈ అసూయలు, ఈ ఈర్ష్యాద్వేషాలు నేనెందుకు ఖాతరు చేయాలి!

నా సుదీర్ఘ ప్రయాణంలో నా స్వామీ నా చిటికెన వేలు పట్టుకుని

నడిపిస్తూనే వున్నాడనడానికి -

ఇంతకన్నా నిదర్శనం ఇంకేం కావాలి?

హరి ఓం హరిహి ఓం - హరినారాయణ ఓం!

***

ఎవరిని ఎందుకు ఎక్కడ పరిచయం చేస్తాడో దేవుడు

అక్షరానికి శబ్దం నుడికారం...
శబ్దానికి నాదం అలంకారం...
నాదానికి ఆరంభం ప్రణవనాదం...
ప్రథమం... ప్రభావం... ప్రణవం... ఓం!!
నా జీవితంలో - అక్షరం నిశ్శబ్దంగా శబ్దమై -
నుడికారమై - నాదమై - ప్రణవమై - ఓం కారమై ...
ఓం ప్రథమంగా ఈ సినీ కళామతల్లి లలితకళారాధనలో...
ఒదిగిన పువ్వునై...
వెలిగిన దివ్వెనై...
ఎదిగిన నవ్వునై...
ఆనందమానంద పరమానందమై...
బ్రహ్మానందమై...
మీ ముందు ఆవిష్కరించబడిన అధ్యాయమిది!
చిత్ర పరిశ్రమలో నా హాస్యాధ్యయనమిది!!

***

హాస్యోదయానికి ఆరంభం చీకటి! హాస్యానికి ముందర... ఉదయానికి ముందర! చీకటి ప్రకృతిలోనే కాదు - అప్పుడప్పుడు జీవితంలోనూ వొచ్చిపోతుంటుంది.

అలా రెండు మూడుసార్లు వొచ్చిపోయింది.

మొదటిసారి నా భార్యకు అబార్షనయినప్పుడు... చీకటిని చూశాను.

రెండోసారి కూడా ప్రెగ్నెన్సీ నిలవనప్పుడు... అదే చీకటిని గమనించాను.

మొదట్లో పిల్లలు పుడతారన్న భయం వుండేది... భయం కూడా కాదు- అసహాయత.

పిల్లలంటే ప్రేమ లేక కాదు - 'పెంచలేక' ఇబ్బంది పడతానేమోనని!

అప్పుడే...

త్రీ ఫిగర్డ్ శాలరీ నుంచీ ఫోర్ ఫిగర్డ్ శాలరీ అందుకునే స్థాయి వచ్చింది.

ఇటు నాలుగంకెల జీతం -

అటు మిమిక్రీ వల్ల వచ్చే పారితోషికం -

ఇహ సంసార బాధ్యతలంటే భయం పోయింది.

పిల్లలు కావాలన్న తపన పెరిగింది.

అప్పుడు మళ్ళీ నా భార్య గర్భం దాల్చింది.

అదే ఈ అధ్యాయానికి ఆరంభం... ప్రథమం... ప్రణవం...!!

***

నేను మొదటిసారి నా భార్యతో కలిసి హైదరాబాద్‌లో అడుగుపెట్టాను.

హైదరాబాద్ చూడటానికి కాదు.

నా భార్యని మంచి గైనకాలజిస్ట్‌కి చూపించడానికి.

ఆమెకప్పుడు మూడోనెల!

ఈ సారి గర్భం నిలవాలన్న ఆశతో మంచి డాక్టరుకు చూపించడానికీ...

మంచి వైద్యం ఇప్పించడానికి హైదరాబాద్ రావడం జరిగింది!

డెలివరీ వరకూ ఇక్కడే వుండాలి.

రామ్ నగర్లో మా బావమరిది ఇల్లు!

పాలేటి వివేకానంద రావ్ ఆయన పేరు!

ఆయన ఇంట్లో నా భార్య లక్ష్మిని ఉంచి -

నేను తిరిగి అత్తిలి వెళ్ళి నా ఉద్యోగం నేను చేసుకుంటూ -

అప్పుడప్పుడు వొచ్చి చూసి వెళుతుండేవాడిని.

పరీక్షలు పూర్తయ్యాయి!

కాలేజీకి సెలవులిచ్చారు!

నేను హైదరాబాద్ వచ్చాను.

ఎందుకొచ్చాను?

లక్ష్మి కోసం!

ఆ దేవుడు నన్నిక్కడికే ఎందుకు పంపించాడు?

లక్ష్యం కోసం!!

నా జీవితానికొక లక్ష్యాన్ని ముందే నిర్ణయించిన నిటలాక్షుడు... నిరాకారుడు...

ఈ రాయికొక ఆకారం సృష్టించడానికి -

నా మార్గానికొక శ్రీకారం చుట్టడానికీ -

నా కలలను సాకారం చేయడానికీ -

నేను కోరని ఉపకారం నాకు కలిగించడానికీ -

భగవంతుడు నన్ను ఎక్కడికి చేర్చాలో అక్కడికి చేర్చాడు!

***

హైదరాబాద్‌లో రామ్ నగర్ నేనుండేది.

అక్కడికి దగ్గరలోనే ఆర్.టి.సి క్రాస్ రోడ్స్!

అదే ఏరియా లో ఏపీయస్ ఆర్.టి.సీ వారి ఆఫీస్!

ఆ ఆఫీస్‌లో... ఆదివిష్ణు! ఆయన ఆ ఆఫీస్ లో పి.ఆర్.ఓ!

ఆదివిష్ణు నాకు అంతకుముందే ప్రోగ్రామ్స్ ఇచ్చేటప్పుడు పరిచయం.

ఆ పరిచయాన్ని పురస్కరించుకుని -

ఖాళీ సమయాల్లో ఆదివిష్ణు గారి దగ్గరికి వెళ్లి కాలక్షేపం చేసేవాడిని.

కాలక్షేపమంతా హాస్యభరితంగానే సాగేది.

నాకు తెలిసిన జోక్స్ చెప్పేవాడిని.

నాకొచ్చిన మిమిక్రీ చేసేవాడిని.

అప్పుడప్పుడే దూరదర్శన్ ప్రారంభమైంది!

అందులో ప్రోగ్రామ్ ఆఫీసర్‌గా పనిచేసే శశిధర్‌గారితో పరిచయమైంది.

ఆదివిష్ణు గారి ఆఫీసులోనే ఇద్దరం మొదటిసారి కలిశాం!

దేవుడు ఎవరిని ఎప్పుడు ఎక్కడ ఎందుకు పరిచయం చేస్తాడో మనకు తెలీదు.

కానీ దేవుడికి అంతా తెలుసు!

సముద్రంలో ఉండే ఉప్పు - వంటింటి కూరల్లో పడ్డానికి... ఎందుకొచ్చింది?

ఎక్కడ ఉప్పు పుట్టుక... ఎక్కడ పప్పు వాడుక...

ఉపమానం ఉప్పుతో మొదలైనా -

మా పరిచయం ఉపకారంతోనే మొదలైంది!

ఆదివిష్ణు గారి దగ్గర నేను చేసే మిమిక్రీ చూసిన శశిధర్ గారు...

నాకు మొదటిసారి దూరదర్శన్‌లో ప్రోగ్రామ్ ఇచ్చే అవకాశాన్ని కలిగించారు.

అందులో ఆదివిష్ణు గారి సిఫారసూ వుంది!

అలా నేను స్టేజి స్థాయి నుండీ - కెమెరా ముందుకెళ్ళే స్థాయికి వెళ్ళాను.

నా మొదటి ప్రోగ్రామ్ టెలికాస్ట్ అయ్యింది.

ఇప్పటిలా ప్రచార సాధనాలు, సామాజిక మాధ్యమాలూ ఏమి లేని రోజుల్లో –

మౌత్ పబ్లిసిటీ మీదే ఆధారపడవలసి వచ్చేది!

ఆ విధంగా నా మిమిక్రీ ప్రోగామ్ కలవారి ఇళ్లలోనే కాదు -

పల్లెటూరి పంచాయితీ ఆఫీస్ టీవీల దాకా వెళ్ళింది.

టీవీ - కొనే - రీవీ - అందరికీ అప్పట్లో వుండేది కాదు.

ఆ టీవీ ద్వారా బ్రహ్మానందం కొంతమేర ప్రేక్షకులకు పరిచయమయ్యాడు.

అప్పుడు...

ఆ సమయంలోనే...

ఒక పరిచయం నా జీవితాన్ని మలుపు తిప్పింది!

అప్పుడు నాకు పరిచయమైన ఆ మహనీయుడి పేరు... 'జంధ్యాల!'

***

ఆదివిష్ణు గారు నన్ను ఒక చోటుకు తీసుకు వెళతానన్నారు.

ఖాళీ గదా - కాలక్షేపం కోసమనుకుని వెళ్ళాను.

కాలాన్ని- నిధినిక్షేపం చేయడానికా భగవంతుడు -

ఆదివిష్ణు గారి రూపంలో అక్కడికి తీసుకెళ్ళి వుంటాడని ఇప్పుడనిపిస్తూ వుంటుంది.

అది ఒక ఖరీదయిన హోటల్!

స్టోరీ డిస్కషన్స్ కోసం అప్పట్లో ప్రొడ్యూసర్స్, డైరెక్టర్స్, రైటర్స్ కోసం -

ఒక రూమ్ తీసి పెట్టేవారు.

ఆ గదిలో ఎవరెవరో ఉన్నారు.

అందరిలో గంభీరంగా జంధ్యాలగారున్నారు.

నన్ను నవ్వించమన్నారు.

మొదలుపెట్టాను.

తెల్లవారు జామున మూడయింది!

అప్పటిదాకా అంతా నవ్వుతూనే వున్నారు.

మళ్ళీ రెండోరోజు కూడా తీసుకురమ్మన్నారు నన్ను!

ఆ విధంగా జంధ్యాలగారి దృష్టిలో పడ్డాను.

అయితే-

ముందుగా నన్ను శశిధర్ గారు ఒక చోటుకు తీసుకెళ్ళారు.

అక్కడొక దర్శకుడికి పరిచయం చేశారు.

ఆ దర్శకుడి పేరు - వేజెళ్ల సత్యనారాయణ.

అభ్యుదయ భావాలతో సామాజిక మార్పుకోసమే తయారు చేసిన కథలు

ఆయన దర్శకత్వంలో వచ్చేవి!

వేజెళ్ల సత్యనారాయణ గారు నన్ను తన సినిమాలో వేషం వుంది చేయమన్నారు.

ఆ సినిమా పేరు -

'శ్రీ తాతావతారం కథ'

తాతగా కోటా శ్రీనివాసరావుగారు... మనవడిగా నరేష్ గారు.

అందులో నేను నరేష్ స్నేహితుడిగా చేశాను.

షూటింగ్ మొదటిరోజు...

వెస్లీ కాలేజీ - సికింద్రాబాద్లో నా ఫస్ట్ మూవీ... ఫస్ట్ షాట్...

కాళ్ళు వణకడం - గొంతు తడారి పోవడం - చెమటలు పట్టడం -

ఇత్యాది ఆందోళనాకరమైన వాతావరణంలో నేనేమీ లేను.

నటించడం - నాకు కొత్తేమీ కాదు!

సినిమాలో నటించడం కొత్త!

ఆ కొత్త ఫీలింగ్ ని అనుభవించాలి. ఆస్వాదించాలి. అభిమానించాలి.

అందుకే నేను అన్నీ మరచి నా పాత్రలో పరకాయ ప్రవేశం చేశాను.

ఆ విధంగా సినీ రంగ ప్రవేశం చేశాను.

అయితే-

విడుదలయిన మొదటి సినిమా మాత్రం 'సత్యాగ్రహం!'

'సత్యాగ్రహం' జంధ్యాల గారు దర్శకత్వం వహించిన సినిమా!

చల్లా రామకృష్ణా రెడ్డి హీరోగా చేశారు.

అందులో నాది అరగుండు కాదు - పూర్తి గుండు!

అయితేనేం జంధ్యాల గారి కడుపు సల్లగుండు!!

***

116

డెస్టినీ...!

ముందే రచించబడిన నుదుటి రాత!

అంతకుముందు వచ్చిన గర్భం నిలిచివుంటే -

లక్ష్మిని హైదరాబాద్ కు తీసుకురావడమనే పాయింటే వుండేది కాదు.

హైదరాబాద్‌లో ఆదివిష్ణు గారు - శశిధర్ గారు - వేజెళ్ల గారు - జంధ్యాల గారు -

ఇంతమందీ దారమై... ఆధారమై నా నవ్వులను పువ్వులుగా కూర్చేవారే గాదు.

ఆ మాల ఎవరిది?

వైజయంతీ మాల ధరించిన మూల పురుషుడు ఏర్చి కూర్చిన మాలే కదా!

ఎక్కడి నేను?

ఎక్కడి సత్తెనపల్లి...

ఎక్కడి అత్తిలి...

ఎక్కడి బ్రహ్మానందం...?

అక్షరం శబ్దమైంది!

శబ్దం నాదమైంది!

నాదం ప్రణవమైంది.

నా ప్రస్థానం ప్రారంభమైంది!

నా నవ్వులకు స్థానం కల్పించిన ఆ స్థానంలోని దిగ్గజాలందరూ ..

సర్వేజనా సుఖినోభవంతు!!

* * *

1985లో వేజెళ్ల సత్యనారాయణ దర్శకత్వంలో “శ్రీ తాతావతారం” నా మొదటి సినిమా.
ఈ సినిమాలో నరేష్ మిత్రుడిగా నేను నటించిన మొదటి షాట్ ఫోటో ఇది.

చిరంజీవి గారు వెంటనే లేచి షేక్‌హ్యాండ్ ఇచ్చారు

ఇది ఒక 'చిత్ర'యాత్ర!
రంగుల రంగస్థలాన రథయాత్ర!!
అభిరుచీ పథాన సాగే ఆత్మయాత్ర!!!
అల తీరాన్ని చేరే ప్రయత్నం...
ఆర్టిస్టు గమ్యాన్ని చేరే ప్రయత్నం... రెండూ ఒక్కలాగే వుంటాయి,
అల వెనక్కి మరలిపోవచ్చు!
కల మాత్రం ముందుకు సాగిపోతూనే వుంటుంది.
కళకున్న గొప్పదనం అదే... కలని నిజం చేసే కమ్మని కథే!
ఇది ఒక రంగుల కల.
హంగుల వల.
మలచిన సజీవ శిల.
విధాత కలాన రాయబడిన నవల!

***

విద్వత్తు విద్యుత్తులా పైకి కనబడదు.
అది వెలిగించినప్పుడే విద్యుల్లత పుడుతుంది.
ఎవరో మీట నొక్కాలి!
ఆ మీట నొక్కిన చేయి ఎవరిది?

ఒక దర్శకుడిదా...

ఒక దార్శనికుడిదా...

వజ్ర కవచధర కటి హస్తమా... ఆ చేయి?

మణిమయ భూషణమైన వరదహస్తమా... ఆ చేయి?

ఆ చేయి ఎవరిది?

చెలువమునేలగ చెంగట లేదని కలతకు నెలవై అలసిన దేవేరి అలమేలుమంగను

అనునయించిన చేయి...!

ఆది మధ్యాంతరహితుడయిన ఆనందరూపుడి ఆశీస్సులు వేయి!

                    ***

'సత్యాగ్రహం'తో అనుగ్రహం పొంది -

జంధ్యాల గారి ప్రాపకంలో చేరి...

ఆయన్ని నేను దర్శకుడిగా అభిమానిస్తే...

ఆయన నన్ను ఆత్మీయుడిలా అభిమానిస్తే...

అడుగడుగునా అనుచరుడినై... విదూషకుడినై... మిత్రుడనై...

చిత్రయాత్ర ప్రారంభించాను.

అది నా జీవన జైత్రయాత్రగా మారబోతోందని -

అప్పుడు నాకు తెలీదు.

ఆయనతో ప్రయాణంలో మొదటి మజిలీ - వైజాగ్!

బీచ్ లో షూటింగ్!

ఆయనతో పాటు వెళ్ళాను.

ఆ రోజు నా జీవితంలో మరచిపోలేని రోజవ్వబోతోందని వెళ్ళేదాకా నాకు తెలీదు.

కారణం -

ఆ రోజు నాకు మెగాస్టార్ చిరంజీవిగారితో పరిచయమయ్యింది.

ఆ పరిచయం - ఒక ప్రహసనంలా జరిగింది!

'సత్యాగ్రహం' సినిమాకోసం చేసుకున్న గుండుతో -

షూటింగ్ చూడటానికొచ్చిన వారితో నిలబడి ఉన్నాను.

అప్పటికే ఖైదీ చూసి వున్నాను - నా భార్య లక్ష్మితో కలిసి.

కొత్త కుర్రాడు... కుర్రకారుని ఉర్రూతలూగించడానికొచ్చిన యువ హీరో!

నేను కళ్ళప్పగించి నోరు తెరుచుకుని... ఒక వింత జీవిలా చూస్తున్నాను.

పైగా ఆ రోజు చిరంజీవి చార్లీచాప్లిన్ గెటప్‌లో వున్నాడు. సినిమా పేరు చంటబ్బాయ్!

నా నవ్వు నాకే వింతగా తోచింది.

చిరంజీవిగారికి విచిత్రంగా అనిపించింది.

"ఎవరయ్యా అతను? ఆ ఎక్స్‌ప్రెషన్ ఏంటి? డిస్టర్బెన్స్‌గా వుంది. పంపించెయ్యండి." అన్నాడు.

నేను బిత్తరపోయాను.

జంధ్యాల గారు జోక్యం చేసుకుని - "ఈయన బ్రహ్మానందం గారనీ ఆర్టిస్టు!

అత్తిలి కాలేజీ లో లెక్చరర్ గా చేస్తున్నారు" అని పరిచయం చేశారు.

చిరంజీవి గారు వెంటనే కుర్చీలోంచి లేచి షేక్ హ్యాండిచ్చారు.

ఆయన ఎందుకంత పెద్ద హీరో అయ్యారో అర్థమైంది.

నాలోని లెక్చరర్ ని ఆయన గౌరవించారు.

షూటింగ్ గ్యాప్‌లో జంధ్యాల గారు నా గురించి చెప్పారు.

నా జోక్స్‌నీ, మిమిక్రీనీ చిరంజీవి గారు చాలా ఎంజాయ్ చేశారు.

"నువ్వు పెద్ద కమెడియన్‌వి అవుతావని" కాంప్లిమెంట్ కూడా ఇచ్చారు.

బ్రహ్మానందానికి పరమానందం కలిగింది!

షూటింగ్ అయిపోగానే ఆయన ఉండే డాల్ఫిన్ హోటల్‌కి వెళ్ళేవాడిని.

మనసారా నవ్వుకునేలా ఎన్నో జోక్స్ చెప్తూ వుండేవాడిని.

అలా నేను చిరంజీవి గారికీ అభిమాన పాత్రుడనయ్యాను.

***

చిరంజీవి గారు ఎంత పెద్ద హీరోనో... అంత చిన్న చంటబ్బాయ్ కూడా!

అదెలా తెలిసిందంటే...

ఆ చంటబ్బాయ్ సినిమాలో నాకూ వేషం ఇచ్చారు జంధ్యాల గారు.

ఆ షూటింగ్‌లో చిరంజీవి గారూ - జంధ్యాల గారూ కలిసి ర్యాగింగ్ చేసేవారు.

అది నాకు తెలుసు.

వాళ్ళు నాకు తెలీదనుకునేవారు.

షూటింగ్‌లో భాగంగా...

ఒక రోజు నాకు జంధ్యాల గారు సీన్ చెప్పారు.

"నేను యాక్షన్ చెప్పి చెయ్యూపుతాను. నువ్వు అక్కడనుండి పరిగెత్తుకుంటూ రోడ్డు దాటుకుని ఇవతలికొచ్చి కలెక్టర్ ఆఫీస్ ముందాగి డైలాగ్ చెప్పాలి"

అన్నారు.

ఆ డైలాగేవిటో చెప్పారు.

నేను వెళ్లి సముద్రానికి దగ్గరగా నిలబడ్డాను.

డైరెక్టర్ గారు మైక్ లో యాక్షన్ చెప్పి, చెయ్యూపారు.

నేను పరుగెత్తడం మొదలు పెట్టాను.

సముద్రం దగ్గరనుంచి - రోడ్డు దగ్గరకొచ్చి - అది దాటి - కలెక్టరాఫీసు ముందుకొచ్చి డైలాగ్ చెప్పాను.

అంతా బాగానే జరిగింది.

కానీ డైరెక్టర్ గారు "అబ్బే, లేటయ్యిందయ్యా, మళ్ళీ రా" అన్నారు.

నేను సముద్రం వైపు చూశాను.

రోడ్డు వైపు చూశాను.

మళ్ళీ రోడ్డు దాటి అక్కడికెళ్ళాలి.

అక్కడ నుండి పరిగెత్తుకు రావాలి.

నా ఎక్స్‌ప్రెషన్స్ చూసి చిరంజీవి గారూ, జంధ్యాల గారూ నవ్వుకుంటున్నారని నాకు అర్థమైంది.

అయినా సరే "ఒకే సర్" అని చెప్పి మళ్ళీ వెళ్ళాను.

మళ్ళీ పరిగెత్తుకుంటూ వచ్చి డైలాగ్ చెప్పాను.

ఈసారి డైలాగ్ చెప్పడంలో టైమింగ్ మిస్సయ్యిందన్నారు.

"ఇక్కడ ఈ ఆర్టిస్టు ఏ డైలాగ్ చెప్తున్నాడో ఆ టైమింగ్ నాకెలా తెలుస్తుంది సర్ ?"

అని నేనడగవచ్చు.

కానీ అడగలేదు.

నేనడిగితే వాళ్ళ ఎంజాయ్మెంట్ అక్కడితో కట్టయిపోతుంది.

వాళ్ళ ఎంజాయ్మెంట్ కట్టయిపోతే నన్ను పిలవరు.

వాళ్ళు నన్ను పిలిచిందే ఎంటర్టైన్మెంట్ కోసం అది నాకు అర్థమైంది.

బికాజ్ అయాం నాట్ ఎ కిడ్!!

ఆ తరువాత వాళ్ళు నిజం చెప్పి నవ్వేశారు.

నేను వాళ్ళకో పిట్టకథ చెప్పి నవ్వించేశాను.

ఆ పిట్ట కథ ఏమిటంటే...

ఒక ఊళ్ళో ఒక పిచ్చోడున్నాడు.

ఆ ఊరికో ప్రెసిడెంటు వున్నాడు!

ఆ ప్రెసిడెంట్ ఊరికి ఎవరైనా కొత్త వాళ్లొస్తే - పిచ్చోడి గురించి చెప్పి –

“వీడొక పిచ్చివాడు. ఎంత ముదురు పిచ్చివాడంటే - మీరే చూడండి” అని

ఆ పిచ్చివాడి ముందు - పది నోటు, అయిదు నోటు, రెండు రూపాయల నోటు,

రూపాయి నోటూ పెట్టి - నీకు నచ్చింది తీసుకోరా అనేవాడు.

ఆ పిచ్చి వాడు వాటిల్లోంచి ఒక్క రూపాయి నోటు మాత్రమే తీసుకుని పరిగెత్తేవాడు.

వాడి పిచ్చితనానికి అంతా పగలబడి నవ్వేవాళ్ళు!

అలా ఊరొచ్చిన ప్రతీవాడికి పిచ్చి వాడి గురించి చెప్పడం -

వాడి ముందు నోట్లు పెట్టడం.

వాడు ఒక్క రూపాయి మాత్రమే తీసుకుని పరిగెత్తడం జరుగుతూ వుండేది.

ఒక రోజు ఒక వ్యక్తి వాడిని పట్టుకుని “ఒరేయ్ అన్ని నోట్లు ముందు పెడితే -

పది రూపాయిలు తీసుకోకుండా ఎప్పుడూ ఒక్క రూపాయే తీసుకుంటావేమిట్రా?” అని అడిగితే-

అందుకు ఆ పిచ్చి వాడు ఒక పిచ్చి నవ్వు నవ్వి -

“ఒకవేళ నేను పది రూపాయలు తీసుకుని వుంటే ఆయన ఆ పదితోనే

ఇవ్వడం ఆపేసుండేవాడు. ఒక్క రూపాయి తీసుకున్నాను గనకనే ఇప్పటికీ

ఓ ముప్పయ్, నలభై మందికి చెప్పాడాయన” అని చెప్పాడు.

అడిగిన వ్యక్తి నోరు తెరిచాడు.

ఈ కథ చెప్పగానే పగలబడి నవ్వారు జంధ్యాల గారు, చిరంజీవి గారు!

ఆ విధంగా నేను నవ్వులతోనే చిరంజీవి గారికి దగ్గరయ్యాను.

చిరంజీవి గారు నన్ను మొదటి సారి ఫ్లయిట్ ఎక్కించారు.

చెన్నైలోని ఆయనింటికి తీసుకువెళ్ళారు.

అలా నేను ఒక మంచి దర్శకుడికీ - ఒక పెద్ద హీరోకి నచ్చిన ఆర్టిస్టునై

ఇప్పటికీ మీ ముందున్నాను.

***

అర్జెంట్‌గా హైదరాబాద్ బయల్దేరండి

గాలిలో తేలిపోతున్నట్టుంది.
నిజంగానే గాలిలో తేలిపోతున్నాను.
ఆకాశం అంచులు దాటేస్తూ – 'శూన్యంలో కూడా ఒక రహదారి ఏర్పరుచుకుంటూ'
మేఘాల పల్లకీపైన విహంగయాత్ర... నా మొదటి విమాన ప్రయాణం...!
అదీ చిరంజీవి గారితో కలసి!

***

నేల మీదకొచ్చాను.
అత్తిలి కాలేజీలో మళ్ళీ నన్ను పాతాళంలోకి తొక్కడానికి-
నేలమీదకు లాగారు.
నేను లాగేలోపల పసుగుతూ
స్టూడెంట్స్‌ని సబ్జెక్ట్స్‌లో వెనుకబడేలా చేస్తూ...
కాలేజీ ప్రతిష్టను భంగపరిచేలా ప్రవర్తిస్తున్నానంటూ – నా మీద అభియోగం!
స్టాఫ్ అంతా కలిసి రెగ్యులర్‌గా కలసి వొచ్చే కమిటీ మెంబర్స్ అందరినీ కలిసి –
ఉద్యోగమో - సినిమానో తేల్చుకొమ్మని నన్ను నిలబెట్టారు.
అందరి ఎదుటా దోషిలా నిలబెట్టారు.
నేను నిశ్శబ్దంగా నిలబడ్డాను.

నేల మీద...!

కుసంస్కారపు... కుతంత్రపు... కమిటీల రాజకీయ కుత్సిరంబయిన

ఆ మూకని చూస్తే నాకు నవ్వొచ్చింది.

ఎదిగితే సంబరపడే వాళ్ళ కన్నా కాలు పట్టి వెనక్కు లాగే వారి సంఖ్యే ఎక్కువని అర్థమై నిజంగానే నాకు నవ్వొచ్చింది.

అది స్థిత ప్రజ్ఞత కాదు.

స్థితిని ఆకళింపు చేసుకోగలిగిన అనుభవం 'స్థిత ప్రజ్ఞత'.

నాకు జంధ్యాల గారు గుర్తొచ్చారు.

నన్ను చిరంజీవి గారికి పరిచయం చేసిన వారి ఔదార్యం గుర్తొచ్చింది.

నన్ను విమానమెక్కించి చెన్నైలోని వారి ఇంట్లో కుటుంబ సభ్యులందరితో కలిసి భోజనం పెట్టిన చిరంజీవి గారి సంస్కారం గుర్తొచ్చింది.

ఇక్కడ వీరందరి కుసంస్కారం ఒళ్ళు విరుచుకుని కనిపిస్తోంది.

రొమ్ము విరుచుకుని దూషిస్తోంది.

ఆవేశానికి పోలేదు... సభ్యత అడ్డొచ్చింది.

సంయమనంగా ఉండాల్సిన అవసరమూ వొచ్చింది.

అప్పుడొచ్చాడు ఒకాయన!

పెద్దాయన!

కమిటీలో 'కంచు' కంఠంతో మాట్లాడగలిగిన 'మంచు' మనిషి.

సినిమాల్లో నటించడానికి వెళుతూ - మాట్లాడితే మెడికల్ లీవంటాడూ, ఆ లీవూ, ఈ లీవూ అని - క్లాసులకు అటెండ్ కావడం లేదు - అన్నారు.

ఆయన వెంటనే క్లర్క్ ని పిలిచారు.

బ్రహ్మానందం చెప్పే సబ్జెక్ట్స్ తాలూకు రిజల్ట్స్ తీసుకు రమ్మన్నారు.

క్లర్క్ తెచ్చాడు.

ఆయన నా స్టూడెంట్స్‌కి నా సబ్జెక్టులో వొచ్చిన మార్కులు పరిశీలిస్తున్నారు.

నేను అలాగే నిలబడ్డాను... నిశ్శబ్దంగా!

ఆయన తలెత్తారు.

అందరూ నాకు జరగబోయే అవమానాన్ని... నాకివ్వబోయే పనిష్మెంట్‌నీ...

రకరకాలుగా ఊహించుకుంటున్నారని నాకు తెలుసు.

నెగటివ్ వైబ్రేషన్స్‌ని పాజిటివ్ ఎనర్జీ తట్టుకోవాల్సిన సమయం!

నా సబ్జెక్టులో ఎవ్రీ ఇయర్ నైంటీ పెర్సెంట్ మార్కులతో పాసయిన వాళ్ళే తప్ప -

ఫెయిలయిన వాళ్ళు లేరు.

"ఇప్పుడేమిటి ఇబ్బంది మీకు" అన్నారు.

అంతా అవాక్కయ్యారు.

"మన కాలేజీ నుంచి ఒక లెక్చరర్ సినిమాల్లోకి వెళ్లి - బ్రహ్మాండమైన పేరు తెచ్చుకుంటే... అది మన కాలేజీకే గర్వకారణం గదా!

అతని మీద యాక్షన్ తీసుకోవడమేమిటి...

అతని సబ్జెక్ట్ లో రిజల్ట్స్ బావున్నప్పుడు...

అతను కాండక్ట్ క్లీన్‌గా ఉన్నప్పుడు - యాక్షన్నెలా తీసుకుంటాం!

సినిమా అవకాశం వచ్చినప్పుడల్లా అతడు అడిగినన్ని రోజులు లీవ్ ఇచ్చి మన కాలేజీ ప్రతిష్టని పెంచుకుందాం!" అని అల్టిమేటం జారీ చేశారు.

అందరూ తెల్లబోయారు.

ఆ తర్వాత అందరూ బయటికి పోయారు.

నేనలాగే నిలబడి వున్నాను... నిశ్శబ్దంగా!

"నిశ్శబ్దం - రాజ్యాలే ఏలుతుంది.

శబ్దం - యుద్ధాలు పుట్టిస్తుంది.

మౌనం శాంతి కపోతంలా ఆకాశానికి రెక్కలల్లార్చుకుంటూ ఎగురుతుంది."

అక్కడదే జరిగింది.

'ధర్మం' వున్న చోటకు అధర్మ శాసనాలు 'రావు'.

'ధర్మం' నిలబడిన చోటుకు ఇటువంటి అభియోగాలు 'రావు!'

అని ఆ ధర్మారావు గారు నిరూపించారు.

ఆయనెవరు?

ఎవరు పంపించారు?

వాడే!

వైకుంఠపురంబులో... నగరిలో ఆ మూల సౌధంబులో...

సిరికింజెప్పక.. పరుగు పరుగున వచ్చిన వాడు!

గజేంద్రుడికి మోక్షంబిచ్చిన వాడు!

గగన గవాక్షంబు నుండి తొంగిచూసి - రక్షా రక్షయన ప్రార్థన వినగా...

ధర్మాన్ని తన ప్రతినిధిగా పంపించిన కరుణాపయోనిధి!

నా పాలిట పెన్నిధి!

***

అప్పుడు...

ఒక ధర్మ సంకటం మొదలయ్యింది!

చెన్నై షిఫ్ట్ అయితే అవకాశాలు పెరుగుతాయని సినీ వర్గాలు అనడం విన్నాను.

వెళితే... అవకాశాలు రాకపోతే... ఈ ఉద్యోగమూ పోతే -

అనే ధర్మ సందేహమూ మొదలయ్యింది.

శ్రేయోభిలాషులు - బంగారంలాంటి ఉద్యోగం ఎలా వొదులుకుంటావూ - అన్నారు.

ఆప్తమిత్రులు - బంగారంలాంటి అవకాశాలు ఎలా పోగొట్టుకుంటావూ - అన్నారు.

ఈ ద్వైదీభావంలో నేను సందిగ్ధావస్థలో పడ్డాను.

అప్పటికి నేను జంధ్యాల గారి మరో సినిమా 'రాగలీల'లో కూడా నటించాను.

అయినా సరే! సందేహాలూ... సందిగ్ధాలూ... సంశయాలు నన్ను ఉక్కిరిబిక్కిరి చేశాయి.

చెన్నైకి షిఫ్ట్ అయితే లాంగ్ లీవ్ లు కుదరవు.

ఉద్యోగమే ఒదులుకుని వెళ్ళాలి.

వెళితే చిరంజీవి గారు చేసే సినిమాల్లోనూ -

జంధ్యాల గారు దర్శకత్వం వహించే సినిమాల్లోనో -

అవకాశాలు ఇస్తారు.

అవి బ్రతకడానికి సరిపోతాయో లేదో తెలీదు.

నేనూ... నా భార్య... నా కొడుకు!

ముగ్గురం వెళ్ళాలి.

బ్రతుకు వెళ్లదీయాలి.

చివరికి నాకు నా కుటుంబాన్ని పోషించాల్సిన బాధ్యత మాత్రమే కనబడింది.

అందుకని అవకాశాల కోసం అంత దూరం వెళ్ళలేననుకున్నాను.

అత్తిలిలోనే వుండి ఉద్యోగం కంటిన్యూ చేసుకోవాలని నిర్ణయించుకున్నాను.

ఉన్నాను!

వెళ్ళలేదు.

నేనూరుకున్నాను.

నా భవిష్యత్ నిర్దేశకుడు... నా మార్గ దర్శకుడు... నా స్వామి ఊరుకోలేదు.

నాకొక ఫోనొచ్చింది.

ఆ రోజుల్లో సెల్ ఫోన్ లు లేవు.

నాకు ల్యాండ్ లైన్ లేదు.
నా ఇంటి ఓనర్ ఫోనుంది.
ఆ ఫోన్ కి ట్రంక్ కాలే వచ్చింది.
ఓనర్ వచ్చి చెప్పాడు.
నేను చెన్నై వెళ్లకూడదని నిర్ణయించుకున్నాను గనక పట్టించుకోలేదు.
కాసేపటికి మా ఓనర్ మళ్ళీ వొచ్చాడు.
మళ్ళీ ఫోనొచ్చిందని చెప్పాడు.
నా భార్య లక్ష్మీ "ఎవరో ఏవిటో వెళ్లి మాట్లాడండీ" అని పంపించింది.
ఆ క్షణం నాకు తెలీదు...
ఆ ఒక్క ఫోన్ కాల్ నా జీవితగతినే మార్చేయబోతుందని!
అనాసక్తిగానే వెళ్లాను.
ఫోన్ రిసీవ్ చేసుకున్నాను.
చేసిందెవరో కాదు - ఇవీవీ సత్యనారాయణ గారు.
అప్పుడాయన జంధ్యాల గారి కో - డైరెక్టర్!
"బ్రహ్మానందం! నీకో మంచి క్యారెక్టరుంది. మన డైరెక్టర్ గారి సినిమా!
పెద్ద బ్యానర్!! నువ్వు వెంటనే బయలుదేరి హైదరాబాద్ రావాలీ" అన్నారు.
ఆయనకి నేనంటే అభిమానం!
నాకు బ్రహ్మాండమైన భవిష్యత్తు వుందని ఆయన నమ్మకం!
నేను నా పరిస్థితి చెప్పాను.
రాలేనేమో, చేయలేనేమో అన్నాను.
"నీకేం పరవాలేదు. ఇది బ్రహ్మాండమైన క్యారెక్టర్! నీకు చాలా మంచి పేరు
తెస్తుందీ." అన్నారు.
నెలరోజులు షెడ్యూల్ అన్నారు.
నేను మీమాంసలో పడ్డాను.
మళ్ళీ సంశయం... సంకటం... సందిగ్ధం... సందేహం...!
ఇవీవీ గారు వొదల్లేదు.
వొదులుకోవద్దని ఒక ఆప్తమిత్రుడిలా అనునయించి చెప్పారు.
ఏమయితే అయిందీ, మంచి వేషం అంటున్నారు, మన డైరెక్టర్ గారే అంటున్నారు,
పెద్ద బ్యానర్ అంటున్నారు...

ఒక్క నెలరోజులు చేసొచ్చేద్దాం అనుకున్నాను.

ఆయనతో సరేనని చెప్పాను.

ఆ సినిమా పేరేంటో తెలుసా...

'అహ నా పెళ్ళంట!'

***

ఆ అవకాశం నాకెలా వచ్చిందంటే...

అది కూడా డెస్టినీ!

జంధ్యాల గారు కమిటయిన సినిమా ఎవరిదో కాదు -

ద గ్రేట్ మూవీ మొఘల్ రామానాయుడు గారిది!

సురేష్ ప్రొడక్షన్ కి 'అహ నా పెళ్ళంట' ఒప్పుకున్నాక –

అంతకుముందు తీసిన సత్యాగ్రహం ఇంకా రిలీజ్ కాలేదని -

దాన్ని డిస్ట్రిబ్యూషన్ చేసి ఒడ్డున పడేయండనీ జంధ్యాలగారు రామానాయుడు గారిని అడిగారు.

సరే సినిమా చూపించమన్నారాయన.

ఆ సినిమాలో నాయుడు గారు నా వేషం చూశారు.

నా నటన చూశారు.

అంత మాత్రాన నన్ను పిలిచి అవకాశం ఇవ్వలేదు.

అక్కడా మరో ట్విస్ట్ జరిగింది.

అదేమిటంటే...

'అహ నా పెళ్ళంట' లో కోటా శ్రీనివాసరావు గారూ - నేనూ వేసిన క్యారెక్టర్స్‌కి

సుత్తి వీరభద్రరావుగారినీ - సుత్తివేలు గారినీ అనుకున్నారు.

కానీ ఎంత ప్రయత్నించినా వారి డేట్స్ కుదరలేదు.

అందువల్ల వారి ప్లేసులో ఇంకెవరయితే బావుంటుందీ అన్న చర్చ

వచ్చినప్పుడు - వీరభద్రరావుగారి ప్లేస్‌లో కోటా శ్రీనివాసరావు గారయితే బావుంటుందన్నారు.

ఇవీవీ గారు రామానాయుడు గారితో - సత్యాగ్రహంలో మీరు చూసిన

బ్రహ్మానందమైతే చాలా బాగా చేస్తాడండీ - అని సజెస్ట్ చేశాడు.

అలా ఇవీవీ గారి రికమండేషన్ ని

జంధ్యాల గారు బలంగా సమర్థించడం మూలాన –

నేను / మీ బ్రహ్మానందం

'అహ నా పెళ్లంట'లో నాకు అవకాశం దక్కింది.

హైదరాబాద్ కి దగ్గర్లోని దేవరయాంబల్ లో ఓ ఇంట్లో షూటింగ్.

షూటింగ్ మొదటి రోజు కూడా నా క్యారెక్టర్ ని వేలుగారికే ఇవ్వాలనే

మళ్ళీ ట్రై చేశారు.

ఆయన ఒకపూట కూడా వొచ్చే పరిస్థితిలో లేనన్నారు.

ఇహ నాతోనే చేయించడం మొదలు పెట్టారు.

అందులో రాజేంద్రప్రసాద్ హీరో, రజిని హీరోయిన్,

కోటా శ్రీనివాసరావు గారు మెయిన్ కీ రోల్ చేస్తుంటే...

ఆయన అస్సిస్టెంట్ గా నేను.

పిసినారి అయిన యజమాని – బండబూతులు మనసులో తిట్టుకునే

విచిత్రమైన క్యారెక్టర్!

ఆ క్యారెక్టర్ కోసం నాకు అరగుండు చేశారు.

అప్పట్నించీ నన్నంతా అరగుండు బ్రహ్మానందం అనేవారు.

కొన్నేళ్లపాటు టైటిల్సోనూ అదే వేశారు.

షూటింగ్ కొనసాగుతోంది.

సీన్స్ బాగా వస్తున్నాయన్నారు.

సెట్స్ లో అంతా ఎంజాయ్ చేస్తున్నారు.

చివరికి సినిమా రిలీజ్ అయ్యింది.

విడుదలయిన అన్ని థియేటర్స్‌లోనూ ఒక ప్రభంజనంలా మారింది.

ఆ ప్రభంజనం – ప్రజలకు నన్ను మరింతగా దగ్గరకు చేసి –

గుండెకు హత్తుకుపోయేలా మార్చింది. నేనింక వెనక్కి తిరిగిచూడలేదు.

"ఆ విధంగా ఆ జగన్నాటక సూత్రధారి...

'అహ నా పెళ్లంట'లో నన్ను పాత్రధారిగా మార్చాడు!"

***

నేను / మీ బ్రహ్మానందం

అతిరథమహారథుల మధ్య మిమిక్రీ చేస్తూ...

చిరంజీవిగారు మా ఇంటికొచ్చినప్పుడు...

బ్రహ్మానందం రాత్రంతా తాగేసి...

రాజ్యపూజ్యం... ఒక రోజా పుష్పం!
అవమానం... ఒక కంటకం!
సుందరమూ, సుమధురమూ, సౌకుమార్యము, లలిత లావణ్య సౌగంధికా పుష్పము...
పూచిన కొమ్మంతా కంటకాలే!
కంటకం గుచ్చిన వేలి నెత్తుటి మరకలే అద్దిన ఎరుపురంగు గులాబీ...
కళాకారుడి బ్రతుకు!
ఆ గాయం చేసిన సాయమే అవకాశం...!
ఆ గాయం పాడిన గేయమే - కీర్తి...!
ఆ గాయంలోంచి సన్మానాలూ... సత్కారాలూ... స్వర్ణ కిరీటాలూ... స్వర్ణ కంకణాలు...
గండ పెండేరాలూ... అన్నీ ఆవిర్భవిస్తాయి!
క్షీరసాగర మథనంలోంచి హాలాహలం తరువాత అమృతం పుట్టినట్టు...
కామధేనువు... కల్పతరువు... కలిమిని కూర్చే మహాలక్ష్మి... చల్లని వెన్నెలని
ప్రసాదించే చంద్రుడూ... ఒక్కొక్కటిగా ఆవిర్భవించినట్టు!
ప్రావిర్భవించినట్టు!!
కళాకారుడి అదృష్టంలోంచి... కళాకారుడి కష్టంలోంచి... కళాకారుడి విద్వత్తులోంచీ!
ఒక్కొక్కటీ ప్రసవ వేదనాంతర జననంలా పురుడు పోసుకుంటూ వుంటాయి!
నేనొక నటుడిగా నా ప్రస్థానం ప్రారంభించాను.

ప్రాగ్దిశ వైపూ... ప్రభాతం వైపూ... ప్రకాశం వైపూ
కిరణాలే మెట్లుగా... ఇక్కట్లు చీకట్లు... అన్నిటినీ దాటుకుంటూ...
ఉదయకాలపు నీడలా పెరిగిపోయే గమనంతో గమ్యం వైపు -
నా ప్రస్థానం ప్రారంభించాను.

***

అప్పట్లో ప్రస్థానానికి స్థానం మదరాసు నగరం!
సినీ ప్రస్థానానికి అనువైన స్థావరం!
స్థాన చలనం చిత్రమై...
చలనచిత్ర జగతిలో కళామ్మతల్లి గీచిన చిత్రమై...
సాచిత్రమై...
బ్రహ్మానందం బ్రతుకు దినదిన ప్రవర్ధమానమై
సాగిపోవడానికి మదరాసు మహానగరం వేదికయ్యింది.
ఆ వేదిక మెట్లు ఎక్కేముందు...
ఎంత ఆలోచన... ఎంత అసహాయత... ఎన్ని సందిగ్ధాలు... ఎన్ని సంశయాలు...
ఎంత సంఘర్షణ...?

***

నిర్ణయం నాదయినా నిర్ణయించేసింది నిటలాక్షుడే!
నేను నిమిత్తమాత్రుడిని.
శ్రీ వేంకటేశ్వర స్వామి వరద హస్తాలపై పొదిగిన వజ్రాల వెలుగులో
నా దారి చూసుకుంటూ పోతున్నాను.
ఆ వైజయంతీ మాల వెదజల్లే సుగంధాన్ని ఆఘ్రాణిస్తూ...
ఆ కోనేటి రాయిడు చిలకరించే పన్నీటి సువాసన ఆస్వాదిస్తూ...
ఆ వరాల వెల్లువలో మునగలు వేస్తూ...
ఆర్తిగా కీర్తిస్తూ...
అలిపిరి మెట్లు అలుపెరుగక ఎక్కినట్లు...
ఒక్కోమెట్టూ ఎక్కడానికి...
మదరాసులో అడుగు పెట్టాను.
ఊరు గాని ఊరు...
రాష్ట్రం గాని రాష్ట్రం...

మన భాష కాని భాష...

అక్కడ నాకు బంధువులెవరూ లేరు.

ఉన్న ఆప్తబంధువు... ఆర్తబంధువు... ఆత్మబంధువు... ఆ పరమాత్మ ఒక్కడే!

***

నేనూ... లక్ష్మీ... పెద్దబ్బాయి... గౌతమ్... చిన్నబ్బాయి... సిద్ధూ... నలుగురం బ్రతకాలి.

అక్కడికెళితే - బ్రతకడం కష్టమైతే - అవకాశాలు రాకపోతే -

ఉద్యోగమూ పోతుందీ... ఆదాయమూ పోతుంది.

కుటుంబాన్ని ఇబ్బందుల పాలు చేసిన వాడినవుతానేమో...

ఈ పరిస్థితులన్నిటినీ నా హితుడూ... స్నేహితుడూ... ముఖ్యంగా నా స్టూడెంట్

అయిన పోలిశెట్టి నాగశేషు... ఆ శేషు తో చర్చించాను.

సలహా అడిగాను.

"మీకు వొచ్చిందీ... మీకు నచ్చిందీ... నటనే!

ధైర్యం చేసి ముందడుగు వేయండి." అన్నాడు.

ఇహ నా భార్య లక్ష్మీ అభిప్రాయం కూడా కనుక్కోవాలనుకున్నాను.

కానీ ఆమె ఆ దశలోనూ - ఈ దశలోనూ నాతో ఒకమాటే చెబుతుంది.

"మీరు నాకంటే ఎక్కువగా మీ గురించీ, మా గురించీ ఆలోచిస్తారు.

కాబట్టి మీకు నచ్చిందే చేయండి. ఆపైన భగవంతుడున్నాడు." అంటుంది.

ఆనాడూ అదే మాటంది.

అయినా నేను ఉత్త చేతులతో వెల్లదలుచుకోలేదు.

ఓ లక్ష రూపాయిలు పోగు చేసుకుని బ్యాంకు బాలన్స్ పెట్టుకునీ

ప్రయాణం కట్టాను... మదరాసులో కాపురం పెట్టాను.

నా టాలెంట్ మీద నాకున్న నమ్మకం...

అప్పటికే 'అహ నా పెళ్ళంట' రిలీజ్ అవడం వల్ల వచ్చిన పేరు...

అవకాశాలు రాకపోతాయా అన్న ఆశ...

చిటికెన వేలుని పట్టుకుని నడిపించే నా దైవం...

అన్నీ తోడయి...

అరవ నగరంలో అడుగుపెట్టేందుకు దోహదం చేశాయి!

ఒక చిన్న ఇల్లు...

మాకు సరిపోయేంత...

ఎవరయినా వొస్తే సర్దుకునేంత...
ఎక్కువ మందొస్తే కింది సామాన్లు అటకెక్కించేంత... అంత ఇల్లు!
"ఇంతింతై... వటుడింతై... మరియు దానింతై... నభోవీధిపైనంతై...
సత్య ఏదోన్నతుడగుచు బ్రహ్మాండాంత సంవర్థియై..."
అంటూ వామనమూర్తి విస్తరించినట్టు -
సినీ పరిశ్రమలో హాస్యనటుడిగా నా స్థానం క్రమక్రమంగా ఎదగడం
నాకే నమ్మశక్యంగాని విషయం!
నేను ఉదయమే లేవడం - రెడీ అయి షూటింగ్ కి వెళ్ళడం -
రాత్రెప్పుడో రావడం...
పైగా అప్పట్లో షూటింగ్ ఎక్కడ జరిగితే అక్కడికి వెళ్ళాల్సి వచ్చేది.
హైదరాబాద్, తిరుపతి, రాజమండ్రి, విశాఖపట్నం, మదరాసు...
ఏ ఊరైతే ఆ ఊరు!
రోజుకు పద్దెనిమిది గంటలు... నిర్విరామంగా దశాబ్దం పాటు చేస్తూనే వున్నాను.
ఎప్పుడెళ్తానో తెలీదు... ఎప్పుడొస్తానో తెలీదు...
పగలంతా షూటింగు... రాత్రంతా డబ్బింగు...
ఇంటికొచ్చి రెస్ట్ తీసుకుందాం అనుకునేలోపు తలుపు చప్పుడు...
డబ్బింగు కోసం పిలుపు...
నా నటనకు నా వాయిస్ అదనపు హంగుని అమర్చి పెట్టింది.
నా చిత్రవిచిత్రమైన రియాక్షన్స్ వల్ల ప్రేక్షకులకు మరింత దగ్గరయ్యాను.
జంధ్యాల గారి శిష్యుడన్న పేరూ...
చిరంజీవి గారితో వుండడం వల్ల చిరంజీవి గారి మనిషన్న పేరూ...
ఇవి నాకు అదృష్టాన్ని తెచ్చి పెట్టాయి.
భగవంతుడు నన్ను హాస్యనటుడిని చేసి ప్రపంచంలోని తెలుగు ప్రజలందరినీ
నవ్వించడానికి నియమించాడన్న భావన కలిగింది!
అదంతా రాజ్యపూజ్యం!
ఇహ అవమానం విషయానికి వస్తే...

***

మనిషి గర్వించే స్థాయిలో వుండి నిగర్విలా జీవించాలి.
గెలుపు మత్తు తలకెక్కి పొగరూ, అహంకారంతో ప్రవర్తించకూడదు.

నాకు పొగరూ లేదు, అహంకారం లేదు - ఖచ్చితంగా వుండేవాడిని.
ఇదంతా నేనొక స్థాయికి చేరుకున్నాకే!
కానీ ఈ సంఘటన జరిగింది మాత్రం మొదట్లోనే!
అప్పుడు...
రామానాయుడు గారి సినిమా...
వెంకటేష్ హీరో...
'బ్రహ్మపుత్రుడు' సినిమా పేరు...
దాసరి నారాయణరావు గారు దర్శకుడు...
అందులో నాకు వేషం అన్నారు.
నా జీవితాన్ని మలుపు తిప్పిన సినిమా 'అహ నా పెళ్ళంట' తీసిన బ్యానర్.
సురేష్ ప్రొడక్షన్స్... నిర్మాత రామానాయుడుగారు...
మళ్ళీ అదే బ్యానర్ లో వేషం అంటే సంతోషంగా అనిపించింది.
అయితే...
నాకు తెలీకుండానే నేను గజిబిజిలో పడ్డాను.
తెల్లవారితే బ్రహ్మపుత్రుడు షూటింగు!
అప్పుడే జంధ్యాలగారి 'వివాహ భోజనంబు' ప్యాచ్ వర్క్ అన్నారు.
ఆ రోజు నేను అశోకా హోటల్లో వున్నాను. హైదరాబాద్‌లో వేరే షూటింగ్!
తెల్లవారితే హైదరాబాద్‌లో బ్రహ్మపుత్రుడు అటెండవ్వాలి.
'వివాహ భోజనంబు' ప్యాచ్ వర్క్ కోసం మదరాసు వెళ్ళాలి.
ఇక్కడ షూటింగని చెప్పాను.
ప్యాచ్ వర్క్ ఫినిష్ కాకపోతే ప్రాబ్లెమ్స్ అన్నారు.
రెండూ రెండు కళ్ళు!
'అహ నా పెళ్ళంట' లో నా జీవితాన్ని మలుపు తిప్పిన దర్శకులు జంధ్యాలగారు.
అదే సినిమాకి ప్రొడ్యూసర్ రామానాయుడుగారు.
ఏం చేయాలి?
నా డేట్స్ ఫలానా వాళ్ళకిచ్చాను - అని చెప్పుకునే స్టేజి నాది కాదు.
ఇరుకున పడ్డాను.
తప్పని పరిస్థితుల్లో 'వివాహ భోజనంబు' ప్యాచ్ వర్క్ కోసం వెళ్ళాను.
నా కోసం సురేష్ ప్రొడక్షన్స్ మేనేజర్ కారు తీసుకుని అశోకా హోటల్‌కి

వెళ్ళాడు.

నేను లేననీ, ఖాళీ చేసి వేరే షూటింగ్ కి వెళ్లాననీ తెలిసింది!

తరువాత నా గురించి రామానాయుడు గారికి చేరవేసిన విషయం ఏమిటంటే...

బ్రహ్మానందం రాత్రంతా తాగేసి...

ఈ షూటింగ్ ని కాదనుకుని, వేరే షూటింగుకెళ్ళిపోయాడూ అని!

ఆ విధంగా నాయుడు గారి దృష్టిలో నేను చెడ్డవాడినయ్యాను.

ఆ సంగతి నాకు తెలిసింది.

ఆ తరువాత నా ప్లేస్ లో నగేష్ గారిని తీసుకున్నారని కూడా తెలిసింది.

నాకు అవకాశం పోయిందన్న బాధకన్నా -

అపవాదు మోయాల్సిరావడమే కష్టంగా తోచింది.

ఒక రోజు...

నేను హైదరాబాదులో ఒక షూటింగ్‌లో వున్నాను.

అక్కినేని నాగేశ్వరరావు గారు హీరో...

ఆయన పెద్దల్లుడు యార్లగడ్డ సురేంద్ర గారు ప్రొడ్యూసర్...

దానికే రాం గోపాల్ వర్మ అసిస్టెంట్ డైరెక్టర్...

ఆ సినిమాలో నూతన్ ప్రసాద్ గారు కూడా చేస్తున్నారు.

నేను షూటింగ్ గ్యాప్ లో డల్ గా కూర్చుని వుండటం గమనించి

నూతన్ ప్రసాద్ గారు కారణమేంటని అడిగారు.

జరిగిందంతా చెప్పాను.

నన్ను ప్యాచ్ వర్క్ కోసం తీసుకెళ్ళిన వాళ్ళు నాయుడు గారితో చెప్తామన్నారు, చెప్పలేదు.

నేను లేనని చెప్పాల్సిన వాళ్ళు నాయుడుగారికి నిజం చెప్పలేదు.

"వెళ్లి నువ్వే నాయుడు గారితో నిజం చెప్పు" అన్నారు.

నేను సంశయించాను.

ఇబ్బంది పెట్టినందుకు కోపంగా వుంటారేమో అన్నాను.

"జరిగింది చెప్పకపోతే ఆ గ్యాప్ అలాగే వుంటుందీ...

అది వేరే రూపం దాలుస్తుందీ...

నిజం చెప్పడం వల్ల సమస్య సమసిపోతుందీ..." అని సలహా ఇచ్చి

షూటింగ్ అయిపోగానే ఆయన కార్లోనే నన్ను నాయుడుగారి ఇంటికి

తీసుకు వెళ్లారు.

ఆయన బయట కారులోనే కూర్చున్నారు.

నేను బెరుగ్గా లోపలికి నడిచాను.

అప్పుడు నాయుడిగారితో దాసరి గారు వున్నారు.

వాళ్ళిద్దరూ కాకుండా ఇంకెవరో వున్నారు.

"ఏంటయ్యా, ఇలా వచ్చావ్ ?" అన్నారు నాయుడుగారు.

నాకు ధైర్యమొచ్చింది.

జరిగింది చెప్పబోయేలోపలే -

ఆ ఇంకెవరో "బుద్ధీ జ్ఞానం లేదా -

తాగేసి షూటింగ్ మానేస్తావా" - అంటూ విరుచుకుపడ్డారు.

నాకసలు అలవాటే లేదని చెప్పాలనుకున్నాను.

ఆ ఇంకెవరో చెప్పనివ్వలేదు.

రామానాయుడు గారు ఆ ఇంకెవరినో ఆపి -

నా దగ్గరకొచ్చి భుజం తట్టి -

"నీకు మంచి భవిష్యత్తు వుంది, కానీ డేట్స్ చూసుకోవడం తెలీడంలేదు.

కాబట్టి నువ్వొక మంచి మేనేజర్‌ని పెట్టుకో! అప్పుడీ గందరగోళం వుండదు."

అని చెప్పారు.

అమూల్యమైన సలహా అది!

పైగా ఆయన సంస్కారానికి నమస్కారం చేయాలనిపించింది.

అలా నాకు జరిగిన అవమానాన్నించి - నాయుడుగారే రక్షించారు.

ఆ తరువాత నేను మేనేజర్‌ని పెట్టుకున్నాను.

ఆ మేనేజర్ ఎవరో కాదు...

నా హితుడు... స్నేహితుడు... నా స్టూడెంట్ అయిన పోలిశెట్టి నాగశేషు!

ఆ శేషు ఆ రోజు నుంచీ ఈ రోజు దాకా నాతోనే వున్నాడు.

నా డేట్స్ తనే చూస్తున్నాడు.

ఇదీ నా రాజ్యపూజ్యం కథ - అవమానం కథ!

ఇక్కడ నన్ను రక్షించిందెవరు?

ఆ స్వామే గదా!

***

మంచి మనిషికి మరణం లేదు

సంస్కారం... ఔదార్యం... ఔన్నత్యం... సత్యం శివం సుందరం...!

ఒక పరిణితి సాధించిన వారికి ఇవన్నీ అబ్బుతాయో...!

ఇవన్నీ వున్నవారే పరిణితి సాధించే స్థాయికి వెళతారో బేరీజు వేయడం కష్టం!

వృత్తిలోనూ - వ్యక్తిగానూ ఎంతో ఎదిగి పోయిన రామానాయుడు గారు

నా దృష్టిలో మరింత ఎదిగిపోయిన సంఘటన ఒకటి జరిగింది.

బ్రహ్మపుత్రుడు డేట్స్ అడ్జెస్ట్ చేసే కన్ఫ్యూషన్ లో -

రామానాయుడుగారి ముందు దోషిలా నిలబడాల్సి రావడం వాస్తవం - విచారకరం!

అప్పుడు నేను మానసికంగా నలిగిపోయాను.

సంజాయిషీ ఇచ్చుకునే పరిస్థితి తెచ్చుకున్నందుకు ఇబ్బంది పడ్డాను.

కానీ - అదేమీ మనసులో పెట్టుకోకుండా -

ఇబ్బంది పెట్టిన వాడికి వేషం ఇవ్వడమేమిటీ అని అనుకోకుండా -

జరిగినదంతా మరచిపోవడానికీ,

ఆ ఇబ్బంది నుండి బయట పడేయడానికి -

నాకు 'ప్రేమ' అనే సినిమాలో వేషం ఇచ్చారు.

అందులో వెంకటేష్ హీరో.

అప్పట్నుంచీ సురేష్ ప్రొడక్షన్ నుంచి వచ్చే ప్రతీ సినిమాలోనూ నాకు వేషం

ఇవ్వడం -

రామానాయుడు గారి సంస్కారానికీ... ఔదార్యానికీ ... ఔన్నత్యానికీ నిదర్శనంగా నాకనిపించేది!

***

ఇది ఇలా ఉంచితే...

సాయం వేరు...

అవకాశం ఇవ్వడం వేరు!

అభిమానించడం వేరు...

అభినందించడం వేరు!!

ఇవన్నీ నేను ఒకరినుంచే పొందడమే ఇక్కడ విశేషం.

ఆ విశేషాలన్నిటికీ మూలమైన వ్యక్తి రామానాయుడు గారు.

నాకు అవకాశాలు విరివిగా వచ్చి - బిజీ అయిపోవడం ఒక ఎత్తయితే...

డాక్టరేట్ రావడం, పద్మశ్రీ రావడం మరో ఎత్తు!

అప్పుడు నాకు ఫోనొచ్చింది రామానాయుడు గారి నుంచి.

అవార్డులు సాధించిన సందర్భంగా అభినందనలు షరామామూలే!

కానీ, ఆత్మీయంగా ఆయన నన్ను కుటుంబంతో సహా భోజనానికి రమ్మని ఆహ్వానించారు.

నన్నేనా అని నేను నమ్మాలా! నిన్నేలే అని ఆయన "వినిపిస్తోందా" అన్నాక అర్థమైంది!

విన్నది నేనే!

అన్నది ఆయనే!

"నేను పరిచయం చేసిన నటుడివి నువ్వు - ఈ రోజు ఇంత గొప్పవాడివైనందుకు చాలా సంతోషంగా వుంది. ఆ సంతోషాన్ని కలిసి పంచుకుందాం రా!" అని పిలిచారు.

ఇటువంటి ఆహ్వానాలు నాకు కొత్త కాదు,

కానీ రామానాయుడు గారి లాంటి మూవీ మొఘల్ నుంచి ఆహ్వానం రావడం అనిర్వచనీయమైన ఆనందాన్నిచ్చింది!

తప్పకుండా వస్తానన్నాను.

తప్పకుండా వెళ్ళాను.

మాట తప్పకుండా ఆయన పిలిచిన రోజే వెళ్ళాను... డేట్స్ అవీ అడ్జెస్ట్ చేసుకుని!

నేనూ, నా భార్య, నా ఇద్దరు పిల్లలు! అందరం కలిసి వెళ్లాం!

ఆప్యాయంగా పలకరించారు.

ఆత్మీయంగా ఆలింగనం చేసుకున్నారు.

అభిమానంగా లోపలకు ఆహ్వానించారు.

ఆయనదెంత గొప్ప మనసంటే - పిలిచి, కూర్చోబెట్టి, వంటవాళ్ళని వడ్డించమని చెప్పి, ఫ్యామిలీని ఒకసారి పరిచయం చేసి పంపించేయవచ్చు!

అలా చేయలేదు.

ఆయన కుటుంబాన్నంత భోజనానికి కూర్చోబెట్టారు.

సురేష్ బాబు ఆయన కుటుంబం...

వెంకటేష్ గారూ ఆయన కుటుంబం...

రామానాయుడు గారూ, వారి సతీమణి... మొత్తం ఆ కుటుంబంతో మా కుటుంబం కూర్చున్నాం!

దగ్గరుండి భార్యా భర్తలు ఇద్దరూ వడ్డించారు.

వెంకటేష్ గారూ, సురేష్ గారూ కూడా అవేసుకొండీ, ఇవేసుకొండీ అంటూ వడ్డిస్తోంటే-

వారి ఆప్యాయత చూసి నాకు కళ్ళు చెమర్చాయి.

సామాన్యమైన నటుడిగా వచ్చి - అసామాన్యమైన నిర్మాత ఇంట్లో అనితరసాధ్యమైన ఆతిథ్యం అందుకుంటున్నందుకు ఆ అనుభూతి వర్ణనకి అతీతంగా వుంది!

చల్లదనంతో కూడిన మధురిమతో మనసు అలౌకికానందానికి లోనయ్యింది.

భోజనం ముగిసింది!

భుక్తాయాసం తీరేదాకా కబుర్లు! కాలక్షేపం!!

ఆ ఇంట్లో నేనున్నంత సేపూ నేను చేసిన సినిమాలోని పాత్రల గురించీ, డైలాగ్స్ గురించీ, ఆ హాస్యసన్నివేశాల గురించీ చర్చ జరిగింది.

నవ్వులతోనే సమయమంతా గడిచింది!

సెలవు అడిగితే -

అప్పుడే కాదని నన్నూ నా భార్య లక్ష్మిని కూర్చోబెట్టారు.

ఆయనా వేంకటేశ్వర స్వామి భక్తుడే!

వారింట్లో వున్న వేంకటేశ్వరస్వామి విగ్రహం పాదాల దగ్గరనుంచి కుంకుమ తెచ్చి నా నుదుటన పెట్టారు.

నాకూ, లక్ష్మికీ బట్టలు ... 'పట్టుబట్టలు' పెట్టారు.

మమ్మల్ని మనసారా ఆశీర్వదించారు.

"చాలా సంతోషంగా వుంది బ్రహ్మానందం. ఈనాడు ఈ స్థాయిలో వున్నా మొదటి సినిమాకి ఎలా వున్నావో ఇప్పుడూ అలాగే వున్నావ్. ఏమి మార్పు రాలేదు నీలో!" అన్నారు.

"ఇంకా ఇంకా గొప్ప పేరు ప్రఖ్యాతలు రావాలని కోరుకుంటున్నా" నన్నారు.

ఆ నిండు మనసుకూ, ఆ నిండయిన విగ్రహానికీ మనసునిండా నిండిన ఆనందంతో నమస్కారం పెట్టుకుని బయలుదేరాం!

భార్యాభర్తలు ఇద్దరూ మా కారు వరకూ వచ్చి వీడ్కోలు పలికారు.

"ఎదుటివాడికి నువ్వేం చేయాలనుకుంటున్నావో...

భగవంతుడు నీకది ముందే ఇస్తాడు." అనేది ఒక మంచిమాట.

ఆ తరువాత ఆయనకు పద్మ భూషణ్, దాదా సాహెబ్ ఫాల్కే అవార్డు వచ్చినప్పుడు నేనా మాట గుర్తు చేశాను.

ఆ ఉన్నత మూర్తికి -

ఆ సంస్కారవంతుడికి -

మరణం లేదు!

ఆయన అశేష ప్రజానీకం మనసులో అజరామరమై వుంటారు.

***

నేను / మీ బ్రహ్మానందం

పుణ్యక్షేత్రమ్ములు యెన్నియున్ననూ

కైలాసం వైకుంఠం వైపు తిరిగింది...
ఎందుకో...?
గంగానది పాల సముద్రాన్ని ప్రశ్నించింది...
ఏమనో...?
ఫణిభూషణం ఆది శేషుడి వైపు నివ్వెరబోతూ చూసింది... ఎందుకనో?
ఈ హరీశ్వర అనుసంధానం ఎందుకు జరిగింది?
ఆ కథా కమామీషు తెలుసుకోవాలంటే - కాశీక్షేత్రంలో అడుగు పెట్టాల్సిందే!

***

అది పవిత్రమైన పుణ్యక్షేత్రం... కాశీ!
అక్కడ పరమపావన తీర్థం... గంగ!!
ఎవరో అన్నట్టు...
పావన క్షేత్రములకెల్ల వాసి... వారణాసి!
కాశీ గురించి ఇంతగా ఎందుకు చెప్పాల్సి వచ్చిందంటే -
భూలోక వైకుంఠ తిరుమల క్షేత్రమైతే
భూలోక కైలాసం ఈ కాశీ క్షేత్రం గనక

***

ప్రస్తుతానికొస్తే...

నేను కాశీకొచ్చాను.

షూటింగు కోసం.

భారీ బడ్జెట్ సినిమా... హీరో చిరంజీవి... హీరోయిన్ సోనాలీ బింద్రే...

దర్శకులు బి.గోపాల్ గారు... సినిమాటోగ్రాఫర్ వి.ఎస్.ఆర్. స్వామి గారు...!

అందరూ మహానుభావులే!

అందులోనూ ఆరోజు షూటింగ్ లో...

చిరంజీవిగారిని కలవడానికొచ్చిన డైరెక్టర్ దర్శకేంద్రుడు కె.రాఘవేంద్రరావు గారు...

ప్రొడ్యూసర్ కె.ఎస్. రామారావు గారు...

ఆ సినిమా రచయితలైన పరుచూరి బ్రదర్స్...

ఎందరో మహానుభావులు... అందరూ వున్నారు.

అప్పుడు మా సీన్ జరుగుతోంది.

కాశీకి కొత్తగా వచ్చిన అమాయక జంటని కొందరు మోసగాళ్ళు అక్కడ

ఎలా మోసం చేశారనేదే సీను.

ఆ జంట ఏ.వి.ఎస్, శోభ.

ఆ మోసగాళ్ళలో ఒకడు - ఇటువంటి బేరాలు తెచ్చే ఎం.ఎస్.నారాయణ...

ఇంకొకరు ధర్మవరపు సుబ్రహ్మణ్యం...

దొంగ పూజలు చేసి నిలువు దోపిడితో నిలువునా ముంచేసే పాత్రలో నేను...

ఇదీ సీను!

***

గంగానది ఒడ్డున షూటింగు.

ఏ.వి.ఎస్, శోభని నా దగ్గరికి తీసుకొస్తాడు ఎమ్మెస్.

నేను నగలన్నీ మూటగట్టించి నీటిలో వేయమంటాను.

నమ్మించడం కోసం నీటిలో ఓ ఉంగరం వేస్తే రెండు ఉంగరాలొచ్చినట్టు

చూపిస్తాను.

వాళ్ళు నమ్ముతారు.

పూజ పూర్తయి నేను కళ్ళు తెరవమనేంత వరకూ నీళ్ళలోంచి ఆ నగల మూట

తీయకూడదనే భయాన్ని కలిగిస్తాను.

చిత్రీకరణ మొదలయింది.

కెమెరా రోలింగ్...
డైరెక్టర్ యాక్షన్ చెప్పారు...
అప్పుడు మొదలు పెట్టాను మంత్రాలు...
ఒక్క అక్షరం స్పష్టంగా వుండదు గానీ వినడానికి మంత్రాల్లాగే వినబడతాయి.
ఒక్కటీ నిజమైన మంత్రం కాదుగానీ పండిపోయిన వేదపండితుడు
చదువుతున్నట్టే వుంటుంది.
స్పష్టత లేని ఉచ్ఛారణ...
అయినా స్పష్టమైన యాస...
ఓం తో మొదలు పెట్టి స్వాహాతో ప్రతీవాక్యం పూర్తి చేస్తూ...
మధ్యలో నేనేం చదువుతున్నానో నాకే తెలీదు.
ఆ ఫ్లో ఎలా వచ్చిందో కూడా నాకు తెలీదు.
"నాకసలు మంత్రాలు తెలీదు!"
చివర్లో రుద్రం చదువుతున్నట్టు గడగడలాడించేలా శబ్దం పెంచుతూ
విజృంభించాను.
సీన్ కట్ చెప్పేదాకా ఎక్కడా మంత్రాలు ఆపలేదు.
సీన్ కట్ చెప్పారు డైరెక్టర్ గారు.
అంతే!!
ముందు చప్పట్లు మొదలు పెట్టింది వి.ఎస్.ఆర్ స్వామి గారు
వరసగా అక్కడ వున్న అతిరథ మహారథులందరూ చప్పట్లు కొట్టడం మొదలు పెట్టారు.
వారే కాకుండా యూనిట్ సభ్యులూ... షూటింగ్ చూడటానికొచ్చిన అందరూ
చప్పట్లు కొట్టడం మొదలయింది.
ఆ ధ్వని తరంగాలు తరంగాలై... ప్రయాణం చేస్తూ...
పుడమి వేదికగా... అంతరిక్షం హద్దుగా...
ఢమరుకం మ్రోగుతుంటే... ఢంకా నినాదం మారుమ్రోగుతోంటే...
ఆనంద తాండవం చేస్తున్న ఆ కాశీ విశ్వేశ్వరుడి చెవిన చప్పట్ల శబ్దం పడింది.
ఇంకా నాటకం పూర్తికాకమునుపే ఆ కరతాళ ధ్వనులేమిటని -
చుట్టూ పరికించి చూసి చూపు సారించి...
గంగానది ఒడ్డున జరుగుతున్న అభినందన పర్వాన్ని తిలకించి...
నివ్వెరబోయి...

సాక్షాత్తూ నటనకు మూలాధారమైన నటరాజు...
అక్కడి నటవిశ్వరూపం చూసి విస్తుపోయి...
ఆ చప్పట్ల హోరు చూసి నిర్ఘాంతపోయి... నాట్యమాపి చూస్తోంటే -
అప్పుడే...
కైలాసం వైకుంఠం వైపు తిరిగింది... అందుకే!
ఏమిటీ వింత అని శివుడు దివ్యదృష్టితో చూస్తోంటే -
కొన్నేళ్ళ క్రితం జరిగిన సంఘటన గుర్తుకు వచ్చింది.
శివుడు మైమరచిపోయి ఆనందతాండవం చేస్తున్నప్పుడు -
ఆ కాలి మువ్వల్లోంచి ఓ సిరిసిరిమువ్వ ఎగిరి భూలోకాన పడింది.
అదేదో తినేదనుకుని ఆ కాలి మువ్వ మింగేశాడో బాలుడు.
ఆ బాలుడే బ్రహ్మానందం.
అందుకే వాడు నోరు తెరిస్తే - సిరిమువ్వల సింహానాదంలా నవ్వులు
గలగలమని వినిపిస్తూనే వుంటాయి. అది గుర్తొచ్చి - అర్థమై -
శివుడు చిద్విలాసంగా నవ్వుకున్నాడు.

***

ఇది నా ఊహ!
ఊహయినా ఎంత సజీవంగా వుంది?
నిజంగా నేనెంత ధన్యుడిని కాకపోతే -
అంతమంది మహానుభావులు నా నటన చూసి - చప్పట్లతో, అభినందనలతో,
కరచాలనంతో, ఆలింగనంతో ముంచెత్తుతారు?
ఎక్కడి బ్రహ్మానందం... ఎక్కడ... ఎక్కడి బ్రహ్మానందమయ్యాడు?
అందుకే నేను కాశీని మరువలేదు.
విశ్వేశ్వరుడినీ మరువలేదు.
ఆ అనుభూతినిప్పటికీ నా హృదయం ఆస్వాదిస్తూనే వుంది!
ఓం హరీశ్వరం!

***

నేను / మీ బ్రహ్మానందం

కాశీ విశ్వనాథుడే పిలిస్తే

ఊహ...!
మధురోహ...!
తీపి జ్ఞాపిక...!
ఒక సజీవ స్మృతికి ప్రతీక...!!
శివుడేమిటీ, తాండవమేమిటీ, మువ్వని మింగడమేమిటి, ఈ అభూతకల్పనేమిటి
ఈ జీవిత చరిత్రలో ఈ స్వోత్కర్ష పనేమిటి...
అనుకునే వారికి...
ఈ అతిశయోక్తి అలంకారానికి మాత్రమే వాడుకున్నాను తప్ప -
అహంభావంతో కాదని మనవి చేస్తూ...
కాశీలో జరిగిన ఈ సంఘటన కాశీ విశ్వనాథుడితో ఎలా
అనుసంధానించుకోవాల్సి వచ్చిందో మీకు వివరిస్తాను.

***

ఇంద్ర సినిమా రిలీజయింది!
కనీవినీ ఎరగని రీతిలో పెద్ద హిట్టయింది.
ప్రశంసల జల్లులు... అభినందనల పరంపరలో... నటీనటులు...
సాంకేతిక నిపుణులు... తరించి పోతున్న సమయమిది!
చిరంజీవి గారి నట విశ్వరూపం...

బి.గోపాల్ గారి దర్శకత్వ ప్రతిభ...
వీటికి తోడు - హాస్య సన్నివేశాల్లో నా నటవిన్యాసం...
ఏ.వి.ఎస్, ఎమ్మెస్ నారాయణ, ధర్మవరపు సుబ్రహ్మణ్యంతో పాటు -
ప్రధాన హాస్యనటుడిగా వున్న నేను వేసిన పండితుడి వేషం...
ప్రేక్షకులు నీరాజనం పట్టేలా చేశాయి.
నాకు చాలా మంచి పేరొచ్చింది.
సరిగ్గా ఆ సమయంలో...
ఈ పేరు ఈ ప్రశంసలు... ఈ అభినందనలూ వీటిని మించిన...
గౌరవం ఒకటి దక్కింది.
అదేమిటంటే...
ఇంద్ర సినిమా అందరితోపాటు మరో ప్రముఖ వ్యక్తి కూడా చూశారు.
ఆయనే కళాతపస్వి కె. విశ్వనాథ్ గారు.
చూశారు.
నా హాస్య సన్నివేశాలు చూసి నవ్వారు.
అంతటితో ఆగలేదు.
నన్ను వారి ఇంటికి ఆతిథ్యానికి పిలిచారు.
అదో అందమైన అనుభూతి.
అదే అందమైన అనుభూతి అనుకుంటే-
తీరా వారింటికి వెళ్ళాక అంతకన్నా అనిర్వచనీయమైన ఆనందం కలిగింది.
"బ్రహ్మానందం... ఆ పిక్చర్‌లో ఆ పంతులు వేషం ఎలా వేశావూ...
నిజంగా నువ్వు వేదమంత్రాలు చదువుతున్నట్టు ఎలా ఉచ్ఛరించావూ...
అసలా సినిమాని ఎన్నిసార్లు చూశామో తెలీదు ..." అని ప్రశంసించి -
వారి సతీమణి శ్రీమతి 'జయలక్ష్మి'గారిని కూడా పిలిచి -
"మనం ఎంత నవ్వుకున్నామో చెప్పు" అన్నారు.
ఆవిడ కూడా నిజంగా "వేదపండితుడివే అని భ్రాంతి కలిగించేలా
నటించావు." అంటూ అభినందించారు.
అసలు ఎలా ఆ మంత్రాలు ఉచ్ఛరించావని విశ్వనాథ్ గారు ఆశ్చర్యబోతే -
"చిన్నప్పుడు పంతులుగారు చదివే మంత్రాలు విని అనుకరించడం
మొదలు పెట్టాను." అని వినయంగా చెప్పాను.
మళ్ళీ ఒక్కసారి ఆ మంత్రాలు వినాలనుందీ అన్నారు.

అప్పటికప్పుడు నేను లయబద్ధంగా మంత్రాలు కాని మంత్రాలు
చదువుతోంటే -
ఆయన మహదానంద పడిపోయి నవ్వడం మొదలు పెట్టి –
చప్పట్లు కొట్టి భుజం తట్టి ఆశీర్వదించారు.
అది నిజంగా మరిచిపోలేని మధురానుభూతి!
అదే అనుభూతి మళ్ళీ నాకు ఈ మధ్య కూడా కలిగింది.
వారు తొంభై ఏళ్ళు దాటి వృద్ధాప్యం అడుగు పెట్టినా
ఆ సన్నివేశాన్ని మరచిపోలేదు.
ఈ మధ్య వారిని కలవడానికి వెళ్ళినప్పుడు -
ఆ విషయం గుర్తు చేసుకుని - మళ్ళీ ఆ మంత్రాలు చదవమన్నారు.
ఇన్నేళ్ళయినా నేను అప్పటిలాగే అదే ఎనర్జీ, అదే ఫ్లో లో చదవడం
మొదలు పెట్టాను.
విశ్వనాథ్ గారు అంతే ఆనందపడిపోయి -
అభినందనలతో పాటు ఆశీర్వచనమూ అందించారు.
ప్రత్యేకంగా వారొక మాటన్నారు...
“మనం దేవుడి పటాన్ని గాని, విగ్రహాన్ని గానీ చూడగానే -
అప్రయత్నంగా రెండు చేతులూ ఎలా అయితే జోడిస్తామో...
నీ మొహం చూడగానే రెండు పెదవులూ అలా నవ్వడానికి
సిద్ధంగా వుంటాయి” అన్నారు.

***

దీనికీ నా ఊహకూ అందుకే అవినాభావ సంబంధం ఏర్పడింది.
ఎందుకంటే -
ఈ సంఘటన జరిగింది కాశీలోని షూటింగ్‌లో...
కాశీనాథుడయిన విశ్వనాథుడి సన్నిధిలో!
కె. విశ్వనాథ్ గారి పూర్తి పేరు కూడా - కాశీనాథుని విశ్వనాథ్.
నా ఊహకు ప్రాణం పోసినట్టే -
కాశీ విశ్వనాథుడు నన్ను అభిమానించి, అభినందించినట్టే అనిపించింది.
నటనకు మూలాధారమైన నటరాజు ఆశీస్సులు ఈ రూపంగా కూడా
నాకు దక్కినట్టనిపించింది.
ఓం నమః శివాయ!

నేను / మీ బ్రహ్మానందం

బ్రహ్మానందం దొంగతనం చేశాడు

ఊటీ...

సుందరమైన... శీతలమైన ప్రదేశం...

కానీ నాకు చెమటలు పట్టించిన స్థలం!

అదేమి చిత్రమో...

"బ్రహ్మానందం దొంగయ్యాడు!"

నేను ఎంత దారుణంగా దొంగయ్యానో తెలుసుకోవాలంటే...

ఇప్పుడు ఊటీ కెళ్ళాలి.

వెళ్ళాల్సి వచ్చింది.

చంటబ్బాయ్ సాంగ్ చిత్రీకరణకోసం -

చిరంజీవి గారు, జంధ్యాల గారు యూనిట్ తో కలిసి ఊటీకెళ్ళారు.

అక్కడ నేను లేకపోవడం వల్ల చిరంజీవి గారికి ఎంటర్టైన్మెంట్ కరువైందని -

నన్ను పిలిపించమన్నారు.

జంధ్యాల గారు కూడా ఒప్పుకున్నారు.

మేనేజర్ నాకు ఫోన్ చేసి అర్జెంటుగా బయలుదేరమన్నాడు.

అప్పుడు నేను అత్తిలిలో వున్నాను.

ఉన్నపళంగా బట్టలు సర్దుకుని బయలుదేరాను.

సప్తగిరి ఎక్స్ప్రెస్ ఎక్కించాడు మేనేజర్.

నా మీద ప్రేమతో కాకపోయినా-
పిలిపించేది చిరంజీవి గారు కాబట్టి - ఏసీ కోచ్ లో బెర్త్ కన్ ఫర్మ్ చేశారు.
ఏసీ కోచ్ అంటే పది ఊటీల చల్లదనం నాకు.
పడుకుంటే చలి. నిద్రరాదు.
డబ్బులిస్తే దుప్పట్లు ఇస్తారన్న సంగతి నాకు తెలీదు.
అలవాటు లేని ఏసీ - చలికాలంలో మంచు పర్వతాల మీద మంచమేసుకు పడుకున్న అనుభవాన్నిచ్చింది.
గడగడ వణుకుతూ కోయంబత్తూరులో దిగాను,
దిగిం తర్వాత ప్రొడక్షన్ మేనేజర్ వచ్చి రిసీవ్ చేసుకున్నాడు.
ఊటీలోని స్టార్ హోటల్‌లో చిరంజీవిగారి సూట్ పక్కనే నాకో సూట్ బుక్ చేశారు.
ఆ క్షణం నాకు తెలీదు...
ఆ స్టార్ హోటల్‌లోనే నేను దొంగనవుతానని.
దిగాను.
రెడీ అయ్యాను.
లొకేషన్‌కి వెళ్ళాను. చిరంజీవి గారూ - జంధ్యాలగారూ ఆప్యాయంగా ఆహ్వానించారు.
ఉన్న రెండు రోజులూ నేను నవ్విస్తూనే వున్నాను.
కానీ ఆ నవ్వుల స్థానంలోనే వారిద్దరి కోపాన్ని చూడాల్సి వస్తుందని కలలో కూడా అనుకోలేదు.
ఆ సమయమూ రానే వచ్చింది.
షూటింగ్ పూర్తయి - సూట్‌కేస్ సర్దుకుని - ఇక బయలుదేరుదాం అనుకుంటూ వుండగా -
చిరంజీవి గారు నా గదికొచ్చారు -
"అన్నీ సర్దుకున్నావా బ్రహ్మం... ఏమి మరచిపోకుండా!" అని అడిగారు.
ఆయన నామీద చూపించిన అభిమానానికి మురిసి ముక్కలయ్యాను.
కాసేపటిలోనే నా మనసు ముక్కలవబోతుందని నాకేం తెలుసు?
"ఏదైనా మరిచిపోతే ఇబ్బంది గదా" అన్నారు.
"ఏవుంది సర్ నాలుగు జతలే గదా!" అన్నాను.
"సర్లే బయలుదేరు" అన్నారు.
ఆయన వెళ్ళిపోయారు.

నేను సూట్ కేస్ తీసుకుని బయలుదేరాను.

రిసెప్షన్ దగ్గరికి రాగానే - ఒక రిసెప్షనిస్ట్...

"సర్ వుయ్ వాంట్ టు సెర్చ్ యువర్ లగేజ్" అన్నాడు.

ముగ్గురం తెల్లబోయి చూశాం.

చిరంజీవి గారు "వాట్ నాన్సెన్స్" అని అరిచారు.

అయినా వాళ్ళు మర్యాద పూర్వకంగానే రిక్వెస్ట్ చేశారు -

చిరంజీవి గారు చెక్ చేసుకోమన్నారు.

ముందు చిరంజీవి గారి లగేజ్, తరువాత జంధ్యాల గారి లగేజ్ చెక్ చేసి వాళ్ళకు అప్పజెప్పారు.

తర్వాత నా సూట్ కేస్ ఓపెన్ చేశారు.

నేను దర్జాగా సూట్ కేస్ ఇచ్చి కేర్ లెస్ గా నిలబడ్డాను.

క్షణంలో నా మొహం మాడిపోయింది.

నా బట్టల కింద ఫోర్కులు, స్పూన్లు బయట పడ్డాయి.

నా కాళ్ళ కింద భూమి కంపించినట్టయింది.

మెదడు పని చేయడం ఆగిపోయింది.

చిరంజీవి గారు "బ్రహ్మం ఏంటయ్యా ఇది, ఏంటీ పని చీప్ గా? ఆరిస్టుల పరువు తీశావ్ గదయ్యా" అని మొత్తం నటలోకానికే నా వలన చెరగని మచ్చ ఏర్పడినట్టు తిట్టారు.

నాకు వణుకు పుట్టుకొచ్చేసింది.

రిసెప్షన్ లోనే ఒక కార్నర్ లో నిలబెట్టేశారు.

ఆ విధంగా నేను దొంగనయ్యాను.

అయితే ఏ విధంగా దొంగానయ్యానో క్షణాల్లోనే అర్థమైంది.

వీడియో టేప్ని రివైండ్ చేసినట్టు -

టైం మెషిన్ ఎక్కేసి గతంలోకి పరిగెత్తినట్టు -

సీన్స్ అన్నీ చకచకా వెనక్కి వెళ్లి చిరంజీవి గారు నా గదికొచ్చిన దగ్గర ఆగిపోయాను.

అప్పుడు నేను అద్దం ముందు శ్రద్ధగా దువ్వుకుంటున్నాను.

చిరంజీవి గారు తెరిచి వున్న నా సూట్‌కేస్ లోంచి షర్టు తీసి చూసి -

"ఈ షర్టు బావుందయ్యా, ఎక్కడ కుట్టించావ్" అని అడిగారు.

నేను బదులు చెప్పగానే "అన్నీ సర్దుకున్నావా?" అని అడిగి నన్ను
మురిసి ముక్కలయ్యేలా చేసి వెళ్ళిపోయారు.

అక్కడినించి మళ్ళీ - రిసెప్షన్ దగ్గరికి వచ్చి నిలబడ్డాను.

ఇది చిరంజీవి గారి పనా టీజింగా... ర్యాగింగా...

అర్థమయ్యి కానట్టే వుంది.

అడగాలంటే భయం...

ఆ భయాన్ని మరింత పెంచేలా "జంధ్యాల గారూ, ఏంటి సార్ ఈ దరిద్రం?
మీరిలాంటి వాళ్లనా ఎంకరేజ్ చేసేది. ఇటువంటి పనులు చేసేవాళ్ళని
ఎంకరేజ్ చేస్తే - మొత్తం పరువంతా తీసేశాడు గదండీ" అని అరిచారు.

జంధ్యాల గారూ తిట్టారు.

నేను బిత్తర చూపులు చూడటం తప్ప - ఆ సమయంలో వాళ్ళని
ఏమని అడగ్గలను?

ఇప్పుడు నా పరిస్థితి ఏమిటి?

ట్రయిన్ టైమవుతుంది - అని జంధ్యాల గారూ, చిరంజీవి గారూ వెళ్ళిపోయారు.

నన్నెవరూ పట్టించుకోలేదు.

ఉండాలా - వెళ్ళాలా - వెళ్ళనిస్తారా - పనిష్మంట్ ఇస్తారా - ఇలాంటి రసాత్మక
సందిగ్ధావస్థలో పడి ఉక్కిరి బిక్కిరవుతున్నాను.

కారులో వాళ్ళు వెళ్ళిపోతే - నా పరిస్థితేమిటో అగమ్యగోచరంగా వుంది.

నా టికెట్ కూడా వాళ్ళ టికెట్స్‌తో పాటే ఉంటుంది.

ఇటువంటి అనిశ్చిత పరిస్థితిలో -

చిరంజీవి గారి అసిస్టెంట్ వెనక్కి వచ్చాడు.

రిసెప్షనిస్ట్ తో ఏదో మాట్లాడి నా దగ్గరికి వచ్చాడు.-

"రండి సార్. నేను సర్ది చెప్పాను లెండి." అన్నాడు.

అప్పుడు నేను ఊపిరి పీల్చుకోవడం - ఇప్పటికీ నా జ్ఞాపకాల్లో చిరస్థాయిగా వుంది.

వెంటనే రిసెప్షనిస్ట్ వచ్చి - "ఫర్ ధర్ గా ఇలాంటివేం చేయకండి సార్" అన్నాడు.

నేను తల వూపితే - దొంగతనం ఒప్పుకున్నట్టు.

ఊపకపోతే - వొదిలి పెడతాడో లేదోననే భయం.

చిరంజీవి గారి అసిస్టెంట్ నా బదులు జవాబు చెప్పాడు.

"అడ్డంగా దొరికి పోయాక ఎలా చేస్తారు లెండి." అని హామీ ఇచ్చాడు.

అది హామీలా లేదు.

నేను దొంగనన్న స్టాంప్ నా మొహం మీదే గుద్దినట్టుంది.

ముందు ఈ ఇబ్బందికరమైన సిచ్చుయేషన్ నుంచి బయట పడితే చాలు అన్నదే

నా మైండ్ లో వుంది.

ఇద్దరం బయటకి వచ్చేసరికి చిరంజీవి గారూ, జంధ్యాల గారూ వున్న కారు స్టార్ట్ అయ్యి మూవ్ అవుతోంది.

ఇద్దరం పరిగెత్తుకెళ్ళి కార్ ఆపాం.

కూర్చోనిస్తారో లేదోననుకున్నాను గానీ - వాళ్ళు మౌనంగా, గంభీరంగా

వుండటంతో - అదే అదునుగా ముందు సీట్లో డ్రైవర్ పక్కన నేనూ

అసిస్టెంటూ కూర్చున్నాం!

వెనక వాళ్లిద్దరు గంభీరంగా వున్నారు.

ముందు నేను...

పుండు మీద కారం జల్లినట్టు - అసిస్టెంట్ నాతో "ఏంటి సార్ అలా చేశారు.

మీకివి కావాలనిపిస్తే నాతో చెప్తే నేను కొనిచ్చేవాడిని గదా" అన్నాడు.

ఆ క్షణం నా మీద నాకే జాలి వేసింది. "పాపం నేను" అనుకున్నాను. కారొచ్చి ఆగింది.

దిగగానే ట్రెయినొచ్చి ఆగింది.

ముగ్గురం ఎక్కాం!

ట్రెయిన్ కదిలింది.

చిరంజీవి గారు గంభీరంగా వుండటంతో "వాతావరణం తేలిక

చేయడానికి ఓ పాట పాడవోయ్!" అన్నారు జంధ్యాల గారు. నేను ఉలిక్కిపడ్డాను.

"నా స్వరం అందుకు అనుమతించదు సార్" అని బేలగా అన్నాను.

ఆయన వినలేదు. పాడాల్సిందే అన్నారు.

తప్పనిసరయి నా గాత్రం విప్పాను - "అందమే ఆనందం..." అంటూ...

టక్ టక్ మని డోర్ కొట్టిన సౌండ్ వినిపించింది.

నేను అదిరిపడ్డాను.

నా స్వరం విని పక్క కోచ్ వాళ్ళు కొట్టడానికి వచ్చారనుకుని భయపడ్డాను.

కానీ వచ్చింది టీ సీ.

టిక్కెట్ అని అడిగాడు.

నేను వాళ్ళ వైపు చూశాను. వాళ్ళిద్దరూ వాళ్ళిద్దరి టికెట్స్ మాత్రమే చూపించారు.

టీసీ నా వైపు చూశాడు.

నేను వాళ్ళ వైపు చూశాను.

వాళ్ళు ఫ్యాన్ కేసి చూశారు.

వాళ్ళకేమి సంబంధం లేనట్టు.

నాకర్థమయింది - ఇది కూడా వారిద్దరి స్క్రీన్ ప్లే లో ఒక భాగమేనని.

నేను చేతులు జోడించి-

ఈ అర్భకున్ని ఇకనయినా క్షమించమని అడిగాను అమాయకంగా.

అప్పుడు నవ్వడం మొదలు పెట్టారు.

ముందు వాళ్ళు నవ్వడం మొదలు పెట్టారు.

ఆ తరువాత నేను నవ్వాల్సి వచ్చింది.

అలా నన్ను ర్యాగింగ్ చేసి -

రిసెప్షన్ లోనూ, ట్రెయిన్ లోనూ, నా ఎక్స్‌ప్రెషన్స్ చూసి -

వాళ్ళెంతసేపు నవ్వుకున్నారో చెప్పీ చెప్పీ నవ్వీ నవ్వీ -

అలా ప్రయాణం సాగింది.

అప్పట్నించి ఇప్పటిదాకా - జంధ్యాల గారు మధ్యలోనే దిగిపోయినా

మాలాంటి అభిమానుల్ని వొదిలి వెళ్ళిపోయినా -

చిరంజీవి గారితో మాత్రం నా ప్రయాణం "చిరంజీవ చిరంజీవ"

అన్నట్టు కొనసాగుతూనే వుంది.

***

అప్పుడు కోతి – ఇప్పుడు ఆంజనేయ స్వరూపం

శ్రీ గురుభ్యోన్నమః

ఇది... జంధ్యాల గారీ పేజీ... ఒక సంస్కారం...

ఒక వ్యక్తిత్వం...

ఒక విద్వత్తు...

ఒక హాస్య రసోపనిషత్తు...

అంతా అనుసంధానిస్తే- హాస్య బ్రహ్మ జంధ్యాల!

ఈ రోజు బ్రహ్మానందం అని పిలవబడే నేను...

ఆ రోజు ఆయన హాస్య 'పాత్ర' లో పెట్టిన బిక్షను!

నేనంటే నేను గాను...

నేను నేనే గాను...

నేనాయన చిత్రహారంలో ఒక పువ్వుని...

విచిత్ర హావభావాలతో విలసిల్లే ఒక నవ్వుని...!

నవ్వుల సంద్రాన నా నావ ప్రయాణం ఇంత సాఫీగా సాగిపోవడానికి...

ఆయన కట్టిన 'తెర'చాపే కారణం!

ఎన్నో పాత్రల్లో నవ్వుల పిండి వంటలు వండి వార్చిన నలభీముడు...

నా దర్శకుడు.

వారధి కోసం ఇసుక దులిపి రాముని చేత గీతలు గీయించుకున్న ఉడతగా

శాశ్వత కీర్తిని దక్కించుకున్న నేను...

ఇప్పటికీ ఎప్పటికీ... జంధ్యాల గారి ప్రియ శిష్యుడనూ... భక్తుడనూ!!

***

ఛతురోక్తులతో...

గమ్మత్తయిన ఉపమానాలతో...

నవరసాల్ని ఒక్క మొహానికే అద్దిన హావభావాలతో...

అందరి మనసులో సుస్థిరస్థానం సంపాదించుకున్న నేను...

ఈ రోజు ఈ జీవిత చరిత్ర రాస్తున్నానంటే...

నేనెంతో సాధించానన్న గర్వంతో కాదు...

ఎంతో సాధించాల్సిన వర్తమాన హాస్య నటులకు స్ఫూర్తి కోసం!

"ఏ చెట్టుదో ఈ కాయ... ఆంధ్రుల ఇంట ఆవకాయ... అంతా మాయ!"

ఆ మాయంతా జంధ్యాల గారి మంత్రజాలం నుంచి జాలు వారిందే కదా!

అక్షరాల పొట్ట చెక్కలయ్యేవేళ...

సంభాషణల బుగ్గలు నొప్పెట్టే వేళ...

కుర్చీలో ఎగిరెగిరి పడిన ఒళ్ళు... ఉల్లాసంగా సేద తీరే వేళ...

జంధ్యాల గారి జ్ఞాపకాల దొంతరలు "తెరలు తెరలుగా" స్పృశించే వేళ...

నా వంటి నటుల స్వప్నం రసాత్మకమై అద్భుతంగా ఆవిష్కరించే వేళ...

హృదయానికి దగ్గరై...

ఉదయాస్తమయాలకు దూరమై...

అనంత దిగంతాలకు తరలిపోయిన బహుదూరపు బాటసారీ...

ఎందుకయ్యా అంత తొందర నీకు!

మీరు లేని లోటు ఎవరు తీరుస్తారు చిత్రసీమకు!!

***

ఈ ఉపోద్ఘాతం రాయడానికి ఎన్నిసార్లు చెమ్మగిల్లిన కళ్ళను ఉత్తరీయంతో

అద్దుకున్నానో నాకు మాత్రమే తెలుసు.

అటువంటి మహానుభావుడ్ని స్మరించి, కీర్తించినంతనే హృదయం పులకరిస్తుంది.

అంతలోనే అదేం చిత్రమో నవ్వు పలకరిస్తుంది.

నలుగురు కలిసి నవ్వేవేళ నన్నొకపరి జ్ఞాపకం చేసుకొమ్మని -

ఎంత నవ్వించి వెళ్లారు?

ఎందరిని నవ్వించి వెళ్లారు?

ఎంతమందికి 'నవ్వునిచ్చి' వెళ్లారు?

***

ఏ దృశ్యం ప్రేక్షకులను ఎంతగా నవ్విస్తుందో ఆ మీటరు పట్టుకున్న దర్జా దర్జీ!

'అహ నా పెళ్ళంట' లో...

ఆ రోజు క్లైమాక్స్ చిత్రీకరణ జరుగుతోంది.

ఆ పతాక సన్నివేశంలో నవ్వు పతాకస్థాయికి చేరాలంటే -

అంతవరకూ కోటా శ్రీనివాసరావు గారి పాత్రను మనసులో మాత్రమే తిట్టుకునే నేను -

ఆయన పాపం పండిపోయాక -

మొదటిసారి నోరు విప్పి తిట్టడమే కాదు - చేయి చేసుకుంటాను.

అప్పుడు నేనేమో కొత్తగా వచ్చిన నటుడిని.

కోటా గారు పెద్ద ఆర్టిస్టు. లబ్ధ ప్రతిష్టుడూనూ!

తిట్టడం వరకూ బాగానే వుంది.

ఆయన డిప్ప మీద ఒక్కటిచ్చి మరీ తిట్టమన్నారు.

నేను తల మీంచి చేతిని తగలకుండా పోనిస్తున్నాను.

రెండు మూడు టేకులయ్యాక - అలాకాదు ఫేడేల్ మని కొట్టాలన్నారు.

నాకు ధైర్యం సరిపోవడం లేదు.

టేకుల మీద టేకులు తింటున్నాను.

"నేను చెప్తున్నా కొట్టవేంటి" అని జంధ్యాల గారు విసుక్కుంటున్నారు.

ఆయనకు కోపమొస్తోందని నా మనసు చెప్తోంది.

కానీ కోటా గారిని కొట్టడానికి నా చెయ్యి సహకరించడం లేదు.

కోటాగారు కూడా "పరవాలేదు కొట్టు" అని ప్రోత్సహిస్తున్నారు.

ఫైనల్‌గా జంధ్యాల గారు -

కో - డైరెక్టర్‌గా వున్న ఇవీవీ సత్యానారాయణ గారిని పిలిచారు.

"ఇతను కొడతాడా! లేదంటే ప్యాకప్ చెప్పి వెళ్ళిపొమ్మంటాడా" అన్నారు.

అది నాకు వినబడింది. చెవుల్లో పిడుగు పడింది. ఒంట్లో వొణుకు మొదలయ్యింది.

"బాబోయ్ ఇంత కోపమొచ్చిందేమిటి?" అనుకుని -

ఏదయితే అదయ్యిందనుకుని -

నాలుక మడతపెట్టి సాచిపెట్టి కోటాగారి డిప్ప మీద ఒక్కటేశాను.

ఆ ఫోర్సుకి అరుగు మీద కూర్చున్న కోటాగారు ముందుకు తూలి పడబోయి -
నిలదొక్కుకున్నారు.
అంతే!
యూనిట్ మొత్తం పొట్ట చెక్కలయ్యేలా నవ్వడం మొదలుపెట్టారు.
ఆడియన్స్ రెస్పాన్స్ సెట్స్ లోనే అర్థమై పోయింది.
ఏ సీనుకు ఏ మోతాదు కావాలో ఆయనకే తెలుసు.

***

ప్యాకప్ అయ్యాక -
అక్కడినుండి రామానాయుడు గారి గెస్ట్ హౌస్ కి వెళ్లాం!
అప్పుడక్కడ జంధ్యాలగారి శ్రీమతి కూడా వున్నారు.
భోజనం చేస్తుండగా –
"ఇవ్వాళ మన బ్రహ్మం ఎంత బాగా యాక్ట్ చేశాడో తెలుసా?
మొత్తం యూనిట్ అంతా సెట్ దద్దరిల్లిపోయేలా నవ్వుకున్నారు." అని చెప్పారు.
అప్పుడు నా కళ్ళు చెమర్చాయి!
సెట్స్ లో అప్పటిదాకా ఆయనొక బడిపంతుల్లాగా స్ట్రిక్ట్ గా, గంభీరంగా వున్నారు.
ఇప్పుడు పుత్రోత్సాహం పొందిన తండ్రిలా వున్నారు.
ముందు గౌరవం పొంగుకొచ్చింది.
ఆ స్థాయి దాటి ప్రేమ పెరిగింది.
అన్నిటినీ దాటి కృతజ్ఞత పెల్లుబికింది!
లలిత కళా తోరణం!
నాకు సన్మానం!
ముఖ్యఅతిథి జంధ్యాల గారు.
నాకు బాగా పేరొచ్చింతరువాత ఏర్పాటు చేసిన సన్మాన సభ అది!
జంధ్యాల గారు మాట్లాడుతూ -
"ఒకప్పుడు కోతిలా వుండే బ్రహ్మానందం -
ఇవ్వాళ ఆంజనేయ స్వరూపంలా మారిపోయి కనిపిస్తున్నాడు" అన్నారు.
ఈ కోతి అనే పదప్రయోగం, నామకరణం కూడా వారు చేసిందే!
అంతకుముందోసారి...
ఎప్పుడూ ఎక్కడికి వెళ్లినా నన్ను జంధ్యాలగారు వెంట బెట్టుకుని వెళ్లేవారు.
అలా ఒకరోజు హైదరాబాద్ నుండి గుంటూరుకు కారు ప్రయాణం చేస్తున్నాం!

దారిలో ఒక కోతి కారుకడ్డంగా పరిగెత్తింది.

వెంటనే జంధ్యాల గారు -

"ఏయ్ బ్రహ్మం బుద్ధి లేదా ? కారుకడ్డంగా వస్తావేంటయ్యా" అని అరిచారు.

దాంతో కారులో వున్న అందరం నవ్వుకున్నాం.

కాస్త దూరం వెళ్లాక -

నాలుగైదు కోతులు అడ్డమొచ్చాయి!

అప్పుడు మళ్లీ - జంధ్యాలగారు నన్ను కోప్పడుతూ -

"స్టుపిడ్ లా బిహేవ్ చేస్తావేంటి బ్రహ్మం. ఒక్కడైతే పరువాలేదు

ఫ్యామిలీతో వస్తావేంటి?" అనరిచారు.

అలా ఈ కోతిని కూడా ఆంజనేయ స్వరూపంలా అభివర్ణించడం

ఆయనకే సాధ్యమైన హాస్య విద్య!

***

"ఏదోనండీ మీ దయవల్ల ఇంతటి వాడినయ్యాను" అని జంధ్యాల గారితో

వినయంగా అంటే...

"బ్రహ్మం ఆ గొప్పతనాన్ని నాకాపాదించకయ్యా!

ఎక్కడికో వెళ్ళాల్సిన వాడివి,

నీ గమ్యం చేరాల్సిన బస్సు ఎక్కావ్.

ఆ బస్సు తోలుతున్న డ్రైవర్ ని మాత్రమే నేను" అన్నారు.

ఆ డ్రైవర్ లేడిప్పుడు.

ఆ బస్సు కూడా లేదు.

మమ్మల్ని మధ్యలోనే ఎవరి 'స్టేజి' లో వారిని వొదిలేసి -

అందరినీ ఏడిపించి -

ఎక్కడ ఎవరిని నవ్వించడానికి వెళ్ళారో తెలీదు.

ఇప్పుడు నవ్వుంది.

నేనున్నాను.

జంధ్యాల గారు భౌతికంగా లేరు.

నావంటి వారి ఉన్నత స్థానంలో ఆయన ఔన్నత్యం నిలబడి వుంది.

చిరాయువై... చిరస్మరణీయమై... చిరస్థాయిగా వర్ధిల్లుతూనే వుంది!

***

నేను/మీ బ్రహ్మానందం

ఖాన్ తో గేమ్స్ ఆడుతున్నావా

పరీక్ష... పాసో, ఫెయిలో చేస్తుంది.

ప్రయత్నం... గెలుపో, ఓటమో చూపిస్తుంది.

నిర్ణయం మాత్రం - అదృష్టమో, దురదృష్టమో తేలుస్తుంది.

ఇటువంటి సంక్లిష్ట సమస్య నా కెరీర్ లో ఒకసారి వచ్చింది.

ఇది నాకు పరీక్షనుకోవాలో...

నేను చేసే ప్రయత్నం అనుకోవాలో ...

నేను తీసుకున్న నిర్ణయం అనుకోవాలో... నాకప్పుడు తెలీదు.

ఇప్పుడాలోచిస్తే తెలుస్తోంది... దైవ నిర్ణయం.

నిజం!

దైవం నిర్ణయిస్తే మనకది ప్రాప్తమవుతుంది... అని.

నటన అనే కళ మనకిమ్మని అడిగామా... అదీ దైవ నిర్ణయమే గదా! దైవదత్తమే కదా.

నా జీవితంలో నేను తీసుకునే నిర్ణయం కన్నా... మార్గదర్శకత్వం మరొకటి వుండేది! అది...

నా స్వామీ... వేంకటేశ్వరస్వామి చూపించిన దిశ వైపు అడుగులు వేయడం పైనే

నా గమ్యం - ఆధారపడి వుండేది!

కానీ మొదటి సారి నేను ఒక విషయంలో వెనకడుగు వేశాను.

***

నన్ను వెనకడుగు వేయించిన సినిమా... మనీ...!

నాకే నమ్మకం లేకుండా చేసిన పాత్ర... ఖాన్ దాదా...!!

బ్రహ్మానందం నవరసాలూ పండించగలడూ... నవ్వించే వాడే చార్లీ చాప్లిన్ లా ఏడిపించనూ గలడూ... ఈ పాత్ర మాత్రం ఎందుకు పోషించలేదూ...

ప్రేక్షకులను ఎందుకు మెప్పించలేదూ...

అని తీసిన సినిమా - 'బాబాయ్ హోటల్!'

నేను నవ్విస్తానని థియేటర్ కి వచ్చిన వారు - నా ఏడుపు చూసి ఏడవలేకపోయారు.

ఆ పాత్రలో నన్ను జీర్ణించుకోలేక పోయారు.

మన బ్రహ్మానందమే గదాని ఆదరించలేకపోయారు.

అందువల్ల నేను నా పై ఎవరయినా ప్రయోగాలు చేయబోతే వెనకడుగు వేసేవాడిని!

అదిగో... సరిగ్గా అలాంటి ఒక ప్రయోగమే... ఖాన్‌దాదా పాత్ర నా చేత చేయించడం!

***

ఒకనాడు దర్శకుడు శివ నాగేశ్వరరావు నా దగ్గరికి వచ్చారు.

తను తీయబోయే సినిమాలో ఒకపాత్ర వుంది చేయాలన్నారు.

నేనప్పుడు చాలా బిజీగా వున్నాను.

డేట్స్ అడ్జెస్ట్ చేసే పరిస్థితి కనిపించలేదు.

ఏం చెప్పాలో తెలియని సమయంలో ప్రొడ్యూసర్ రామ్ గోపాల్ వర్మ అని చెప్పారు.

అప్పటికి రామ్ గోపాల్ వర్మ 'శివ' సినిమా తీసి - ట్రెండ్ మార్చిన దర్శకుడిగా గొప్ప పేరు తెచ్చుకుని వున్నారు.

నేనెళ్ళి రామ్ గోపాల్ వర్మ గారిని కలిశాను.

"బ్రహ్మానందం గారూ! మీ కోసమే డిజైన్ చేసిన ఒక పాత్ర వుంది. అది మీరు చేస్తేనే బావుంటుంది." అన్నారు.

నేనింకో ఆలోచన లేకుండా కమిట్ అయ్యాను.

మొదటి రోజు షూటింగ్...!

మేకప్ 'చంద్ర'

కూర్చో బెట్టి బుగ్గ మీద గాటు పెట్టాడు...

అర్థం కాలేదు.

జుట్టు మొత్తం వెనక్కి దువ్వారు...

అర్థం కాలేదు.

జీన్స్ ప్యాంటూ, టీషర్టు, దానిపైన జెర్కిన్ వేసుకోమన్నారు...

అర్థం కాలేదు.

అయినా వేసుకున్నాను.

ఇంకో బ్రహ్మానందంలా వున్నాను.

నవ్వించేవాడిని... నలుగురిని ఏడ్పించే రౌడీ దాదా - ఖాన్ దాదా పాత్రలో ఎలా ఒదిగిపోతానో - అర్థం కాలేదు.

లోపల - ద్వైదీభావం!

ఏదో కొడుతోంది!

అడగాలంటే మొహమాటం!

అడగాలని ఒక ఆరాటం!

ఆరాటం - మొహమాటం పోరాటం చేస్తూ ఉండగానే షాట్ రెడీ అన్నారు.

వెళ్ళాను. యుద్ధానికి దిగి కత్తి పొదుగ్గా లేదు కవచం సరిగ్గా లేదు...

అనలేని పరిస్థితి అప్పుడు నాది.

డైరెక్టర్ గారు షాట్ వివరించారు.

నేను ఆటోలో రావాలి.

దిగాలి. ఓ పాన్ షాప్ కి వెళ్ళాలి.

చేతికి నకిల్ డస్టర్ - పంచ్ కోసం ఇచ్చారు...

వెళ్లి షాప్ వాడి కాలర్ పట్టుకోవాలి. డైలాగ్ చెప్పాలి.

అప్పుడు పాన్ షాప్ వైపు నడిచే క్రమంలో - కాలు జారి సర్దుకుని మేనేజ్ చేస్తున్నట్టు నడుస్తాను - నవ్వొస్తుంది గదాని డైరెక్టర్ గారిని అడిగాను.

“మీరేమీ చేయొద్దు, చెప్పింది చెయ్యండి చాలు. మొత్తం సీరియస్ నెస్ మైంటైన్ చెయ్యాలి ” అన్నారు.

నేనేమిటి, దాదానేమిటి, సీరియస్ పాత్రేమిటి - అర్థం కాలేదు.

నా మొహంలో కనిపించే చిత్రవిచిత్రమైన హావభావాలు జనాల్ని నవ్విస్తాయి గానీ - ఏ ఎక్స్ప్రెషన్ లేకుండా సీరియస్ గా కనిపిస్తూ...

సింపుల్ డైలాగు... సీరియస్ డైలాగూ సింగల్ డైలాగూ చెప్తే...

ఎవ్వరు నవ్వుతారు - అని మధనం మొదలయ్యింది.

ఉన్న ఇమేజ్ కాస్తా పోగుట్టుకుంటానా అని భయమూ వేసింది.

తిన్నగా రామ్ గోపాల్ వర్మ గారి దగ్గరకు వెళ్ళాను.

"అయ్యా! నేనిలాంటి పాత్ర చేస్తే జనాలు ఆదరిస్తారా అని డౌట్ కొడుతోంది." అన్నాను.

"సరే బ్రహ్మానందం గారూ! మీకింత ఇబ్బందిగా వుంటే షూటింగ్ ఆపేద్దాం. ఈ క్యారెక్టర్ చేయొద్దులేండి." అని మనస్ఫూర్తిగా అన్నారు రాముగారు.

పక్కకొచ్చాను.

మళ్ళీ - ద్వైదీభావం!

ఒక సంఘర్షణ!

ఒక వైపు షూటింగ్ పెట్టుకుని నా మీదే సీన్ ప్లాన్ చేశారు.

అప్పుడసలే నేను అప్ కమింగ్ ఆర్టిస్ట్‌ని.

ఈ క్యారెక్టర్ వేయడం వల్ల నాక్కలిగే నష్టం కంటే -

ఇలా క్యారెక్టర్ ని రిజెక్ట్ చేసి సెట్లోంచి మేకప్ తీసి వెళ్ళిపోవడం వల్ల కలిగే నష్టమే ఎక్కువనిపించింది.

"బ్రహ్మానందానికి బలుపెక్కువ" అంటూ రూమర్స్ స్ప్రెడ్ చేయడానికి ఒక బ్యాచ్ కాచుక్కూర్చుని వుంటుందట అని ఎవరో చెప్పగా విని వున్నాను గనక –

ఏదయితే అదయ్యిందనీ, చేస్తాననీ - కమిట్ అయిపోయాను.

దేవుడికి దండం పెట్టుకుని షాట్ లోకి వెళ్ళాను.

"ఖాన్ తో గేమ్స్ ఆడుతున్నావా... శాల్తీలు లేచిపోతాయ్!" ఇదీ డైలాగ్.

ఆ క్షణం నాకు తెలీదు - ఆ డైలాగ్ ఇంత పాపులర్ అవుతుందని!

"నిండా మునిగిన వాడికి తడేమిటి, పొడేమిటి?" అనుకుని చెప్పింది చెప్పినట్టే చేయడం మొదలు పెట్టాను.

***

నన్ను పొగుడుతూ - చక్రవర్తి, చిన్నా పాడే పాట...

"వారెవ్వా ఏమి ఫేసు... అచ్చు హీరోలా వుంది బాసూ..." చిత్రీకరిస్తున్నారు.

ఆ సాంగ్ లో నాకో రెండు లైన్‌లు లిరిక్స్... నా వాయిస్ కి పాడింది సింగర్ కాదు – రామ్ గోపాల్ వర్మ గారు.

నేను ప్రొఫెషనల్ గా కొరియోగ్రాఫర్ చెప్పింది చెప్పినట్టు చేయడం కన్నా -

నా ఇష్టం వచ్చినట్టు చేస్తేనే బావుంటుందని చెప్పాను.

శివ నాగేశ్వర రావుగారు కూడా అగ్రీ అయ్యారు.

అలా నేను కాలర్ ఎగరేస్తూ వేసే స్టెప్స్ ఇప్పటికీ జనాల్లో ఇంతగా

గుర్తుండి పోతాయని కూడా అప్పుడు నాకు తెలీదు.

అప్పటికప్పుడు మాకు మేమే కంపోజ్ చేసుకుని చేసిన సాంగ్ అది!

అందులో క్లైమాక్స్... పీక్స్...!

నేను జయసుధని డెడ్‌బాడీగా చూసే సీన్‌లో

ఆవిడ కూడా షాట్లో నవ్వాపుకోలేకపోయింది!

ఎట్టకేలకు సినిమా చిత్రీకరణ పూర్తయ్యింది.

***

సురేష్ ప్రొడక్షన్స్ లో సౌండ్ ఇంజినీర్ రామ్ గోపాల్ వర్మ గారి ఫాదర్.

ఆయన రష్ చూసి సినిమా తగలెట్టేశారన్నారట!

నా భయమే నిజం కాబోతోందని భయమేసింది!

కానీ... జరిగింది వేరు.

సురేష్ గారిని కలిసి ఈ సినిమా రిలీజ్ చేయమన్నారు.

ఆయన కేవలం ఏడెనిమిది కాపీలు మాత్రమే రిలీజ్ చేసుకోవడానికిచ్చారు.

నమ్మకం లేక!

మెయిన్ మెయిన్ థియేటర్స్‌లో సినిమా రిలీజ్ చేశారు.

ప్రభంజనం మొదలయింది.

జనంలో అద్భుతమైన ఆదరణ!

మళ్ళీ కొన్ని కాపీస్ వేశారు. అవీ సరిపోక ఇంకా కొన్ని రిలీజ్ చేశారు.

రిలీజైన ప్రతీ థియేటర్‌లో బంపర్ కలెక్షన్స్...!

అప్పటికప్పుడు ఫొటో షూట్ పెట్టి ఖాన్ దాదా గెటప్‌లో నా ఫొటోలు తీసి

థియేటర్స్ దగ్గర పెద్ద పెద్ద కటౌట్లు పెట్టారు.

మొదటిసారి అది ఒక కమెడియన్‌కి అంత పెద్ద కటౌట్లు పెట్టడం!

ఇక పబ్లిసిటీ కూడా విచిత్రంగా చేశారు.

మనీ సినిమా కదా – వంద రూపాయల నోటుని పెద్ద సైజులో ప్రింట్ చేయించి...

ఒక వైపు నా ఫొటో వేసి - "బ్రహ్మానందం నట విశ్వరూపం" అని ముద్రించి –

హెలికాప్టర్ నుంచి ఆంధ్రదేశం అంతటా వెదజల్లారు.

***

నేనూ, ఆలీ - రాజమండ్రిలో షూటింగ్ కెళ్లాం!

అక్కడ షూటింగయ్యాక ఆలీ మనీ సినిమాకెళదాం అన్నాడు.

ఇద్దరం సెకండ్ షో వెళ్ళాం!

నా ఇంట్రడక్షన్ సీన్!

చక్రవర్తి, చిన్నా - మనకు అప్పు ఇవ్వడానికి ఒక బకరాగాడున్నాడు అనగానే –

నా ఎంట్రీ...

ఆటో వస్తుంటే చప్పట్లు... చప్పట్లు... ఈలలూ... గోలలూ...

మెల్లగా దిగి ఓ లుక్కేస్తే - మళ్ళీ చప్పట్లు... గోల...

షాప్ వాడి చొక్కా పట్టుకుని డైలాగ్ చెప్పేముందు థియేటర్ అంతా పిన్ డ్రాప్ సైలెన్స్...

"ఖాన్ తో గేమ్స్ ఆడుతున్నావా - శాల్తీలు లేచిపోతాయ్" అని డైలాగ్ చెప్పగానే

సీట్ల మీద దరువులేస్తూ పడీ పడీ నవ్వారు...

నాకర్థం కాలేదు.

నేనేనా ఇది...

నేను చేయనన్న క్యారెక్టరేనా ఇది..

నిజంగా ఈ నిర్ణయం నాదికాదు - నా స్వామి నిర్ణయం అనిపించింది!

ఇక నన్ను హీరోగా పెట్టి సినిమా తియ్యాలనుకున్నప్పుడు నా పక్కన హీరోయిన్ ఎవరంటే...

శ్రీదేవి అని చెప్పగానే - నేను నేలమీద పడిపోయి ఫిట్స్ వచ్చిన వాడిలా గిజగిజా

తన్నుకునే సీన్ చూసి -

కుర్చీలో ఎవరూ లేరు. ఎగిరెగిరి పడుతూ నవ్వారు.

ఆ సినిమాకి రెమ్యునరేషన్ ఎంతకావాలి అని - సినిమా తీయకముందే రాముగారు

అడిగితే -

సినిమా అయిపోయింతర్వాత మీకు తోచినంత ఇవ్వండి అన్నాను.

"ఇది ఆడే సినిమా కాదు బ్రహ్మానందం గారూ ! ముందే అడిగి తీసుకోండి." అన్నా-నేనడగలేదు.

అప్పట్లో నేను ఫిలిం నగర్ లో ఒక గెస్ట్ హౌస్ కొనుక్కుని అందులో వుండేవాడిని.

సెలవుల్లో ఫ్యామిలీ వచ్చింది.

మధ్యాహ్నం భోంచేసి - రెస్ట్ తీసుకునే సమయంలో నాకోసం ఎవరో వచ్చారన్నారు.

మధ్యాహ్నం సమయంలో ఎవరొస్తారని హాల్లోకి వెళ్ళాను.

ఆయన పేరు చిరంజీవి. అంతా చెర్రీ అంటారు. ప్రొడక్షన్ ఎగ్జిక్యూటివ్.

అతను రాముగారు పంపించారని చెప్పాడు.

మారుతిలో పెద్ద కారయిన మారుతి 1000 కారు బహుమతిగా

పంపించారు రాంగోపాల్ వర్మ గారు.

అది నాకు మనీ సినిమాకి మనీ రూపంగా కాకుండా మనీ మనీతో కొన్న

కారు - రెమ్యూనరేషన్‌గా అందుకున్న క్షణం!

అదీ రాము గారి ఔదార్యానికి చిహ్నం!

మనీ సినిమా వల్ల ఎన్నో ప్రశంసలు... ఎన్నో పత్రికల్లో ఆర్టికల్స్...

కరీంనగర్‌లో సన్మానం జరిగినప్పుడు 'ఆంధ్రా చార్లీ చాప్లిన్' అన్న బిరుదునిచ్చి

నా నిలువెత్తు ఇత్తడి విగ్రహాన్ని ఫ్రేమ్ కట్టించి ఇచ్చారు.

రామ్ గోపాల్ వర్మ గారు - అలా నా చలనచిత్ర జీవన ప్రస్థానంలో...

ఒక కొత్త పార్శ్వాన్ని ఆవిష్కరించారు.

***

నేను / మీ బ్రహ్మానందం

ఐ వాంట్ టు టాక్ టు నెల్లూరు పెద్దారెడ్డి రైట్ నౌ!

స్వప్నాలన్నీ సాకారమైతే...

విజయాలన్నీ ప్రాకారాలైతే...

వేసిన పాత్రలన్నీ సజీవ ఆకారాలైతే...

నటులకు దాహం తీరుతుందా? లేదు!

ఇంకా... ఇంకా... ఛాలెంజింగ్ పాత్రలు చేయాలన్న ఆరాటం మొదలవుతుంది.

అలాంటి పాత్రలు నాకెన్నో లభించడం నా స్వామి నాకు ప్రసాదించిన వరంగానే భావిస్తాను.

పాత్రపాత్రకూ భిన్నత్వాన్ని అద్దిన రూప శిల్పులు నా దర్శకులు...

అటువంటి దర్శకుల్లో ఇవీవీ సత్యనారాయణ గారు ఒకరు.

అహ నా పెళ్ళంట చిత్రానికి కో - డైరెక్టర్ గా చేసిన ఇవీవీ గారికీ -

నాలో వున్న టాలెంట్ అర్థమైంది. నచ్చింది.

అందుకే ఆయన దర్శకత్వం వహించే మొదటి సినిమా 'చెవిలో పువ్వు' కోసం

నన్ను పిలిచారు.

ఇండస్ట్రీలో అప్పుడున్న అందరు కమెడియన్స్ నటించిన సినిమా అది.

అది ఆరంభం!

ఆ తరువాత ఆయన ఎన్నో విజయవంతమైన సినిమాలు చేశారు.

ఆ సినిమాలన్నిటిలోనూ నాకు వేషమిచ్చారు.

మొదటి సీన్ నుంచీ చివరి సీన్ వరకూ నా పాత్ర నిడివి ఉండేలా డిజైన్ చేసేవారు.

'జంబ లకిడి పంబ' - మగ విధవ వేషం... పూర్తి భిన్నమైన క్యారెక్టర్ నాది.

అబ్బాయిగారు, హలో బ్రదర్, ఏవండీ ఆవిడొచ్చింది, తాళి, ఇంట్లో ఇల్లాలు వంటింట్లో ప్రియురాలు...

ఇలా ఏ సినిమా చేసినా ఇవీవీ మార్కు కామెడీ... నా కోసమే పుట్టిన పాత్రలు...

అటువంటి ఎన్నో అద్భుతమైన పాత్రలిచ్చి కమెడియన్ గా మంచి పేరు ప్రఖ్యాతలు

నాకు రావడానికి ఉపయోగపడిన డైరెక్టర్ ఇవీవీ గారు.

జంధ్యాల గారు గురువుగా, ఇవీవీ గారు ఆయన శిష్యుడిగా - ఇద్దరూ నాకోసం

పుట్టిన మహనీయులే!

ఇప్పుడు గురువూ లేడు... శిష్యుడూ లేడు...

కానీ వారు సృష్టించిన ప్రతీపాత్రా సజీవంగానే వుంది.

నావంటి నటులకు ఇంకా ఇప్పటికీ జీవం పోస్తూనే వుంది.

***

అలాగే రాంగోపాల్ వర్మ గారు...

మనీ సినిమాలో ప్రజల్లో నాకో ప్రత్యేకమైన క్రేజ్ సంతరించి పెట్టి –

నన్ను మరోకోణంలో ప్రేక్షకులకు పరిచయం చేశారు.

ఆ తరువాత ఆ సినిమాకి సీక్వెల్ వచ్చింది.

'మనీ మనీ' కృష్ణవంశీ డైరెక్ట్ చేశారు.

'మనీ మోర్ మనీ' జె.డి.చక్రవర్తి డైరెక్ట్ చేశారు.

వాటిన్నిటిలో నాది సేం క్యారెక్టర్ ఖాన్ దాదా!

ఆ తర్వాత రాంగోపాల్ వర్మ గారే చేసిన చిత్రం 'అనగనగా ఒకరోజు.'

జె.డి చక్రవర్తి, ఊర్మిళ, రఘువరన్, నేను - ఈ నాలుగు పాత్రలకు బాగా పేరొచ్చింది.

నా పాత్ర మరో వెరయిటీ.

నా డైలాగ్స్ ఇంకా ఇంకా ప్రేక్షకులకు గుర్తుండేలా వుంటాయి.

బ్లాక్ ప్యాంటు, బ్లాక్ షర్ట్స్ వేసుకుని - గమ్మత్తయిన క్యారెక్టర్ చేసానందులో!

అందులో పోలీస్ స్టేషన్ సీన్ చేస్తున్నప్పుడు -

నాకు చాలా పెద్ద డైలాగ్ ఇచ్చారు.

నేనది ప్రాక్టీసు చేశాను.

రిహార్సల్స్ టైములో అటు తిరిగీ, ఇటునడిచీ, గోడల్ని, ఫొటోలని చూస్తూ

డైలాగ్ చెప్పాలి.

రిహార్సల్స్ లో అరవడం ఎందుకని మైమ్ లో చెప్తున్నాను.

ఉచ్ఛరించీ ఉచ్ఛరించనట్టు... మూమెంట్స్ తీసుకుంటూ.

అది చూసి రాముగారు "బ్రహ్మానందం గారూ ఒక పని చేయండి. ఆ పెద్ద డైలాగ్ మొత్తం కట్ చేసేసి - చివర ఆ ఒక్క సింగల్ డైలాగ్ మాత్రమే టేబుల్ మీద కూర్చుని చెప్పండి." అన్నారు.

నాకర్థం కాలేదు. నేను డైలాగ్ నేర్చుకోలేదనుకున్నారేమో అనుకుని -

"డైలాగ్ మొత్తం చెప్పగలను సార్" అన్నాను.

"అవసరం లేదు. నాకింతే చాలు" అన్నారు.

పెద్ద డైలాగ్ అంతా కట్ చేసి - ఆ చివర సింగల్ సెంటెన్స్ మాత్రమే చెప్పాను.

"ఐ వాంట్ టు టాక్ టు నెల్లూరు పెద్దారెడ్డి రైట్ నౌ!" - అదీ డైలాగ్.

ఆ డైలాగ్ చెప్పగానే ఎస్.ఐ నా క్రైమ్ రికార్డు ఫైల్ ఓపెన్ చేసి చూపిస్తాడు.

అప్పుడు నేను ఏ ఎక్స్ప్రెషన్ ఇవ్వలేదు.

సైలెంట్ గా టేబుల్ దిగాను.

కానీ ఆ రియాక్షన్ మాత్రం థియేటర్ లో బ్రహ్మాండంగా పేలింది.

ఆ డైలాగ్ ఇప్పటికీ ప్రేక్షకులకు గుర్తుంది.

అలాంటివే ఇంకా కొన్ని డైలాగ్స్ అందులో వుంటాయి.

ఊర్మిళ, జె.డి చక్రవర్తి నాకు ఫేక్ స్టోరీ చెప్తారు.

అంతా విని నేనొక గడ్డి పరకని పెరికి, పైకోసారి చూసి, గడ్డిపరకని దువ్వి -

ఇంత ల్యాగ్ తీసుకుని చెప్పే డైలాగ్...

"మీరు చెప్పేదంతా నమ్మడానికి నేను మరీ అంత ఎదవలా కనబడుతున్నానా?" అంటాను.

దానికి విపరీతమైన రెస్పాన్స్...!

క్లైమాక్స్‌లో విలన్ రఘువరన్ వీపు మీద పెన్ను పెట్టి -

"పెన్ననుకున్నావా... గన్ను" అంటాను.

ఆడియన్స్ కి తెలుసు అది పెన్నని.

ఆ డైలాగ్ కూడా ఇప్పటికీ జనాల్లో గుర్తుండి పోయింది.

'అగగానగా ఒక రోజు' సినిమా కూడా పెద్ద హిట్ అయ్యింది.

నా పాత్రకు ఎక్కడలేని పేరొచ్చింది.

రాంగోపాల్ వర్మ లో వున్న గమ్మత్తైన శైలి అదే!

అంతకుముందు నేను చేసిన క్షణక్షణం లోని చిన్న పాత్ర కూడా అలాగే రూపుదిద్దారు.

వైభవ్ మెన్స్ వేర్ లో నేను ఫ్లోర్ ఇంచార్జ్ అందులో.

విపరీతమైన నీట్‌నెస్ కోరుకుంటాను.

ఆ షాప్‌కి మురికి బట్టలతో శ్రీదేవి, వెంకటేష్ వస్తారు.

శ్రీదేవి హ్యాంగర్స్ అన్నీ పడేస్తుంటే - "నేను ... నేను సర్దుతాను" అంటాను.

రెండోసారి మళ్ళీ పడేయబోతే చేయద్దుపెట్టి నిలబడి సైలెంట్ గా చూస్తాను.

ఆ ఎక్స్‌ప్రెషన్స్ చూసి శ్రీదేవి లాంటి మహానటే -

నవ్వాపుకోలేక ఆరు టేకులు తీసుకుంది.

వైభవ్ షాప్ వాళ్ళు తక్కువ టైం ఇచ్చారని రాముగారు గుర్తు చేయడంతో...

వాళ్ళు పర్మిషన్ ఇచ్చిన టైములోనే సీన్ పూర్తి చేయడం కోసం - శ్రీదేవి బలవంతంగా నవ్వాపుకుని చేసింది.

అటువంటి డైలాగ్స్... ఎన్నో...

'అనగనగా ఒక రోజు' అయ్యాక - ఒకసారి చిరంజీవిగారింటికి వెళ్ళినప్పుడు

రాంచరణ్ అయిదారేళ్ళ చిన్న కుర్రాడు -

చిరంజీవి గారు "నాన్నా ! ఏది ఒకసారి అంకుల్ డైలాగ్ చెప్పు" అన్నారు.

అప్పుడు రాంచరణ్ "పెన్ననుకున్నావా... గన్ను" అన్న డైలాగ్ చెప్పాడు.

అంతగా ప్రేక్షకుల హృదయాల్లోకి హత్తుకునే పాత్రలలో... సంభాషణలలో

ఈ శిల్పాన్ని చెక్కిన దర్శక శిల్పులకు -

వారి కళా చాతుర్యానికి -

శిరస్సు వంచి నమస్కారం చేయడం తప్ప ఏమివ్వగలను?

***

శవంగా నటించడంలో జీవించానట!

కొన్ని పాత్రలు నటుడిగా నాకు తృప్తినిచ్చేవి వుంటే...

కొన్ని పాత్రలు వాటిని మలచిన దర్శక రచయితలకు సంతృప్తినిస్తే...

కొన్ని సన్నివేశాలు మాత్రం -

టికెట్లు కొని థియేటర్ కి వచ్చిన ప్రేక్షకులకు బ్రహ్మానందాన్నిస్తాయి.

అలాంటి సన్నివేశాల్లో కొన్ని... ఇప్పటికే ప్రేక్షకుల మదిలో శాశ్వతంగా గుర్తుండిపోయాయి.

***

'క్షేమంగా వెళ్లి లాభంగా రండి.'

ఈ టైటిల్ వినగానే మీ అందరికీ పెదవుల మీద చిరునవ్వు మెరుస్తుందని నాకు తెలుసు.

కోవై సరళ... బ్రహ్మానందం జంట పండించిన హాస్య సన్నివేశాలు ఏ స్థాయిలో మిమ్మల్ని నవ్వించి వుంటాయో నాకు తెలుసు.

బ్రహ్మానందం భర్త... కోవై సరళ భార్య...

కూర్చోమ్మంటే... కూర్చుంటుంది...

నుంచోమ్మంటే... నుంచుంటుంది...

మందు పోయడం...

సిగరెట్ అంటించడం...

ఏం చెప్తే అది చేయకపోతే భార్యని గొడ్డును బాదినట్టు బాదేస్తూ వుంటాను.

అందులోనే ఓ సన్నివేశం...

సిగరెట్ అనుకుని బాంబు నోట్లో పెట్టుకుని అంటించమని అడిగితే -

కోవై సరళ - చెప్పబోవడం... నేను గద్దించడం... ఫైనల్‌గా వెలిగించడం -

అది పేలడం... నా మొహం మొత్తం మసిబారిపోవడం...

ఈ సన్నివేశం చూసి థియేటర్‌లో ఎంతమంది సీట్లల్లో ఎగిరిపడుతూ నవ్వారో

మీ అందరికీ గుర్తుండే వుంటుంది.

తలుపేసి కొడితే పిల్లి కూడా పులిలాగే తిరగబడుతుంది అన్నట్టు...

నా దౌర్జన్యాన్ని భరించీ, భరించీ - కోవై సరళ ఒక పులిలాగే తిరగబడుతుంది.

అప్పుడు ఎలకని పిల్లి తరిమినట్టు -

కోవై సరళ నన్ను తరుముతోంటే నేను పరుగులు పెట్టే సన్నివేశం కూడా అంతే.

స్త్రీ తిరగబడి భర్తని తరమడం...

మహిళా ప్రేక్షకులకు ఎంత ఆనందాన్నిచ్చిందో -

మగవారికి కూడా అంతటి నవ్వునిచ్చి అలరించింది.

అటువంటి సన్నివేశాలు ఆ సినిమాలో కోకొల్లలు!

***

అలాగే 'బావగారు బాగున్నారా?' చిత్రం!

ఈ సినిమా పేరు వినగానే ఒక శవం గుర్తొస్తుంది.

ఆ శవంతో చిరంజీవి, రంభ చేసే విన్యాసాలు గుర్తొస్తాయి.

నేను శవంగా నటించడంలో జీవించానని చిరంజీవిగారన్నారు.

నేను చనిపోయాననుకుని -

నా శవాన్ని మాయం చేయడం కోసం -

రంభ చేసే ప్రయత్నాలకు - చిరంజీవిగారు సాయం చేస్తూ -

నన్ను శవంలా నటించమని రిక్వెస్ట్ చేస్తే...!

ఆయన కోసం నేను పడే పాట్లు సినిమాలో చాలాసేపు ఆపుకోకుండా నవ్విస్తూనే

వుంటాయి!

ఫ్రిజ్లో పెడతారు.

నిజం ఫ్రిజ్... నిజంగా ఫ్రీజు...

బయటికి తీస్తే బంతిలా అవుతాను.

చేతినీ, కాలునీ, నడ్డినీ గడ్డకట్టుకుపోతే సరిచేస్తారు.

నేనేమో రంభ చూడకుండా చిరంజీవి గారికి నావల్లకాదన్నట్టు తెలియపరచాలి.

ఆయన కూడా రంభ గమనించకుండా కో - ఆపరేట్ చేయమన్నట్టు రిక్వెస్ట్ చెయ్యాలి.

రకరకాల విన్యాసాలు చేయిస్తారు.

నేను దెయ్యం చూసినట్టు చూస్తే - రంభ భయపడి - "చూడు చూడు శవం దెయ్యంలా చూస్తోంది." అని చెప్తుంది.

నా ఎక్స్‌ప్రెషన్స్ కన్పించకుండా చిరంజీవి గారు నల్ల కళ్ళజోడు పెడతారు.

మళ్ళీ ఆ కళ్ళజోడు నా ముక్కు మీదకు జారినట్టు - చిరంజీవి గారే వెనకనించి

కళ్ళజోడుని కిందకు నెడతారు.

రంభ కోపంలో నా చెంపలు వాయిస్తుంది.

కళ్ళు ఆర్పకూడదు.

దెబ్బ తగిలినట్టు కన్పించకూడదు.

నొప్పి భరించలేక అరవకూడదు.

చిరంజీవి గారికి నా గోడు కేవలం ఎక్స్‌ప్రెషన్స్ తోనే వెళ్ళబోసుకోవాలి.

ఇటువంటి ఛాలెంజింగ్ రోల్ చేయడం...

చిరంజీవి గారు నువ్విలా చేయి - నేనలా చేస్తాను అని సలహాలిస్తూ పూర్తి చేయడం...

ఆ సన్నివేశానికి నాకు చాలా పేరు రావడం...

అంతటి గమ్మత్తయిన సన్నివేశం సృష్టించిన దర్శకుడు జయంత్. సీ. పరాన్జీ.

***

'అల్లుడా మజాకా!'

ఇందులో నాది లేడీ గెటప్.

లేడీ డబ్బింగ్ ఆర్టిస్ట్‌తోనే నా వాయిస్‌కి డబ్బింగ్ చెప్పించారు ఇవీవీ సత్యనారాయణ గారు.

ఇందులో నేను లేడీ గెటప్‌తో చేసే కామెడీ అంతా ఒకెత్తు.

హాస్పిటల్లో నన్ను చెకప్ చేయడానికి ఒక నర్స్ రూమ్‌లోకి తీసుకెళ్ళే

సన్నివేశం ఒకెత్తు!

ఆ సన్నివేశంలో...

నిజం తెలిసి పోతుందని నేనేమో వొద్దంటాను...
నర్స్ మాత్రం ఏం పరవాలేదంటుంది...
ఇంత చెప్పినా వినకుండా -
ఆ చీర అలా పైకెత్తి కెవ్వున అరుస్తుంది.
ఆ అరుపులో జత కలుపుతూ ప్రతీ థియేటర్ లో కొన్ని లక్షల గొంతులు
అలాగే అరవడం...!
అంటే కామెడీకి పరాకాష్ట చూపించిన దర్శకుడు ఇవీవీ గారు...
మాస్ సినిమాలు ఎన్నో తీసారు.
ఆయన నామీద ఉంచిన నమ్మకానికి న్యాయం చేయడం నా విధిగా భావించి
ఏ పాత్ర ఇచ్చినా చేసేసి శెభాష్ అనిపించుకునేవాడిని.
ఇంతగా నవ్వించి...
ఎంతగానో ఏడ్పించి...
ఎక్కడున్నాడో ఆ మహానుభావుడు?

***

ఇదంతా కామెడీ...
ఇక 'అమ్మ' సినిమాలో నేను నటించిన ఒక సన్నివేశం...
నా నటనకి ఎన్నో ప్రశంసలు తెచ్చి పెట్టింది! ఆ చిత్రంలో...
దూరదర్శన్ లో నేను మిమిక్రీ చేసే పాత్ర వేశాను.
నా పెర్ఫార్మన్స్ స్టార్ట్ అయ్యాక...
మా అమ్మ చనిపోయిందన్న న్యూస్ వస్తుంది.
అంత దుఃఖంలో కూడా నేను ప్రేక్షకులని నవ్వించాల్సిన సందర్భం అది.
ఆ సన్నివేశం చేస్తూ - నవ్విస్తూ, ఏడుపు దాచుకుంటూ - నేనిచ్చిన పెర్ఫార్మన్స్ కి
ప్రేక్షకుల ప్రశంసలతో పాటు...
రాష్ట్ర ప్రభుత్వం ఇచ్చే 'నంది' అవార్డు కూడా వచ్చింది!

***

సువర్ణ హస్త కంకణాన్ని బహుకరించి -
ఆరడుగుల పొడవు, నాలుగడుగుల వెడల్పు వున్న ఒక సన్మానపత్రం మీద –
అక్షరాలని నగల్లో పొదిగే రవ్వలతో అతికించి -

అద్భుతంగా ఆవిష్కరించారు.

ఎన్నని చెప్పను?

ఈ జీవితమిలా సాఫల్యం అవుతుందని కలలో కూడా ఊహించని నేను ఇన్ని సత్కారాలతో అభిషేకించబడటానికి కారణమెవ్వరు?

నా స్వామీ వేంకటేశ్వరుడే గదా - నా జీవితాన్ని రచించింది?

"స్వామీ! ఇన్నినే, గడిపిన దినాల, పన్నిన వ్యూహాన, నిన్నెక్కడ కలిసికొనినానో స్మృతికి రాదు గానీ, నీవు లేవనువట్టి కాలమన్నదియు నాకు లేదు. నీతో కలిసి త్రాగని మధుపాత్రయున్నూ లేదు..."

ఎక్కడో చదివిన వాక్యాలు...

ఇక్కడ సవినయంగా సమర్పించుకొంటున్నాను మహాప్రభూ!

***

నేను / మీ బ్రహ్మానందం

నేను / మీ బ్రహ్మానందం

ఆ చప్పట్లే కదరా అవార్డులు రివార్డులు

జ్ఞానదీపం... ప్రపంచాన్ని మనకు చూపిస్తుంది.
మనల్ని ప్రపంచానికి చూపిస్తుంది.
ఆ జ్ఞానం విద్వత్తు వల్ల వస్తుంది.
ఆ విద్వత్తు కృషి వల్ల వస్తుంది.
ఆ కృషి పట్టుదల వల్ల వస్తుంది
ఇన్ని దశలు దాటిన తరువాతే జ్ఞానదీపం ప్రకాశిస్తుంది.
ఆ వెలుగులో లోకానికి మనం కనబడతాం.
మన ప్రతిభ కనబడుతుంది.
మన దీక్ష కనబడుతుంది.
మన పేరు వినబడుతుంది.

***

ఈ సుదీర్ఘప్రయాణంలో...
ఈ చలనచిత్ర ప్రస్థానంలో...
నా అడుగులు ముందుకు పడటమే తప్ప - ఏనాటికీ తప్పటడుగు పడటంగానీ -
వెనకడుగు పడటం గానీ జరగలేదు.
అది ప్రేక్షకులు గుర్తించారు.
పత్రికలు గుర్తించాయి.

రకరకాల మాధ్యమాలు గుర్తించాయి.
సాంస్కృతిక సంస్థలు గుర్తించాయి.
విదేశాలూ గుర్తించాయి.
ప్రభుత్వమూ గుర్తించింది.
రాష్ట్రం... స్వదేశం... విదేశం... అన్నీ గుర్తించి పురస్కారాలతో పునీతం చేశాయి!
జాతీయస్థాయి నుంచి అంతర్జాతీయ స్థాయికి 'నవ్వు' నన్ను నడిపించింది.
ప్రేక్షకులు హాస్యానికి వేసే పీఠం... విశాలమైంది... వారి హృదయమంత!!

***

సన్మానాలు... పురస్కారాలు... బహుమతులు... ఇవన్నీ దివ్యస్మృతులు!
కీర్తిని ద్విగుణీకృతం చేసే సోపానాలు!
ప్రతిష్ఠని పదిలంగా దాచే ఖజానాలు!
వాచకం... ఆంగికం... ఆహార్యం... అన్నిటి మీద వున్న పట్టు - పట్టు శాలువాలతో సత్కరించబడినప్పుడు...
నేను బ్రహ్మానందభరితుడనై...
తరించినప్పుడు... ఆ స్థానం ధరించినప్పుడు...
ఎంత ధన్యత పొందిందో గదా ఈ జన్మ?
కళాపోషకులకు కరువే లేని కళాత్మక దేశం మనది...
రాజ్యం మనది!
పూజనీయ సంస్కారం, సంస్కృతీ, సంప్రదాయం - అన్నీ... మనవే!
అటువంటి మహనీయులూ, మహానుభావులు ఎందరో ఈ జీవిని సత్కరించారు.
ప్రశంసల పన్నీటి జల్లు చల్లారు.
సువర్ణ హస్త కంకణాలతో...
స్వర్ణ కిరీటాలతో...
అవార్డులతో...
ఆశీస్సులతో...
నా యశస్సుని పెంచారు.
ఏ సభా సరస్వతి గురించని కీర్తించాను...?
ఏ మహారాజు పోషకులని స్మరించాను...?
పాలకొల్లులో మొదలయిన సన్మానపర్వం... ప్రపంచస్థాయిలో గిన్నీస్ బుక్ అఫ్

వరల్డ్ దాకా విస్తరించడం వెనక -

నా ప్రతిభకన్నా - నా స్వామి... శ్రీ వేంకటేశ్వరస్వామి సంకల్పమే వుందని సవినయంగా విన్నవించుకోవడం తప్ప - ఇంచుక మాత్రం గర్వించనుగాక!

***

ఆర్టిస్ట్ గా సినిమాల్లోకి రాకముందే...

నటుడిగా నేను ఎన్నో ప్రదర్శనలిచ్చినప్పుడు...

మిమిక్రీ కళాకారుడిగా ప్రేక్షకులను రంజింపజేసినప్పుడు... జరిగిన సన్మానాలు ...

ఏ తేదీ అని చెప్పను.

ఏ సంవత్సరం అని చెప్పను...

అప్పుడు నాకు తెలీదు - ఇప్పుడిలా రాయాల్సి వస్తుందని!

అందుకే సన్మానకర్తలని సవినయంగా స్మరించుకుంటూ... రాస్తున్నాను.

మొదటిసారి పాలకొల్లులో భాగవతుల శివశంకర నారాయణ గారనీ

ఆయన అధ్యక్షతన ప్రారంభమైంది సన్మాన పరంపర.

ప్రముఖ దర్శకులు సి.ఎస్.రావు గారు ముఖ్య అతిథిగా విచ్చేసినప్పుడు –

అదొక అపురూప జ్ఞాపిక!

ప్రొద్దుటూరు నాటక పరిషత్తువారు స్వర్ణకంకణాన్ని బహుకరిస్తే –

పాతికేళ్ళక్రితం నాగాయలంకలో... ఆ దివిసీమలో...

మండలి కృష్ణా రావుగారి అధ్యక్షతన నన్ను ఊరేగింపుగా తీసుకువెళుతోంటే...

ఆ దృశ్యం చూడటానికి బారులు తీరిన జనం ఒక సంద్రంలా కనిపిస్తోంటే –

నేనేనా ఈ అభిమానానికి ఇంత పాత్రుడనయ్యానూ అని ఆశ్చర్యమేసింది.

నిన్నగాక మొన్న మహారాష్ట్ర భీమండిలో కూడా - అదే జన సంద్రం...

అదొక మధురస్మృతి!

ఇదంతా స్వోత్కర్ష కాదు...

సినీ కళామతల్లి బిడ్డగా పుట్టినందుకు అశేష ప్రజానీకం పట్టిన నీరాజనం గురించి - నాలుగు మాటలు చెప్పకుండా ఉండలేని స్థితి ఇది!

ఒక్కొక్కటిగా చెప్తాను...

***

- భారత ప్రభుత్వంచే పద్మశ్రీ అవార్డ్.
- ప్రపంచంలోనే అత్యధిక చిత్రాల్లో నటించినందుకు 'గిన్నీస్ బుక్ ఆఫ్ వరల్డ్ రికార్డ్స్' లో స్థానం.

- ఐదు సార్లు ఉత్తమ హాస్య నటుడిగా నంది అవార్డ్.
- ఉత్తమ సహాయ నటుడిగా నంది అవార్డ్.
- ఉత్తమ హాస్య నటుడిగా ఫిల్మ్ ఫేర్ అవార్డ్.
- SIIMA, TSR-TV9 అవార్డ్‌లు.
- ముంబై దగ్గర భీమండిలో - సువర్ణ హస్త కంకణం తొడిగారు.
- R.S బ్రదర్స్ వారు కనకాభిషేకంతో పాటు స్వర్ణ కంకణం.
- సత్తెనపల్లి... నేను పుట్టి పెరిగిన ఊరు... ఊరేగింపుతో తీసుకువెళ్ళి – స్వర్ణ హస్త కంకణం తొడిగి - కనకాభిషేకం చేశారు.
- కోడెల శివప్రసాద్ గారి ఆధ్వర్యంలో - నరసరావుపేటలో... స్వర్ణ కంకణమే గాక – కనకాభిషేకం కూడా చేశారు.
- నరసరావు పేట కొపురపు కవుల సభలోనూ స్వర్ణ కంకణం!
- తెనాలిలో ఇవీవీ గారూ, భరణి గారూ అతిథులుగా వున్నప్పుడు – పౌరసన్మానం స్వర్ణ కిరీటం, స్వర్ణ కంకణంతో సత్కరించారు.
- Y.K నాగేశ్వర్రావుగారి సంస్థ తరుపున అక్కినేని గారి పేరిట గోల్డ్ మెడల్ ప్రధానం జరిగింది.
- వంశీ రామరాజు గారి సంస్థ 'రేలంగి' అవార్డు ఇచ్చి సత్కరించింది.
- వరంగల్ వాస్తవ్యులు రఘువీర్ సింగ్ 'రాజబాబు అవార్డు' ఇచ్చి – సువర్ణ హస్త కంకణంతోనూ, కనకాభిషేకంతోనూ సన్మానించారు.
- చీరాలలో ఒక సభ... అక్కడా స్వర్ణ కంకణమే!
- ఇక మంత్రాలయం... శ్రీ రాఘవేంద్ర స్వామి సన్నిధినందు – రాఘవేంద్రస్వామి రూపులో ముద్ర వేసినటువంటి బంగారు గొలుసు బహుకరించారు.
- ఇక విశాఖపట్నంలో ఎన్నో సన్మానాలు జరిగాయి. అక్కడ మధుర జ్ఞాపకమొకటి - నా గురువుగారయిన జంధ్యాల గారి అవార్డుతో పాటు స్వర్ణ కంకణం కూడా బహుకరించడం!
- 2022 ఫిబ్రవరిలో - రమణమూర్తి గారని - జర్నలిస్ట్ అసోసియేషన్ తరుపున నన్నొక వాహనంలో ఊరేగింపుగా తీసుకు వెళుతూ – ఒక రథం మీద తప్పెట గుళ్ళు, కోలాటాలూ, మేళ తాళాలతో బీచ్ ఒడ్డున తీసుకువెళ్ళడం ఒక మధురస్మృతిగా గుర్తుండిపోయింది.
- వనపర్తి - 450 సినిమాలు పూర్తి చేసిన సందర్భంగా సన్మానించి సువర్ణ హస్త కంకణాన్ని అందించారు.
- ఇక కళాపోషకులు శ్రీ సుబ్బిరామి రెడ్డిగారు వైజాగ్ లోనే పధ్నాలుగు సార్లు సన్మానించారు.

- హైదరాబాద్ లో కూడా సువర్ణ హస్త కంకణంతో సత్కరించారు. ఆయన కళాపీఠం తరుపున జరిగిన సన్మానంలో వీణని బహుకరించారు.
- వరంగల్‌లో - 'ఆంధ్రా చార్లీ చాప్లిన్' బిరుదు ప్రదానంతో పాటు సువర్ణ హస్త కంకణమే గాక – నా రూపాన్ని ఇత్తడి విగ్రహంగా మలిచి ఆరడుగుల ఎత్తులో ఫ్రేమ్ కట్టించి మరీ ఆవిష్కరించారు.
- రాజమండ్రి లో ఆర్యవైశ్య సంఘం వారు సువర్ణ హస్త కంకణం తొడిగారు.
- బెంగళూరు తెలుగు సంఘం వారు సువర్ణ హస్త కంకణం.
- అభినందన సంస్థ వారు సువర్ణ కిరీటం... సువర్ణ కంకణం.
- సంజయ్ కిషోర్ రెండుసార్లు కనకాభిషేకాలు... ఒక సువర్ణ కంకణం.
- గుంటూరు భాష్యం కాలేజీ లో మూడుసార్లు సువర్ణ హస్త కంకణాలు.
- పద్మ మోహన సంస్థ వారి సన్మాన సభలో స్వర్ణ కంకణం.
- విజయవాడ డాక్టర్స్ అసోసియేషన్ స్వర్ణ కంకణం, అవార్డు.
- మచిలీపట్నం దయానంద్ కాలేజీ లో సన్మానం... స్వర్ణ కంకణం.

ఈ జీవితంలో ఎన్నో పురస్కారాలు పొందినా -

విశ్వకర్మ వంశంలో పుట్టినందుకు గర్వించదగిన సన్మానం ఒకటి దక్కింది.

విజయవాడ విశ్వకర్మ సంఘంవారి తరుపున...

విరాట్ విశ్వకర్మ జయంతి సందర్భంగా -

విరాట్ విశ్వకర్మ మహాయజ్ఞం జరిపించి -

అక్కడ నాకు ఎక్కడా జరగని రీతిలో సన్మానించారు.

నన్నొక పెద్ద సింహాసనం మీద కూర్చోబెట్టి -

నా పాదాలను ఇత్తడి పళ్ళెంలో పెట్టి -

ముందు మంచినీళ్ళతో...

ఆ తరువాత కొబ్బరి నీళ్ళతో...

ఆ తరువాత పాలతో ప్రక్షాళన చేసి...

వేదాశీర్వచనం జరుగుతూ వుండగా

సన్నాయి వాయిద్యాలు మోగుతూ వుండగా –

నా కాలికి గండ పెండేరం తొడిగారు.

***

నేను / మీ బ్రహ్మానందం

ముఖ్యమంత్రి నారా చంద్రబాబు నాయుడి గారి చేతుల మీదుగా అవార్డ్ స్వీకరిస్తూ...

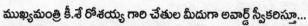

ముఖ్యమంత్రి కీ.శే రోశయ్య గారి చేతుల మీదుగా అవార్డ్ స్వీకరిస్తూ...

కీ.శే శ్రీ అల్లు రామలింగయ్య జాతీయ పురస్కారం అందుకుంటున్న సందర్భంగా...

విద్యార్థిగా నటరాజ రామకృష్ణ గారి చేతుల మీదుగా అవార్డ్ అందుకుంటూ...

సినిమా నటుడిగా నటరాజ రామకృష్ణ గారి చేతుల మీదుగా అవార్డ్ అందుకుంటూ...

చదువుకునే రోజుల్లో గుమ్మడితో...

నటుడయ్యాక గుమ్మడితో...

విరాట్ విశ్వకర్మ జయంతి సందర్భంగా విజయవాడలోని విశ్వకర్మ సంఘం వారు నా కాలికి గండ పెండేరం తొడిగిన సమయంలో...

శ్రీమతి ఒక బహుమతి

నది వెళ్లి సముద్రంలో కలిసి అదృశ్యమైనట్టు...
నా భార్య నా జీవితంలోకొచ్చి నాలో కలిసిపోయింది.
ఆ నదీ సాగర సంగమాన్ని ఎవరు వేరు చేయగలరు?
పూల పరిమళం వెళ్లి గాలిలో కలిసినట్టు...
నా భార్య నా సంసార జీవితంలో ఇమిడిపోయింది.
పరిమళాన్ని - గాలినీ ఎవరు వేరు చేయగలరు?

***

ఇది రాసేనాటికి నా పెళ్ళయి నలభై అయిదు సంవత్సరాలు!
ఎంత సంసార జీవితం గడిచిపోయుంటుంది?
ఎంత అనుభవసారం గడించి వుంటాము?
నాకు అర్థం మిళితమై వాగర్థమైనట్టు...
మాటకు అర్థం తోడైనట్టు -
భర్తకు భార్య తోడయితేనే -
శివుడైనా నెత్తిన పెట్టుకోక ఏం చేస్తాడు?
శ్రీహరయినా గుండెల్లో దాచుకోక ఎలా ఉంటాడు? నేనెంత?
నేనూ... లక్ష్మి... అలాగే కలిసిపోయాం!
లక్ష్మి... భోజ్యేషు మాత... నామేషు లక్ష్మి... రూపేచ లక్ష్మి..!!

***

అలంకారాలూ... అతిశయోక్తులూ కాదు – నిజం

ఆమె నా భార్యవడం నిజంగా నా అదృష్టం!

ఎవరో కన్నబిడ్డ...

నేనంటే తెలియని బిడ్డ...

నన్ను నమ్ముకుని నా ఇంటికొచ్చింది.

ఉన్నత సంస్కారం...

ఉన్నంతలో సంసారం సర్దుకుపోయే మనస్తత్వం... పుట్టెడు కష్టాలనూ చూసింది.

పుట్టెడు తేనెలాంటి మధురమైన జీవితమూ చూసింది.

రెంటినీ సమానంగానే తీసుకుంది... అదీ విశేషం!

'పాలేటి' వారి కుటుంబంలో పుట్టింది.

వాళ్ళ నాన్నగారికి వందల ఎకరాల మామిడి తోటలుండేవి.

ఆయన పేరు పాలేటి రాజారావు గారు.

పేరుకే కాదు - వ్యక్తిత్వంలోనూ రాజారావు గారు - రాజా వారే సుమా!

దాతృత్వం ఆయన గుణం!

ఊళ్ళో ఎవరయినా బీదాబిక్కీ పెళ్లి చేసుకునేటప్పుడు -

ఆయన దగ్గరికి వస్తే -

ఓ తాళిబొట్టు కానుకగా ఇచ్చి పంపేవారు.

ప్రకృతి వైపరీత్యాల వల్లనయితేనేమి...

ఎముకలేని చేతితో దానాలు చేయడం వల్ల నయితేనేమి...

ఆస్తులన్నీ హరించుకుపోయినా -

ఆ స్థితిలో కూడా ఏదో ఒకటి ఇచ్చి పంపాలనే మనస్తత్వం ఆయనది.

లక్ష్మీ వాళ్ళు - ముగ్గురు అన్నదమ్ములు... నలుగురు అక్కాచెల్లెళ్ళు!

చాలా పెద్ద కుటుంబం!

అటువంటి కుటుంబ నేపథ్యం నుంచి వచ్చింది కాబట్టి...

నేనెప్పుడూ తొందరపడి నోరు జారకుండా చూసుకున్నాను.

ఏనాడూ - ఈనాటికీ మాట అని ఎరగను.

చేయెత్తి ఎరగను.

కోపమొచ్చేది... తినడం మరిచిపోయినప్పుడు..

ఆరోగ్యం గురించి పట్టించుకోకుండా పనులన్నీ నెత్తిన వేసుకున్నప్పుడు...

మందలించేవాడిని సున్నితంగా!

ఈ రకమైన కోపతాపాలే తప్పు - నిజం కోపం ఏనాడు రాలేదు నాకు.
ఇంత సుదీర్ఘమైన సంసారజీవిత ప్రయాణంలో-
ఏనాడు నాకిది కావాలి... నేనీ బంగారం కొనుక్కుంటాను..
ఆ చీర కొంటాను... అని అడిగిన సందర్భమే లేదు.
ఈషణ్మాత్రం అతిశయోక్తి లేకుండా చెప్తున్నాను...
ఉందేమో, అడిగి వుండచ్చేమో అనే సందర్భం కూడా లేదు. లేదు గాక లేదు.
అందుకు కొంత రీజెన్ కూడా వుంది...
ఆమె నోరు తెరిచి అడగాల్సిన అవసరమే రాకుండా అన్నీ నేనే కొని పెట్టేవాడిని.
సమకూర్చేవాడిని.
ఏ లోటూ రాకుండా చూసుకునేవాడిని.
ఆమె అంటే నాకు గౌరవం! అంతే!
ఆమెకున్న సంస్కారానికి నమస్కారం చేయని పాండిత్యం ఎందుకు?
అటువంటి ఉన్నత వ్యక్తిత్వానికి శిరసు వంచని ప్రతిభా పాటవాలెందుకు?
ఇల్లు నందనవనంగా మార్చిన ఇంటి ఇల్లాలి పైన వాత్సల్యం చూపించని
భర్త ఎంత ఉన్నతుడయితేనేమీ... ఎంత అత్యున్నత స్థానంలో వుంటేనేమి?
ఇది పొగడ్త కాదు.
ఇవి ప్రశంసలు కావు.
నిజాలు ఒప్పుకోవడం! అంతే!
సహనం ఆమె సౌశీల్యానికి మరింత వన్నె తెచ్చి పెట్టింది!
నేను ఆమెనీ... గౌతంనీ అత్తిలిలో ఉంచి, మద్రాసుకు - అత్తిలికీ తిరుగుతూ ఉన్నప్పుడు...
చిన్నవాడైన గౌతంని పెట్టుకుని ఆమె ఒంటరిగా ఉండాల్సివచ్చినప్పుడు...
చాలీ చాలని జీతం వచ్చినప్పుడు...
అవసరాలని మించిన ఖర్చులు పెరిగినప్పుడు...
అన్నివేళలా సర్దుకుపోవడం ఆమె నైజం... ఇది నిజం!
నా విషయాల్లో ఎందులోనూ ఆమె జోక్యం చేసుకుని మాట్లాడేది కాదు.
అవసరమైన సలహాలిచ్చేది కాదు.
నేను సమస్యల్లో వున్నప్పుడు కూడా "ఏమిటి లక్ష్మీ ఏమైందని అడగవేంటి?" అనడిగితే-
నేను ఏమడిగి ఏం చేయగలనండి... నాకేం తెలుసు.
మీరు చదువు, విజ్ఞానం వున్నవారు.
మంచీ చెడూ అన్నీ మీరే చూసుకోగలరు."

అని వినయ పూర్వకంగా చెప్పేది తప్ప-

ఎప్పుడూ చర్చించేది కాదు.

ఏంటీ తెగ పొగిడేస్తున్నావ్ భార్యని - అని అనుకోవచ్చు గాక!

ఏ తల్లి కన్న బిడ్డ అని ముందే అన్నాను.

నిజమే!

ఆ తల్లి కన్నబిడ్డ - ఇంకో తల్లి కన్నబిడ్డని ఇంత సహృదయంతో

అర్థం చేసుకోవడమే గదా దాంపత్యమంటే?

ఆ దాంపత్యానికి అర్థం ఆమె!

అందుకే -

ఎప్పుడయినా మేము ఫ్యామిలీ ఫొటో దిగేటప్పుడు -

ఆమెని కుర్చీలో కూర్చోబెట్టి నేను పక్కన నిలబడి -

పిల్లలిద్దరినీ చెరో పక్కన పెట్టుకుని - తీయించేవాడిని.

***

అటువంటి లక్ష్మి బాధపడిన సందర్భం ఒకటి నా ప్రమేయం లేకుండా ఎదురయింది.

గౌతమ్ పుట్టక ముందు సంగతి ఇది!

ఆమె గర్భవతి అయింది - మొదటిసారి.

సంతోషపడ్డాం!

అప్పటికి పెళ్ళయి నాలుగు సంవత్సరాలయింది.

ఇంకా పిల్లలు పుట్టలేదని మా అమ్మ, వదినల్లో సణుగుడూ మొదలయింది.

అది లక్ష్మికి తెలుసు.

అయినా నాకు చెప్పుకోలేదు.

అసలు బయట పడలేదు.

అటువంటి సంస్కారం ఆమెది.

ఆ సమయంలో...

లక్ష్మీ గర్భవతి అని తెలియగానే నేను సంతోషపడ్డాను.

కానీ ఆ సంతోషం మూడు నెలలు కూడా లేదు. ఆ గర్భం నిలవలేదు.

చాలా బాధపడ్డాం!

ఎవరికీ చెప్పలేదు!

మళ్ళీ కన్సీవ్ అయ్యింది! మళ్ళీ మాలో ఆశ చిగురించింది.

ఈసారి జాగ్రత్తగా వుండాలని మంచి డాక్టర్ కి చూపించాం!

అంతకుముందు జరిగిన నష్టం గురించి కూడా చెప్పాం!
వారానికి ఒక్క ఇంజక్షన్ చొప్పున వాడితే ప్రమాదం లేదన్నారు.
అయిదో నెలొచ్చింది.
మా పెద్దక్కగారు... మా అమ్మ తరువాత అమ్మలా చూసుకునేది.
వాళ్ళది తెనాలి దగ్గర వూరు.
సీమంతం చేస్తానంటూ స్వీట్లూ, పండ్లు, చీరె, రవికా అన్నీ పట్టుకుని వచ్చింది.
ఆ సమయానికి జనరల్ చెకప్ కోసం నేను లక్ష్మిని తణుకు తీసుకు వెళుతున్నాను.
వెళ్ళి టెస్ట్ చేయిస్తే - పిడుగులాంటి వార్త బయటపడింది.
'షి ఈజ్ నాట్ ప్రెగ్నెంట్!"
అది గర్భం కాదన్నారు.
మూడో నెలవరకూ పిండం ఎదిగి ఆ తర్వాత ఎదుగుదల ఆగిపోయింది.
వారానికో ఇంజక్షన్ చేయించడం వల్ల అబార్షన్ జరగలేదన్నారు.
రేపే సీమంతం!
అక్క అన్నీ తీసుకుని వచ్చింది.
లక్ష్మికెలా చెప్పాలి. రెండోసారి కూడా ఇలా అయితే ఎలా తట్టుకుంటుంది?
అసలు నా పరిస్థితేమిటి?
బిడ్డ పుట్టబోతుందన్న ఆనందంలో వున్న నాకు ఆశనిపాతంలా...
తగిలిన ఈ విఘాతానికి కొయ్యబారిపోయాను.
ఎలాగో గొంతు పెగుల్చుకుని లక్ష్మితో చెప్పాను.
ఆ క్షణం ఆవిడ చూసిన చూపులో ఎంత వేదన, ఎంత రోదన వున్నాయో నాకు మాత్రమే తెలుసు.
ధైర్యం చెప్పి - డిఎన్సీ చేయించి - గర్భసంచీ క్లీన్ చేయించి...
ఇంటికి తీసుకొచ్చి అందరితో చెప్పాను.
ఆ రాత్రంతా ఇంట్లో అందరూ ఏడుపులు!
ఈ సంఘటన లక్ష్మిని విపరీతంగా బాధించింది.
ఇటువంటి సందర్భం మళ్ళీ మా జీవితంలోకి రాకూడదని –
గౌతమ్ లక్ష్మి కడుపులో పడగానే -
హైదరాబాద్ రామ్‌నగర్లో వున్న ఆమె సోదరుడి ఇంట్లో వుంచి -
మంచి ట్రీట్మెంట్ ఇప్పించాను.
ఆ పని మీద హైదరాబాద్ వచ్చినప్పుడే -

ఆదివిష్ణు గారి పరిచయం...
దూరదర్శన్లో మిమిక్రీ చేయడం...
జంధ్యాల గారి సినిమాల్లో అవకాశం రావడం...
ఈ కథంతా మీకు తెలుసు!

***

సిద్ధూ పుట్టాడు.
అదీ ఒక వింత కథ!
ఒక దైవీకమైన సంఘటన!!
అసలు సిద్ధూ పుట్టుక లేదు.
అయినా కడుపున పడ్డాడు.
అప్పుడు నాకున్న ఆర్థిక పరిస్థితుల దృష్ట్యా - గౌతమ్ ఒక్కడు చాలనుకున్నాను.
ఉన్నంతలో వాడినే చదివించి ప్రయోజకుడిని చేయగలిగితే నా బాధ్యత సక్రమంగా పూర్తి చేసిన వాడినవుతానని అనుకున్నాను.
నేననుకున్నాను.
దేవుడనుకోలేదు.
సెకండ్ ఇష్యూ గురించి - సెకండ్ థాట్ కూడా లేనప్పుడు -
తానొకటి తలిస్తే దైవమొకటి తలిచాడు అన్నట్టు...
లక్ష్మి క్యారీయింగ్ అని తెలిసింది.
వద్దనుకున్నాను.
అప్పటికి మూడోనెలే కాబట్టి - అప్పుడే అబార్షన్ చేయిస్తే ఏ కాంప్లికేషన్స్ ఉండవని డాక్టర్స్ చెప్పారు. అబార్షన్ చేయించడానికి సిద్ధపడ్డాను.
అప్పుడయినా ఆమె మాతృత్వానికి విలువిచ్చి -
కడుపులో వున్న బిడ్డని తీయించడం పాపమని నన్ను ప్రశ్నించలేదు.
అది ఆమె అమాయకత్వం కాదు.
నా ఆర్థిక పరిస్థితి ఆమెకు తెలుసు.
పరిస్థితులని బట్టి సర్దుకుపోయే భార్యకు సర్ది చెప్పాల్సిన అవసరం నాకందుకే రాలేదు.
కాలేజీకి సెలవు పెట్టి - అబార్షన్ చేయించడానికి తీసుకువెళదాం అనుకున్నాను.
భోరున వాన మొదలయ్యింది.
ఎందుకు వానొచ్చిందీ? తెలీదు! నాకు తెలీదు పైవాడికి తెలుసు.
ఇంటి ముందు నిలబడి వాన వెలిసే వరకూ చూద్దాం అనుకున్నాను.

ఒక రూట్ నుంచి వెళ్లాల్సిన మా కొలీగ్ రామశాస్త్రీ గారనీ -
నాది తెలుగు డిపార్టుమెంటయితే - ఆయనది ఇంగ్లిష్ డిపార్టుమెంట్!
ఆయన మా వీధిగుండా సైకిల్ మీద వెళుతూ...
ఇంటిముందున్న నన్ను చూసి ఆగాడు.
"ఏం మాష్టారూ కాలేజీకేనా? పదండి" అన్నాడు.
నేను సెలవు పెట్టినట్టు చెప్పాను.
ఎందుకని అడిగారు.
నాలో సంఘర్షణ.
చెప్పాలా వద్దా అన్న సందిగ్ధం!
కానీ అప్పటికీ నేను చేస్తున్నది భ్రూణహత్య అన్న పాపభీతి నన్ను
ఓ పక్క రంపపుకోతకు గురి చేస్తూనే వుంది.
నన్నెదిరించలేని నా భార్య తలుపు చాటున నిలబడి చూస్తూ వుంది.
రామశాస్త్రి గారు నా ఆప్తమిత్రుడు.
చెప్పకుండా వుండలేకపోయాను.
అబార్షన్ కోసమని చెప్పాను.
క్షణకాలం నిశ్శబ్దం.
అనంతరం ఆయనొక మాటన్నారు...
"యూ డోంట్ హావ్ రైట్స్ టు కిల్" అన్నాడు.
"మీకేమి నలుగురైదుగురు లేరు - ఉన్నది ఒక్కడే కొడుకు - వాడికొక తోడు కావాలి.
కలిసి ఆడుకున్నా, కొట్టుకున్నా, తిట్టుకున్నా, తోడబుట్టిన తమ్ముడు తోడుగా ఉంటాడు.
లేదంటే ఒంటరిగా పెరగాల్సి వస్తుంది." అని చెప్పి కాస్త ఘాటుగానే మందలించాడు.
ఆ తరువాత ఆయన నా రెండు చేతులు పట్టుకుని బ్రతిమాలాడు. ఆ సంఘటన గుర్తొస్తే
ఇప్పటికీ నా కళ్ళు చెమరుస్తాయి.
"దైవం మానుష రూపేణా" అంటే అదేనేమో! నా స్వామి ఈ రూపంలో వచ్చాడేమో!!
అప్పుడు కథ అబార్షన్ టేబుల్ మీంచి -
లేబర్ రూమ్‌కి మారింది.. డెలివరీ కోసం!
నేను లక్ష్మిని హాస్పిటల్‌కి తీసుకు వెళ్ళలేదు.
రామశాస్త్రి గారితో కలిసి కాలేజీకి వెళ్లిపోయాను.
వొద్దనుకున్న కొడుకిప్పుడు ముద్దుల కొడుకయ్యాడు.. వాడే...
సిద్ధూ.. సిద్ధార్థ!

***

గౌతమ్... సిద్ధార్థ...

స్టైలిష్‌గా వుండాలని నేనీ పేర్లు పెట్టాలనుకోలేదు.

గౌతమ బుద్ధుడి పేర్లు పెట్టాలనుకున్నాను.

లోగడ చెప్పినట్టు నేను సున్నం ఆంజనేయులు గారింట్లో వుండి చదువుకునేటప్పుడు...

ఆయన బుద్ధిస్ట్!

ఆ ప్రభావం నా మీద పడింది.

బౌద్ధ సిద్ధాంతాలని అధ్యయనం చేశాను.

బుద్ధుడు అనగానే శాంతి, అహింసలాంటి పరమధర్మాలన్నీ గుర్తొస్తాయి.

నా ఇల్లు బోధివృక్షమైంది!

ఆ భావ పరంపర - నా పక్షమైంది!

అందుకే గౌతమ్, సిద్ధార్థల పేర్లు పెట్టడమైంది.

వీళ్లు పుట్టిన కొన్నాళ్ళకు -

నేను 'ఇంట్లో ఇల్లాలు - వంటింట్లో ప్రియురాలు' సినిమా షూటింగ్ కోసం నేపాల్ వెళ్ళాను.

అక్కడ 'హైయెస్ట్ బుద్ధిస్ట్ టెంపుల్ ఇన్ ద వరల్డ్' సందర్శించాను.

ప్రదక్షిణ పూర్తి చేశాక బౌద్ధ దర్శనమైంది.

ఆత్మ దర్శనమైనంత ఆనందం అణువణువునా వ్యాపించింది!

ఒళ్ళు పులకరించింది.

ఇందుకేనేమో నాకు నా బిడ్డల పేర్లు బుద్ధుడి పేర్లు పెట్టాలన్న బుద్ధి పుట్టిందీ అనిపించింది.

ఇదంతా ఒక పార్శ్యం.

ఇక లక్ష్మి గురించి కొన్ని వాక్యాలు చెప్పి ముగిస్తాను.

***

సంపాదన నాది - సంసార బాధ్యత లక్ష్మిది!

చెన్నైకి నేను ఫ్యామిలీతో పాటు షిఫ్ట్ అయినప్పుడు -

అప్పుడు సినిమా ఇండస్ట్రీ మద్రాసు నుంచి హైదరాబాద్ కి షిఫ్ట్ అవుతున్న రోజులు!

రాష్ట్రం కాని రాష్ట్రంలో -

మన భాష కాని భాష మాట్లాడే చోట -

కాపురం వుండాల్సిన అవసరం!

***

షూటింగ్స్ కోసం నేను -

మద్రాస్ నుండి రాజమండ్రి, కాకినాడ, విశాఖపట్టణం, తిరుపతి, హైదరాబాద్ ఇలా తిరగాల్సి వచ్చేది.

తిరిగి తిరిగి ఎప్పుడో పదిహేను ఇరవై రోజులకి ఇంటికొచ్చి ఒక్కటీ, రెండు రోజులుండి మళ్ళీ వెళ్ళేవాడిని.

పిల్లల బాధ్యతంతా ఆమె తీసుకుంది.

ఇద్దరు పిల్లల్ని చూసుకుంటూ -

తనే స్కూల్‌కి తీసుకు వెళ్ళి, తీసుకు వస్తూ -

ఏం కావాల్సి వచ్చినా తానే వెళ్లి తెచ్చుకుంటూ –

బాధ్యతగా సంసారం నెట్టుకొచ్చేది.

నేను కేవలం సంపాదన మాత్రమే చూసుకునేవాడిని.

ఎందుకంటే...

నాకు కష్టం తెలుసు.

పేదరికం తెలుసు.

నేను పడ్డ కష్టాలు నా పిల్లలు పడకూడదు - అని ప్రతీ తండ్రిలాగే నేను కోరుకున్నాను.

అంత కష్టం ఇప్పుడైతే నేను పడుండేవాడిని కాదు.

అప్పుడంత కష్టాన్ని ఇష్టంగా ఎందుకు భరించాను.

నా భార్య, నా పిల్లలు సుఖంగా సంతోషంగా వుండాలి కదా!

ఆ రోజుల్లో నేను రోజుకు పద్దెనిమిది గంటలు పనిచేసేవాడిని.

రోజుకు అయిదు షిఫ్టు కూడా చేసేవాడిని.

ఆ రోజుల్లో సెల్ ఫోన్స్ కూడా లేవు.

మాట్లాడుకోవాలంటే ట్రంక్ కాల్ బుక్ చేసుకునేవాళ్ళం!

కాబట్టి ఏ అవసరం వచ్చినా లక్ష్మి నన్ను డిస్టర్బ్ చేసేది కాదు.

పిల్లలు ఎలా చదువుతున్నారో -

ఎలా పెద్దవాళ్ళయ్యారో - అదంతా ఆమె కష్టమే!

ఆనాటి నుంచి ఈనాటి దాకా -

ఏనాడయితే వైకుంఠపురంలో నేను వేంకటేశ్వరస్వామి సన్నిధిలో తాళికట్టానో -

అదిగో - అప్పటినుంచీ -

ఆమె నా అర్ధాంగి అయ్యింది.

సహధర్మ చారిణిగా మారింది.

ఇప్పటికీ -

ఉదయం లేవగానే ఇంటిముందు నీళ్ళు చల్లి ముగ్గు పెడుతుంది.
స్నానం చేసి, దీపం వెలిగించి, తులసికోటకు పూజ చేసిగానీ - ఏమీ తినదు.
వంట కూడా స్నానం చేయనిదే మొదలు పెట్టదు.
ఇప్పుడు పనిమనుషులూ, వంట మనుషులూ వచ్చినా –
ఇంటి ఇల్లాలిగా ఆమె బాధ్యతలేవీ మరిచిపోదు.
కొడుకూ, కోడలూ, మనవడు - చిన్న కొడుకు అందరికీ
ఆమె ఏ అవసరం వచ్చినా చూసుకుంటుంది.
నా భార్య లక్ష్మి...
నదిలా నా హృదయ సంద్రంలో కలిసి నిక్షిప్తమైంది.
నిక్షేపంగా వుంది.
శతమానం భవతి శ్రీమతీ!!

***

నేను / మీ బ్రహ్మానందం

అమ్మ తరువాత అమ్మ

అమ్మ ఎవరికైనా ఒక్కరే.

కానీ అమ్మతనానికి ఎన్నో రూపాలు.

కన్నపేగు పేరు అమ్మయితే, పెంచే ప్రేమ పేరు కూడా అమ్మే.

అవి, జీవి, అర్థం, ప్రాణం పెట్టి సర్వస్వం ధారబోసి

పెంచే అమ్మని చూడగలిగితే తోడబుట్టిన అక్కలో కూడా

అణువణువునా అమ్మ కనబడుతుంది,

వినబడుతుంది,

ప్రతీ అడుగులోనూ ఎదురుగా నిలబడుతుంది,

చిటికెన వేలు పట్టుకుని చివరంటా నడిపిస్తుంది

అని చెప్పడానికి నా జీవితం కన్నా ప్రత్యక్ష నిదర్శనం మరొకటి లేదని చెప్పే క్షణమిది.

***

మా అక్క.

మా అందరికన్నా పెద్దది.

ఆమె తర్వాత ఆరుగురు అన్నదమ్ములం.

నేను ఐదవవాడిని లెక్కకి.

అత్తవారింటికి వెళ్ళిన మా అక్క మనసు మాత్రం

పుట్టింటి మీద,

మా అన్నదమ్ముల దగ్గరే ఉండిపోయింది.
అత్తారిల్లు, పుట్టిల్లు ఎంతో దూరం లేకపోయినా,
ఆ కాస్త దూరాన్ని కూడా
మా పట్ల మా అక్కకున్న అంత:కరణ చెరిపేస్తూనే ఉండేది.
ఎప్పుడొచ్చినా ఒట్టి చేతుల్తో రావడం తెలియని వెర్రితల్లి.
ఇంతమంది అన్నదమ్ములం ఇంటి దగ్గర ఉన్నామని
పెనిమిటి చేత అరటిగెల మోయించుకుని మరీ తీసుకొచ్చేది.
మేం తినాలని,
తింటామని
ఆశ, ఆపేక్ష.
మేమెప్పుడైనా మా అక్కింటికి వెళ్తే
మా అన్నదమ్ములం తినే ప్రతీది వండి, ప్రేమగా వడ్డించేది.
చివరికి తాను మాకు వడ్డించేది
తన కన్నబిడ్డలు చూడ్డం కూడా ఇష్టపడనంత
అవ్యాజమైన వాత్సల్యం మా పట్ల.
మేం తింటున్నప్పుడు ఆమె బిడ్డలు అటుగా వస్తే
వాళ్ళని కసిరి మరీ వెళ్ళగొట్టేది.
ఆ కసురుకోవడంలో వాళ్ళ మీద కోపం కన్నా
మా మీద ప్రేమే ఎక్కువగా ధ్వనించేది.
ఆ రోజుల్ని,
మా అక్కని మర్చిపోయే బలహీనతను
నాకు దేవుడివ్వకపోవడం
కేవలం నాకు దేవుడిచ్చిన వరంగా భావిస్తాను.
నా చదువు సాగుతూనే ఉంది.
అక్క అభయహస్తం వెన్నంటే ఉండేది.
పై చదువులు చదివించే శక్తిసామర్థ్యాలు
మొదలే దేవుడు ఇవ్వలేదు.
పైగా వయసు మళ్ళినతనం,
వార్ధక్యం కలసి దాదాపుగా నా గమ్యం వైపుకు
నా దారిని మసకబారిస్తున్న సందర్భాలవి.

ఇంక కుదరని పరిస్థితి ఆవరించడాన్ని
నేను కళ్ళారా చూస్తున్నా.
నేను రాజీపడిపోతానేమోనన్న నమ్మకం నాకు కలిగింది గానీ
మా అక్క సంకల్పబలం మాత్రం ఛెళ్ళుమనిపించింది.
కొంగున దాచుకున్న డబ్బు,
ఎక్కడో అక్కడా ఇక్కడా దాచుకున్న డబ్బు
అన్నీ పోగేసి మా అక్క నా జేబు నింపింది.
పై చదువుల ముడుపులను నా ఒడిలో పోగులా పోసింది.
తన మనసుతో నా పై చదువును మా అక్క ముందే చదివేసింది.
నాలో ప్రాణం పోసింది.
నా చదువులు జరిగినంత కాలం
మా అక్క కొంగు నాకెన్ని సార్లు కొంగుబంగారమైందో లెక్క చెప్పలేను.
అక్క కూడా లెక్క చూసుకోలేదు.
బావ ద్వారా నేరుగా కాలేజీకే పంపించేది.
ఆమె ప్రేమకు ఆయనొక దూత.
రాయబారి.

***

నేను సినిమా నటుడిగా వేళ్ళూనుకుంటున్న దశలో ఆనందపడింది.
బాగా స్థిరపడ్డాక మద్రాసు వచ్చింది.
ఒంటినిండా చేతులు చేసుకుని మా అక్కను స్వాగతించాను.
కొన్నాళ్ళుంది.
వెళ్ళిపోతున్నముందు
ఆనాడు నాకున్న స్థితికి నాకే ఆశ్చర్యం కలిగించే మాట అంది.
"తతిమా వాళ్ళు సరేరా. నీ గురించే నాకు దిగులు" అని ఆ మాట.
నాకు ఓ క్షణం అర్థం కాలేదు.
నేనప్పటికే ఓ మోస్తరుగా స్థిరపడ్డాను.
భవిష్యత్తు బలంగా కనబడుతోంది.
చేతినిండా సినిమాలు.
ఆదాయం.

మరెందుకు నన్ను చూస్తే అక్కకి దిగులు.

ఏమో.

అదే అడిగాను.

"నీ వెర్రిగానీ, నా గురించి ఎందుకక్కా నీకు దిగులు...నాకేం తక్కువ" అన్నాను.

నా ప్రశ్నలోని వెర్రితనం ఆమె కారణం చెప్పిన తర్వాతగానీ నాకు అర్థం కాలేదు.

నేను అందుకున్న విజయాన్ని దాటిన అక్క ప్రేమ కొలవడానికి నటుడిగా నేనందుకున్న స్థాయి కురచనదైపోయింది.

వ్యక్తిగా ఆ స్థాయి నాకు రాలేదని అక్కే నిరూపించింది.

అక్క కొనసాగించింది.

"నీకేం తక్కువని కాదు. ఈ ప్రపంచానికి ఏది పనికిరాదో అదే మనకి ఎక్కువ అని గుర్తు చేస్తున్నాను. మనకి కోపాలెక్కువ. ఇల్లయితే ఏ కోపం పాటి చెయ్యదు. అందరం ఇంట్లో వాళ్ళమే కాబట్టి సర్దుకుపోతాం. కానీ నువ్వున్న ఈ సినిమా ప్రపంచం మనది కాదు. మనవాళ్ళు ఎవ్వరూ లేరు. మనల్ని అర్థం చేసుకునే చిన్నవాళ్ళెవరూ లేని లోకం ఇది. అందరూ పెద్దవాళ్ళే. నీ కోపాన్ని తీసుకునే అవసరం ఎవరికుందిరా ఇక్కడ? జాగ్రత్త నాయనా" అంది.

నా గుండెమీద కొరడా పెట్టి కొట్టినట్టయింది.

మనసు ఒక్కసారిగా చెదరిపోయింది.

చలించిపోయాను.

అక్క వెళ్ళిపోయింది.

ఆ మాట మాత్రం ప్రతీక్షణం నా చెవుల్లో ఈరోజు వరకూ కూడా రింగుమంటుంటుంది.

***

అక్క ఈ ప్రపంచంలోనుంచే వెళ్ళిపోయింది.

నేను చదువుకున్న ప్రతీ అక్షరంలో,

నేను సాధించిన ప్రతీ క్షణంలో

అక్క నీడలు, బంగారుమేడలై నన్ను అంటిపెట్టుకునే ఉన్నాయి.

అక్క లేదే అనిపించిన మరుఘడియలోనే అక్క నా పక్కనే ఉన్నట్టు అనిపిస్తుంది.

అమ్మ అందరికీ ఒక్కరే ఉంటే,

ఇద్దరమ్మలున్న గొప్పజాతకుణ్ని నేను

అని గర్వపడాలని కోరుకునే సార్థకతను ఆ ప్రేమమయి మా అక్క నాకు కల్పించింది.

***

నేను / మీ బ్రహ్మానందం

కళాబంధువు

జీవితంలో మరచిపోలేని అత్యంత ఆప్తులు...

జీవితంలో తరిగిపోని అత్యంత ఆస్తులు!

ఇది వచన రూపంలో వున్న స్తోత్రం కాదు.

అందమైన పదాలతో కూర్చిన కవిత్వం కాదు.

ఓ మనిషి తత్త్వం !

"దైవం మానుష రూపేణా" అన్న మాటకు ఆ మనిషే సాక్ష్యం!

ఆ మనిషి ఎవరో కాదు కళాబంధు డాక్టర్ టి. సుబ్బిరామిరెడ్డి గారు.

***

ఆయనతో పరిచయం అనిర్వచనీయం!

ఆయన సహచర్యం అనుభవైకవేద్యమైన అనుసంధానం!

ఇవ్వడమేగాని తీసుకోవడం ఎరగని వ్యక్తిత్వం!

కళాబంధువే ఆత్మబంధువుగా మారితే... అదో మధుర అవ్యక్త ఆనందం!!

టి. సుబ్బిరామి రెడ్డి గారింట్లో నిత్యం శివారాధన జరిగేది.

ఆ ఆరాధనకు నాకు ఆహ్వానం దొరికేది.

అదంతా ఒక ఆధ్యాత్మిక పర్వం... అరుదైన అనుభవం!

ఆ పరమశివుడికి ఆయన అత్యంత ప్రియ భక్తుడు.

ఆ పూజగదిలో అడుగుపెడితే కైలాసంలో అడుగుపెట్టినంత చల్లదనం!

ఆ శివపూజలో మమేకమైన ఆయన హృదయం ఉప్పొంగితే ఎన్ని నమకాలో, ఎన్ని చమకాలో..!

ఆ రుద్రాభిషేకాన్ని కళ్ళారా చూసే భాగ్యం కలిగినందుకు ఎన్నోసార్లు ధన్యత పొందిన వారిలో నేనూ ఒకడినవడం నా భాగ్యం!

ఆయన ప్రతీ పుట్టినరోజు వేడుకలకీ నేను హాజరయ్యేవాడిని.

నిండునూరేళ్ళూ చల్లగా వుండాలని కోరుకునేవాడిని.

కవిత్వం రసాత్మకమైతే రసజ్ఞుల హృదయం ఎంత రంజింపబడుతుందో -

నా మాటల్లోని హాస్య గుళికలు ఆయన హృదయాన్నంత ఉల్లాస పరిచేవి...

ఆయన అభినందనలు నన్ను ఉత్సాహపరిచేవి.

మానసోల్లాసాన్నిచ్చే మనుషుల సాంగత్యం కన్నా మించిన మంచి సమయం ఏముంటుంది?

సత్సాంగత్యం అది!

***

అవ్యక్తమైన ఆత్మబంధువు

'నాగశేషు పోలిశెట్టి' - నా మేనేజర్!
మేనేజర్ అనే పదం బయటవారికోసం!
మా కోసం... మా మనిషి!
మా మనిషి కాక ముందు
శేషు.. నా విద్యార్థి!
నేనే లెక్చరర్!
అప్పుడు కూడా - అతనొక విద్యార్థి...
నేనొక అధ్యాపకుడనే.. భేదం ఉండేది కాదు.
నా ఇంట్లో ఒక మనిషిలా వుండేవాడు.
నా మనిషిలా మారిపోయాడు.

***

పశ్చిమ గోదావరి జిల్లాలో -
నర్సాపురం దగ్గర కొప్పర్రు అనే గ్రామం - శేషు స్వగ్రామం.
1975 నుంచి నా దగ్గర స్టూడెంటుగా వున్నాడు.
నేనంటే అభిమానంగా వుండేవాడు.
అతనంటే నేనూ ఆత్మీయంగా వుండేవాడిని.
అంతవరకే ఆ పరిచయం...!

బీకామ్ పూర్తయ్యాక -
శేషు ఉద్యోగ ప్రయత్నాలు మొదలుపెట్టాడు.
కలిసి రాలేదు.
కుదరలేదు.
కుదరదు.
అదంతే!
ఆ తర్వాత
అప్పట్లో దుబాయ్, కువైట్ వెళ్లి –
ఉద్యోగం చేయడమనేది ఒక స్టేటస్!
ఆ ప్రయత్నాలూ చేశాడు.
అప్పుడూ వీలు కాలేదు.
కాదు
అది అంతే!
వాళ్ళమ్మ నాన్న నాతో -
శేషు ఖాళీగా వున్నాడనీ...
ఏదయినా ఉద్యోగం దొరికితే -
పెళ్ళిచేసి బాధ్యత తీర్చుకుందామనుకుంటున్నామనీ-
నన్నేదయినా దారి చూపించమనీ అడిగారు.
నేనప్పుడు సరేనన్నాను.
కానీ అనుకోకుండా -
నేను సినిమారంగంలోకి ప్రవేశించి బిజీ అయ్యాను.
శేషు విషయం సశేషంగా మారింది.
కానీ అసలు విశేషం అక్కడే మొదలయ్యింది.

***

'అహ నా పెళ్ళంట' సినిమా తరువాత –
'బ్రహ్మపుత్రుడు' డేట్స్ విషయంలో-
అయోమయం, గందరగోళం మొదలై...
ఆ సినిమాలో వేషం పోయింది.
రామానాయుడు గారి దగ్గర మాట పోయింది.

అప్పుడు ఎందుకన్నారో తెలీదు ...
రామానాయుడు గారు - "ఒక మంచి మేనేజర్ని పెట్టుకో-
ఈ కన్ఫ్యూజన్ వుండదు." అన్నారు.
ఆ సలహా ఆయన ఎందుకిచ్చారో తెలీదు.
శేషుకు ఉద్యోగం ఎందుకు రాలేదో తెలీదు.
దుబాయ్, కువైట్ లాంటి విదేశీ ప్రయాణయోగం -
ఎందుకు కలగలేదో తెలీదు.
కానీ సమయానికి నాకు శేషు గుర్తొచ్చాడు...
పిలవగానే వెంటనే వచ్చాడు!

***

అప్పటినుండీ - ఇప్పటివరకూ
శేషు నాతోనే వున్నాడు. నా ఇంట్లో మనిషిలా వున్నాడు.
నేను చేసిన సినిమాలన్నిటికీ -
డేట్స్ అతనే చూస్తూ వున్నాడు.
ఇప్పటికీ నలభై అయిదు సంవత్సరాల సుదీర్ఘ సహచర్యం!
శేషు శేష జీవితం నిశ్చింతగా గడపడానికి కావలసినదంతా చేయగలిగాను.
అతని కూతురి పెళ్లి శుభలేఖలో...
"బ్రహ్మానందం గారి దివ్యాశీస్సులతో..." అని వేశాడు. అంతవరకైతే ఫరవాలేదు...
"ఆయన లేకపోతే మా కుటుంబమే లేదు" అన్నమాట కూడా చేర్చాడు.
ఎందుకీ పేరాగ్రాపులు అన్నాను.
"అబద్ధమేముంది ఇందులో... అందరికీ తెలియాల్సిందే." అన్నాడు.
నమ్మకానికి శేషు సజీవ సాక్ష్యం!

***

నా అన్నదమ్ములు పెద్దగా చదువుకోలేదు.
ఈ వ్యవహారాలు చూసుకునే జ్ఞానం వారికి లేదు.
బావమరుదులూ.. వారి ఉద్యోగాలు వదులుకుని రాలేరు.
నేను నమ్ముకున్న సినిమా ఇండస్ట్రీని - నమ్ముకుని వాళ్ళని రమ్మనలేను.
అటువంటి పరిస్థితుల్లో...
శేషు వచ్చాడు.

నేను / మీ బ్రహ్మనందం

ఇప్పటికీ నాతోనే వున్నాడు.

ఎప్పటికీ నాతోనే వుంటాడు.

పిల్లలకి మావయ్య.

మా ఆవిడకి అన్నయ్య.

నాకు.. నా జీవితంలో మరచిపోలేని అరుదైన వ్యక్తుల్లో అతనూ ఒకరు.

అవ్యక్తమైన ఆత్మబంధువు.

థాంక్స్ రా శేషు!

***

ఆత్మదర్శనం

ఆత్మజ్యోతి... అందరిలోనూ ప్రకాశిస్తూ వుంటుంది.

చదువూ, సంస్కారం, విజ్ఞానం, విద్వత్తు, అనుభవం పెరిగేకొద్దీ -

ఆ ప్రకాశం మనిషి ముఖ వర్చస్సులోనూ తేజస్సుని పెంచే దివ్వెగా మారుతుంది.

అందుకే ఎప్పుడూ ఆత్మ ప్రక్షాళనతో మనసుని నిర్మలంగా, స్వచ్ఛంగా మార్చుకుంటూ వుండాలి.

అది నిరంతర ప్రక్రియ.

ఆ ప్రక్రియ మనిషికి సర్వత్రా అవసరం!

అటువంటి తేజస్సు నాకుందో లేదో తెలీదు.

కానీ - అందరూ గుర్తించే ముఖం వుంది.

అందరినీ నవ్వించే గుణం వుంది.

అందుకే అభిమానులందరి హృదయాలలో నా స్థానాన్ని ఏళ్ల తరబడి పదిలంగా వుండేలా చేసింది.

ఇందరి అభిమానానికి పాత్రుడనైన నేను -

నా స్వామీ... శ్రీ వేంకటేశ్వరస్వామి అనుగ్రహానికీ ఎన్నోసార్లు నోచుకున్నాను.

ఏ నోములు నోచిన-

నా స్వామి పాదముల చెంత

పువ్వునై పుప్పొడి రేణువునై పడివుండే భాగ్యం కలిగినదో కదా!

వెంకన్న నీకన్న మిన్న ఎవరన్న మాట నిజమన్న సత్యాన్ని
ఎంత బాగా ఏరుక పరిచితివో గదా!

***

చిన్నప్పుడు నేను అమ్మానాన్నల చేయి పట్టుకుని తిరుమల వెళ్లి స్వామి దర్శనం చేసుకున్నానట.

స్వామి కనబడటం లేదంటే -

నా తండ్రి భుజాల మీదకు ఎత్తుకుని మరీ చూపించాడట. నాకయితే గుర్తులేదు కానీ. అప్పుడేనేమో -

ఆ క్షణమేనేమో-

ఆ స్వామి నన్ను తన భుజస్కంధాల మీదకెత్తుకున్నాడేమో –

లోకాలను పాలించే స్వామి - నాకు లోకాన్ని చూపించాడేమో!

ఆ అడుగుల సడి నాకెరుకే...

ఆ నడకల వాడి నా కొరకే...

అని ఎవరో కవి అన్నట్టు...

నాకు ఆపదొచ్చినా, అవసరం వచ్చినా ఆ వడివడి నడకల అడుగుల సడి –

నా హృదయానికి వినిపిస్తూనే వుంటుంది.

నా స్వామి నాకు నిశ్చింతనీ, నిర్భీతినీ, నిశ్చలమైన వ్యక్తిత్వాన్ని ప్రసాదించాడు.

అటువంటి స్వామిని దర్శించుకోవడానికి నేను తిరుమల వెళితే –

దర్శన వేళయ్యిందనీ, తలుపులు మూస్తున్నారనీ తెలిసింది.

షూటింగ్ తిరుపతిలో ముగించుకుని ఏడుకొండలు ఎక్కేలోపే-

తలుపులు మూసేస్తారన్న కబురు విని - చిన్నబోయాను.

నన్ను ఇన్నిసార్లు, ఇన్ని ఇక్కట్ల నుంచి రక్షించిన-

ఆ గజేంద్ర మోక్షకారకుడు -

నాకు దర్శనం ఇవ్వడా?

అని బాధ పడుతోంటే - ఒకవేళ తలుపులు మూస్తే -

ఉదయాన్నే దర్శించుకోవచ్చని ఎవరో చెప్తే –

ప్రయత్నం చేద్దామని వెళ్ళాను.

ఆశ్చర్యం! అద్భుతం!

స్వామి దర్శనం కోసం ఎవరో మినిస్టర్ వస్తున్నారని కబురంది

దర్శన వేళని పొడిగించారు.

భక్తుల కోసం మెట్లే దిగి వచ్చిన స్వామి-

నా మనసు చిన్నబుచ్చడం ఇష్టం లేక - తలుపులు తెరిచివుంచే ఏర్పాటు చేసేవుంచాడు.

ఆయన పిలిచి మరీ దర్శనం ఇవ్వాలే తప్ప-

మనం సందర్శించినప్పుడు దర్శించుకునే భాగ్యం కలగదు...

అన్న సత్యం అప్పుడే తెలిసింది.

నా స్వామి మంగళ స్వరూపాన్ని ఎంతసేపు కళ్ళారా చూసినా తృప్తి కలగదు అదేమిటో!

ఎందరికో లిప్తపాటు దర్శనభాగ్యం మాత్రమే కలిగే ఆ ఆలయంలో -

నాకు మాత్రం హృదయం నిండా ఆ దైవస్వరూపాన్ని చిత్రించుకునే సమయం ఇచ్చాడు.

ఇలా ఎన్నోసార్లు నేను తిరుమల వెళ్లి స్వామి వారిని దర్శించుకున్నా-

రెండుసార్లు మాత్రమే - నభూతో నభవిష్యతి అన్న చందాన దర్శనం జరిగింది.

మొదటిసారి...

***

'రాఖీ' - సినిమా విజయోత్సవ వేడుకల్లో...

నేనూ జూనియర్ ఎన్.టి.ఆర్. పాల్గొని స్వామిని దర్శించుకోవాలని కొండమీదకు చేరుకున్నాం!

ఉదయం సుప్రభాత సేవ!

నేను, ఎన్.టి.ఆర్. అలా నిలబడి "కౌసల్యా సుప్రజా రామా" అన్న సుప్రభాతాన్ని వింటూ పరవశించి పోయాం.

ఆ తరువాత -

స్వామి వెలసిన ఆ గర్భగుడి ముఖద్వారం దగ్గర అభిషేకం జరిగేదాకా కూర్చోబెట్టారు.

ఏమి రూపమది?

స్వామి నిజరూప సందర్శనం.

ఎంతమందికి దక్కుతుందా భాగ్యం ?

అభిషేకానంతరం -

స్వామికి నవనీతం తినిపించి -

అదే నవనీతాన్ని ఒక ఆకులో పెట్టి –

మా ఇద్దరికీ ప్రసాదంగా ఇచ్చారు.

అమృతం గ్రోలిన అనుభూతి అది!

ఎన్ని జన్మల పుణ్యఫలమో గదా ఇది!

మరోమారు నేనూ, నా శ్రీమతి ఉత్తరద్వార దర్శనం చేసుకున్నాం.

ఎంతోమంది పరపతి ఉపయోగించినా కొందరికే దక్కే మహా సందర్శనం.

వైకుంఠ ఏకాదశి రోజు - ఉత్తర ద్వార దర్శనం పొందగలిగే అపురూప వరం!

ఇవన్నీ యాదృచ్ఛికాలెలా అవుతాయి.

"కాదురా బ్రహ్మీ! నీకా యోగం వుంది గనకనే రప్పించుకున్నాను." అని స్వామి చెప్పినట్టే అనిపించింది.

'నినా వెంకటేశం ననాదో ననాథ:

సదా వెంకటేశం స్మరామి స్మరామి

హరే వెంకటేశ ప్రసీద ప్రసీద

ప్రియం వెంకటేశం ప్రయచ్ఛ ప్రయచ్ఛ...'

***

హరి దర్శనం అలా అయితే -

హరుడి దర్శనం మరో మధురానుభూతి మిగిల్చింది.

హైందవులకు అతి పవిత్రమైన పుణ్యక్షేత్రం – కాశీ

'ఇంద్ర' సినిమా కోసం నేనూ, నా శ్రీమతితో కలిసి –

పుణ్యం, పురుషార్థం కలిసి వస్తాయని వెళ్లాను.

అక్కడ -

పవిత్ర గంగానదిలో మునిగి -

దేహాన్ని, మనసునీ, ఆత్మనీ ప్రక్షాళన చేసుకుని -

కాశీ విశ్వేశ్వరుడిని దర్శించుకునే వేళ

జన్మ చరితార్థమయ్యేలా -

ఆ నటరాజు నాకు ప్రసాదించిన నటన అనే కళని ఆ పుణ్యక్షేత్రంలోనే ప్రదర్శించి -

ఆయన మన్ననలు పొందే మధురఘట్టం మీకు విదితమే!

ఆ శివుడే-

నేపాల్ సమీపంలో పశుపతినాథ్ గా వెలిస్తే-

అక్కడికే నేను, నా భార్యతో కలిసి షూటింగ్ కి వెళ్లాను.

'ఇంట్లో ఇల్లాలు - వంటింట్లో ప్రియురాలు' సినిమా వల్ల -

నేను పశుపతినాథ్ నే కాదు-

ప్రపంచ ప్రసిద్ధి పొందిన బౌద్ధ దేవాలయాన్ని కూడా సందర్శించుకోవడం జరిగింది.

సారనాథ్ స్థూపాలనీ -

గయలో బోధి వృక్షాన్నీ -

అశోక చక్రవర్తి నిర్మించిన ధర్మచక్రాన్నీ -

ఎన్నిటినో దర్శించుకుని నా జన్మ చరితార్థం చేసుకున్నాను.

అన్నిటితో పాటు హిమాలయాలపై సూర్యోదయాన్ని చూశాను.

***

అదే సినిమా కోసం - ఖాట్మండులో బస చేశాను.

మంచు పర్వతాల మధ్య- విపరీతమైన చలి.

దుప్పటి కూడా తడిసిపోయేంత మంచు తాలూకు చల్లదనం!

నిద్ర పట్టలేదు.

తెల్లవారు జామున లేచి కూర్చున్నాను.

ఎదురుగా హిమవన్నగాలు.

సాక్షాత్తు పరమశివుడే తపస్సు చేసుకునే పవిత్రమైన కైలాసాలు!

సూర్యోదయం కన్నాముందు -

చిన్న వెలుగు మొదలయ్యింది.

నెమ్మది నెమ్మదిగా సూర్యుడు ఆ హిమాచల శిఖరాగ్రం నుంచి –

తొంగి చూడటం మొదలయ్యింది.

అప్పటిదాకా వెండి కొండల్లా మెరిసిన ఆ మంచు పర్వతాలు-

మెల్లమెల్లగా బంగారు కొండలై – పసిడి వర్ణంలో మెరుస్తున్నాయి.

ఏమి ప్రభాతమది!

ప్రకృతి ప్రణవ నాదాన్ని ప్రభవించే ప్రభాతం.

శివ పంచాక్షరిని నినదించే ప్రభాతం.

ప్రతిదిన ప్రబంధాన్ని ప్రవచించే ప్రభా ప్రసరణ ప్రారంభమయ్యే ప్రాత:కాలం!

ప్రభ ప్రసరించింది – ప్రపంచం పంకజంలా ప్రపుల్లమైంది.

ఆ అద్భుత దృశ్యాన్ని వీక్షించి – నా హృదయం పద్మంలా వికసించింది.

***

గ్రేట్ మెమొరీస్

ప్రశంసలు పన్నీటి జల్లులైతే –
అవార్డులనేవి ఆశీస్సులు...!
ఏ కళాకారుడికైనా ఆ కళకు సంబంధించిన రంగంలో-
నిష్ణాతులైన ఉద్ధండుల ప్రశంసలు దక్కితే -
ఆనందం అంబరాన్నే అంటుతుంది.
నా నటనకు ప్రేక్షకుల నవ్వులే అక్షింతలై, ఆశీర్వాదాలై నీరాజనం పడుతుంటే-
మరోపక్క తెలుగు చిత్రసీమ దిగ్గజాలనుంచే కాకుండా...
హిందీ పరిశ్రమలో సూపర్ స్టార్స్ నుంచి కూడా పన్నీటి జల్లులై
ప్రశంసలు కురిశాయి.
ఇది నేను గర్వంతో చెప్పడం లేదు... గర్వంగా చెప్తున్నాను.
ఎందుకంటే నా మొదటి అవార్డ్ -
హిందీ హీరో దిలీప్ కుమార్ గారి చేతుల మీదుగా అందుకోగలిగాను కాబట్టి!
'అహ నా పెళ్ళంట' సినిమా శతదినోత్సవ వేడుకలు జరిగిన తరువాత -
ఆ సినిమాలో నా నటనకు 'వంశీ బర్కిలీ' అవార్డు ఇచ్చారు.
ఆ అవార్డ్ ఫంక్షన్ హైదరాబాద్ లో జరిగినప్పుడు -
ఇండియన్ గ్రేట్ యాక్టర్స్ దిలీప్ కుమార్, సైరాభాను దంపతులు అతిథులుగా వచ్చారు.

మొదటి సినిమా...

అందులో నా నటనకు ప్రశంసలు...

పైగా ప్రతిష్టాత్మకమైన 'వంశీ బర్కిలీ' అవార్డ్...

ఆ ఫంక్షన్ లో దిలీప్ కుమార్ వంటి దిగ్గజం చేతుల మీదుగా అవార్డ్ అందుకోవడం-

ఆయన నా భుజం తట్టి ప్రశంసించడం-

చిరస్మరణీయంగా నా హృదయంలో నిలిచిపోయింది.

ఇప్పుడు నాకొచ్చిన అవార్డులన్నీ పెట్టుకోవడానికి ఒక పెద్ద హాలే సరిపోవడం లేదు.

అది వేరే సంగతి!

మొదటి అవార్డ్ దిలీప్ కుమార్ గారి చేతుల మీదుగా అందుకోవడం మాత్రం - ఒక మధురానుభూతి!

***

ఆ తరువాత -

టి. సుబ్బిరామిరెడ్డిగారి బర్త్ డే ఫంక్షన్ కి వైజాగ్ వెళ్ళినప్పుడు –

ప్రముఖ హిందీ హీరో దేవానంద్ గారు ఆ ఫంక్షన్‌కి చీఫ్ గెస్ట్‌గా అటెండయ్యారు.

వక్తలందరూ మాట్లాడారు.

తరువాత నా వంతు వచ్చింది.

నేను లేచి మైకు ముందుకు వచ్చాను.

ఈలలూ, కేకలూ, చప్పట్లూ మొదలు పెట్టారంతా!

నేనిక మాట్లాడటమే మొదలు పెట్టలేదు.

అయినా అందరికీ నన్ను చూస్తే ఉత్సాహం వచ్చింది.

నేను మాట్లాడటం మొదలు పెట్టాను.

సహజంగానే ఛతురోక్తులతో సాగింది నా ఉపన్యాసం.

ప్రతీ ఒక్కరూ పడీపడీ నవ్వుతూనే వున్నారు.

ఆ ప్రాంతమంతా నవ్వుల సౌరభాలు పూయించి నేను వెళ్లి కూర్చున్నాను.

నాకు, దేవానంద్ గారిని ఫార్మాలిటీగా పరిచయం చేసినట్టు గుర్తు.

ఆ ఫంక్షన్ లో వారూ నాతో మాట్లాడలేదు.

నాకుగా నేనూ చొరవ తీసుకుని మాట్లడలేకపోయాను.

ఒక పెద్ద హీరో కూడా ఈ సభలో ఉన్నాడనే ఆరాధనాభావం మాత్రం వుంది.

ఆయనకు తెలుగు రాదూ.

నాకు హిందీ రాదూ.

ఈ భాషా సమస్యవల్ల కూడా మేం మాట్లాడుకుని ఉండకపోవచ్చు.

ఆ వేడుకలు ముగిశాయి.

ఆ తెల్లవారు జామున వైజాగ్ ఎయిర్ పోర్టులో...

తిరుగు ప్రయాణం కోసం నేను వి.ఐ.పి లాంజ్లో కూర్చుని వున్నాను.

అప్పుడు నాతో పాటు యార్లగడ్డ లక్ష్మీప్రసాద్ గారున్నారు.

ఇద్దరం మాట్లాడుకుంటూ వుండగా -

నార్త్ ఇండియన్ ఒకతను వచ్చాడు.

హిందీలో ఏదో అన్నాడు నాతో.

నాకర్థం కాలేదు.

యార్లగడ్డ లక్ష్మీప్రసాద్ గారు ఆ వ్యక్తితో హిందీలో మాట్లాడారు.

ఏం జరుగుతుందో అర్థంగాక నేను చూస్తున్నాను.

"ఈయన దేవానంద్ గారి పి.ఏ.! మిమ్మల్ని దేవానంద్ గారు పిలుస్తున్నారట"

అని చెప్పారు లక్ష్మీప్రసాద్ గారు.

ఇద్దరం కలిసి దేవానంద్ గారి దగ్గరకు వెళ్లాం!

నన్ను చూడగానే ఆయన సంతోషంగా రిసీవ్ చేసుకుని, షేక్ హ్యాండ్ ఇచ్చి

"కంగ్రాచ్యులేషన్స్ యూ ఆర్ ఏ గ్రేట్ పెర్ఫార్మర్. ఐ సా యువర్

పెర్ఫామెన్స్ ఇన్ ది ఫేస్ అఫ్ ఆడియన్స్" అన్నారు.

సభలో ఏమి మాట్లాడలేదు.

బర్త్ డే వేడుకల్లో ఏమి మాట్లాడలేదు.

కానీ ఎయిర్ పోర్టులో నేనుండటం చూసి నన్ను పిలిపించుకుని మరీ -

అభినందిస్తోంటే నాకు మాటలు రాలేదు.

ఇది కలా నిజమా అనిపించింది.

నేను ఊహించని అప్రిషియేషన్ అంత గ్రేట్ ఆర్టిస్ట్ నుంచి వచ్చేసరికి.

నిజంగా ఉబ్బితబ్బిబ్బయ్యాను.

ఫొటో తీస్తోంటే ఆయన నా భుజం మీద వాత్సల్యంగా చేయి వేసి, మరీ దిగారు.

ఎప్పటి దేవానంద్... ఎక్కడి దేవానంద్... ఎక్కడి బ్రహ్మానందం...

వారి సంస్కారానికి నమస్కారం చేసి -

గాల్లో తేలిపోతూ హైదరాబాద్ వచ్చాను.. విమానంలో!

***

ఇక యావత్ భారతదేశం గర్వించదగ్గ నటుడు...

అందనంత ఎత్తు కెదిగినవాడు...

నాబోటి వారికి అందనంత ఎత్తయిన వాడూ...

బిగ్ బీ అమితాబ్ బచ్చన్ గారు.

వారితో నా పరిచయం చిన్నది. ఆ అనుభూతి ఒక పెన్నిధి!

దర్శకుడు ఇవీవీ గారు డైరెక్ట్ చేసిన ప్రతీ సినిమాలోనూ సహజంగా నాకో క్యారెక్టర్ వుంటుంది.

అలాగే 'సూర్యవంశ్'లో కూడా నాకో క్యారెక్టర్ అనుకున్నారు.

కానీ అప్పుడు నేను బాగా బిజీగా వుండటం వలన -

డేట్స్ ఎంతకీ కుదరలేదు.

అయ్యో, అమితాబ్ గారి సినిమాలో వేషం పోయిందే అని ఫీలయ్యాను.

ఆ క్యారెక్టర్ అమితాబ్ గారి కాంబినేషన్లో కాదు.

కొద్ది రోజుల తర్వాత ఇవీవీగారు మళ్ళీ ఫోన్ చేశారు.

ఇదే చిత్రంలో అమితాబ్ గారి కాంబినేషన్‌లో ఒక డాక్టర్ క్యారెక్టర్ వుంది వేస్తావా అన్నారు.

ఈసారి ఈ అవకాశాన్ని వొదులుకోదల్చుకోలేదు.

డేట్స్ అడ్జెస్ట్ చేసుకుని ఒప్పుకున్నాను.

మొదటిరోజు అమితాబ్ గారి కాంబినేషన్.

అమితాబ్ గారూ, అనుపమ్ ఖేర్ గారూ నా క్లినిక్ కి వస్తారు.

అనుపమ్ ఖేర్ మాత్రం మామూలు నటుడా!!

ఎన్నో గొప్ప పాత్రలకు ప్రాణ ప్రతిష్ట చేసిన మహానటుడాయన.

అమితాబ్ గారు నా దగ్గరికి వచ్చి "డాక్టర్ సాబ్" అని పిలుస్తారు. నేను తలెత్తి చూడాలి.

అంతవరకే షాట్!

అమితాబ్ గారు పిలవగానే -

నేను మూడు స్టెప్పుల్లో టకాటకాటకా తల ఎత్తి చూశాను.

ఆయన హైటుని చూసి నేను బిత్తరపోయాను అని కన్వే చేయడానికి.

మూడుమార్లు తలెత్తితే గానీ ఆయన కనబడరు అన్నట్టు చూశాను.

కట్ చెప్పగానే అమితాబ్ గారు చప్పట్లు కొట్టారు.

"దటీజ్ ఇంప్రొవైజేషన్" అన్నారు.

ఎక్కడి అమితాబ్ బచ్చన్?

ఎంతమంది గొప్ప గొప్ప ఆర్టిస్టులని చూసి వుంటాడాయన.

ఆయన్ని చూడగానే 'షోలే' నుంచి మొదలుకొని ఎన్నో హిట్ సినిమాలు.

నాకళ్ల ముందు గిర్రున తిరిగాయి.

ఆయన అప్రిషియేషన్తో నా కళ్ళు గిర్రున తిరిగాయి.

"నా హైట్ని ఈ ఆర్టిస్ట్ ఈ విధంగా రిప్రజెంట్ చేశాడు."

అన్న అభినందన ఆయన మాటల్లో విన్నాను.

అదంతాచూసి ఇవీవీ గారు ముసిముసిగా నవ్వుతూ-

"ఆయన దగ్గరే మార్కులు కొట్టేశావ్ గదా!" అంటూ భుజం తట్టారు.

షెడ్యూల్ జరుగుతుండగా -

ఒకరోజు నా ఫ్యామిలీతో షూటింగ్ లొకేషన్కి వెళ్లాను.

ఆయనతో వర్క్ చేస్తున్నందుకు గుర్తుగా -

ఫ్యామిలీతో ఫొటో దిగాలనుకున్నాను.

ఫొటో తీసుకున్నాక -

నా భార్య లక్ష్మీతో ఆయనన్న మాటలు ఇంకా

ఆ గంభీరమైన కంఠస్వరం... నా చెవుల్లో ప్రతిధ్వనిస్తూనే వున్నాయి.

"యువర్ హస్బెండ్ ఈజ్ గ్రేట్ యాక్టర్.

ఇట్స్ ఏ గ్రేట్ హానర్ టు యాక్ట్ విత్ హిమ్. నైస్ నైస్!"

భాష సరస్వతీ కటాక్షం!

నటన నటరాజు అనుగ్రహం!

ఈ స్థాయి నా స్వామి వేంకటేశ్వరుడి ప్రసాదం!

***

నేను / మీ బ్రహ్మానందం

దిలీప్ కుమార్

దేవానంద్

నేను / మీ బ్రహ్మానందం

అమితాబ్ బచ్చన్, అనుపమ్ ఖేర్

షారూఖ్ ఖాన్, అమ్రిష్ పురి

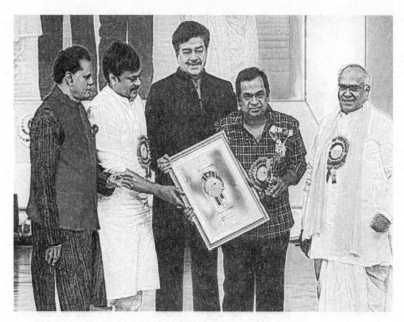

శత్రుఘ్న సిన్హా

అజారుద్దీదున్

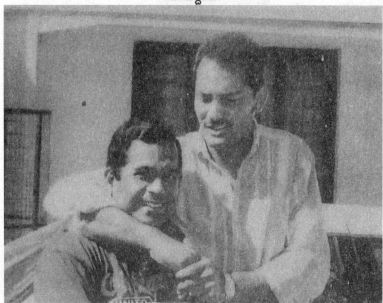

నేను / మీ బ్రహ్మానందం

అస్రానీ

జానీ లీవర్

సాహిత్యమనే చెట్టునీడన

సాహిత్య సుమాలు గుభాళించే సమయంలో...
ఆ పూదోట పక్కనుంచి వెళుతూ ఆఘ్రాణించిన వాళ్ళల్లో నేనూ ఒకడిని...!
ఎవరో అన్నమాట!
నేనెప్పుడో విన్నమాట!!
మాటల మూట అన్నమాట!!!
పాటనీ విన్నాను.
పద్యాన్ని విన్నాను.
గద్యాన్ని విన్నాను.
హృద్యంగా విరచించిన కవుల చాతుర్యాన్ని ఆస్వాదించాను.
తెలుగు సాహిత్యపు తేనెల తేటని రుచి చూసి - తుమ్మెదనే అయ్యాను.
ఇది మా అమ్మ జ్యేష్ఠాదేవి అభ్యర్థన మీద-
ఆ జ్ఞాన సరస్వతీదేవి నా నాలుక పైన రాసిన సాహిత్య, సారస్వతమే గదానుకున్నాను.

***

కొమ్మమీద పూచిన పూవుకయినా
ఆ రెమ్మన కాచిన కాయకయినా
ఎక్కడో నేల లోపల పడిన బీజమే గదా కారణం!
ఆ అంకురార్పణే మన జీవన విధానానికి, వైవిధ్యమైన శైలికీ మూలం!

అట్లాగే - నాకూ ఎక్కడో, ఏదో పూర్వజన్మ సువాసనతో పాటు –
పూర్వులనుంచీ సంక్రమించిన సాహిత్యాభిలాష అంకురించడం మొదలు పెట్టింది.
ఆ పూర్వులెవరో కాదు.. కన్నెగంటి సోదర కవులు.
పల్నాటి సోదర కవులుగా ప్రసిద్ధి చెందినవారు.
ఆ వంశంలో పుట్టినందుకు కన్నెగంటి బ్రహ్మానందానికీ –
సాహిత్యాభిలాష అబ్బిందేమో అని నేను భావిస్తున్నాను.
నేను పి.హెచ్.డీ చేయాలనుకున్నప్పుడు...
కన్నెగంటి సోదరకవుల మీద అధ్యయనం చేయమని మా గురువు గారు సలహా ఇచ్చినప్పుడు- నాకు తెలిసింది.
తెలుగు అక్షరం నన్నెందుకు ఆకర్షించిందో...
తెలుగు అధ్యాపకుడిగానే ఎందుకు నేనయ్యానో...
ఆ మూలాలు అక్కడినించే నాకున్నాయని అర్థమైంది!
తెలుగు పదాలతో నాట్యం చేయించిన ఎందరో కవుల పరిచయభాగ్యం నాక్కలిగింది.
వారి పరిచయంతో సాహితీ ప్రపంచం నాకు దగ్గరయ్యింది.
వారందరి సహచర్యం నాలో సాహిత్యాభిలాషని పెంచింది...!
"కావ్య కన్యలను కన్న పితృదేవులే కదా కవులు?"
అటువంటి వారి సాంగత్యం సత్సాంగత్యమే గదా!
"సత్సంగత్వే నిస్సంగత్వం
నిస్సంగత్వే నిర్మోహత్వం
నిర్మోహత్వే నిశ్చలతత్వం
నిశ్చల తత్వే నిర్మోహత్వం... నిర్మోహత్వే జీవన్ముక్తి"
ఆది శంకరాచార్యుల వారు సత్పురుషుల యొక్క సాంగత్యం వల్ల మోహం తొలిగి
జీవన్ముక్తి కలుగుతుందని భజగోవిందంలో చెప్పిన శ్లోకం!
జీవన్ముక్తి దాకా ప్రయాణం కొనసాగించలేకపోయినా -
జీవనసాఫల్యం కలిగిన సంతృప్తి మాత్రం దొరికింది.
పరమార్థం తత్వం... పరమాత్మ తత్త్వ.. ఆధ్యాత్మికత్వం...
అధ్యయనం చేయగలిగే అవకాశం లభించింది.

***

విశ్వనాథ సత్యనారాయణ 'కవిసామ్రాట్' బిరుదాంకితుడు.
ఒక రామాయణ కల్పవృక్షమైతేనేమి.

కిన్నెరసాని పాటలయితేనేమి...
వేయిపడగలవంటి రచనలయితేనేమి...
వారు తొలి జ్ఞానపీఠ అవార్డుని అందుకున్న మహానుభావుడు.
అటువంటి విశ్వనాథ సత్యనారాయణ గారితో నాకు పరిచయ భాగ్యం
కలిగినందుకు నేనెంత ధన్యుడినో కదా!
గురువులు నేర్పిన విద్యలే గదా - సద్గురువుల సాంగత్యానికి మార్గాన్ని నిర్దేశించేవి.
అటువంటి గురువులందరూ పెట్టిన జ్ఞానబిక్ష వల్ల -
ఇటువంటి జ్ఞానపీఠంతో పరిచయం కలిగింది.
నేను విద్యార్థిగా ఉన్నప్పుడు -
సుబ్బారావు మాష్టారు - పరమనిష్టా గరిష్టుడయిన బ్రాహ్మణుడు -
వారి శిష్యరికంలో నాకు శ్లోకాల తాత్పర్యాలు - పద్యాల పరిమళాలూ
అబ్బినాయనీ, తెలుగు భాష మీద పట్టు వచ్చిందనీ నాకు గుర్తు!
ఎంతమంది గురువులతో సత్సాంగత్యం కలిగిందో... నాకింకా జ్ఞాపకమే. గ్రాడ్యుయేషన్
చేసేటప్పుడు - ద్విగుమర్తి సీతారామస్వామి గారు...
చిలుకూరు వీరభద్ర శాస్త్రిగారు...
పెన్మెత్స వెంకట్రాజు గారు...
బులుసు పూర్ణేశ్వర్రావు గారు...
వీరందరి సాంగత్యం వల్ల -
డి.ఎన్.ఆర్. కాలేజీకి అతిథిగా విచ్చేసిన విశ్వనాథ సత్యనారాయణ గారితో
ఆత్మీయంగా సంచరించగలిగే అవకాశం దక్కింది.
నన్ను గమనించిన విశ్వనాథ వారు -
"ఈ పొట్టివాడు గట్టివాడే సుమా!" అన్నారు.
ఎంత సుందరమైన కాంప్లిమెంటో గదా!

***

అజ్ఞానమనే చీకటిని తొలగించి జ్ఞానమనే దీపాన్ని వెలిగించిన ఎందరో గురువుల
ఆధ్వర్యంలో అధ్యయనం చేస్తూ వుండడం వల్ల -
ఈనాడు నాలుగు ముక్కలు సాహిత్యం గురించి
మాట్లాడగలిగే అర్హత నాక్కలిగిందని భావిస్తున్నాను.
నేను యూనివర్సిటీ కెళ్ళినప్పుడు -
ఆచార్య ఎస్వీ జోగారావు గారితో పాటు -

బోడ్డుపల్లి పురుషోత్తం గారినీ కలిసే అదృష్టం కలిగింది.
పురుషోత్తం గారు ఛలోక్తులు విసరటంలో దిట్ట!
లావుగా ఉన్నబ్బాయి క్లాసులో అడుగుపెడితే -
నువ్వే సమయానికి రాగలిగావంటే మిగతా అందరూ వచ్చినట్టే అని అనడంలో
వారి వ్యంగ్యాస్త్రం నాకు అవగతమయ్యేది.
నటుడిగా నాలో స్పాంటినిటీ, సెన్స్ ఆఫ్ హ్యూమర్ పెరగడానికీ -
వారిని గమనించడమే కారణమయ్యింది.
చమత్కారంలో కారం వుండవచ్చు గాక -
అది - నాకు ఉపకారమే చేసింది గదా!
అటువంటి సువాసన వెదజల్లే మల్లెపూలతో కట్టిన మాలలో
ఇమిడిపోయిన ఓ గడ్డి పరకకు సువాసన అబ్బినట్టు –
వారి పరిచయం నాకు సాహితీ సౌరభాన్ని అద్దింది!!

***

సాహిత్యంలో పరిచయం వున్నవారే కాదు -
సాహిత్యంలో ప్రవేశం వున్న కవులూ, రచయితలూ నాకు నా ప్రయాణంలో తారసపడ్డారు.
ఉత్తరాంధ్ర కవులు... ఆంధ్రభాషలో ఉద్దండులు ఎందరో వున్నారు.
అందరినీ కలుసుకునే అవకాశం కలగక పోయినా -
కొందరిని దగ్గరగా పలకరించుకునే జ్ఞాన తృష్ణ నన్ను వారికీ, వారి రచనలకూ, సాహిత్య చర్చలకూ వెళ్లేలా చేసింది.
లెక్చరర్‌గా చేసేటప్పుడు వేసవి సెలవుల్లో పేపర్ వ్యాల్యుయేషన్‌కి వైజాగ్ వెళ్లేవాడిని.
నా మిత్రుడు చందు సుబ్బారావనీ - జియో ఫిజిక్స్ లెక్చరర్!
అతనికీ కథా కథనంలో, రచనావ్యాసంగంలో మంచి ప్రవేశం వుంది.
ఆయన చుట్టూ సాహిత్యానికి సంబంధించిన మిత్రులు చాలా మంది ఉండేవారు.
వాళ్ళల్లో ఒకరు - అవంత్య సోమసుందరం గారు.
వారికి సాహిత్యం పట్ల వున్న అభిరుచికి ఓ నిదర్శనం చెప్తాను.
నటుడినయ్యాక, పిఠాపురం షూటింగ్‌కి వెళ్ళినప్పుడు- వారింటికి వెళితే -
ఆయనప్పుడు వాకర్ సాయంతో నడుస్తున్నారు.
ఏమయ్యిందని అడిగితే -
యాక్సిడెంట్ అయ్యిందని, లక్షన్నర ఖర్చయ్యిందనీ చెబుతూ –

ఆ లక్షన్నరే వుంటే -
ఏ ఫ్లాటో కొనుక్కునే వాడినీ, ఏ కారో కొనుక్కునేవాడినీ అనుకోకుండా –
“బోలేడన్ని పుస్తకాలు కొనుక్కునే వాడిని గదా” అన్నారు.
అంతటి సాహితీ పిపాసిని చూసిన ఆనందాన్ని ఇప్పటికీ మరిచిపోలేను.
అప్పట్లోనే వ్యవహారిక భాష ప్రాచుర్యంలోకి తీసుకురావడానికి
కృషి చేసిన పురిపండ అప్పలస్వామి గారినీ కలుసుకున్నాను.
ఆయన బొమ్మ కూడా గీసి బహుకరించాను - ఉడతాభక్తిగా!

***

ఇక మరో మహా రచయిత, న్యాయవాది అయిన రాచకొండ విశ్వనాథ శాస్త్రి గారి గురించీ
వారితో నాకున్న పరిచయం గురించీ-
ఒక్కమాటలో చెప్పాలంటే - వారి మాటల్లోనే చెప్పాలి...
వైజాగ్లో తెలుగు సాహిత్యకారులంతా నెలకోసారి సమావేశమై -
ఒక్కొక్కరూ ఒక్కొక్కరి సాహిత్యం గురించి వారి వారి అభిప్రాయాలను విశ్లేషిస్తూ
ప్రసంగం చేసేవారు.
అలా రావిశాస్త్రి గారిని వేమన గురించి మాట్లాడమంటే -
“వేమన గురించి మాట్లాడమన్నారు.
ఆయన గురించి నేనేం మాట్లాడగలను.
వేమనకు నేనెంత తెలుసో - వేమన సాహిత్యం నాకంత తెలుసు.”
అని కూర్చున్నారు.
అంతకన్నా చమత్కారంగా ఎవరు చెప్పగలరు?

***

ఆ తరువాత రోణంకి అప్పలస్వామి గారు, భమిడిపాటి రామగోపాలంగారూ,
ఆరుద్ర గారూ, దివాకర్ల వేంకటావధాని గారూ-
విప్లవ రచయిత వంగపండు గారూ...
వీరి పరిచయంతో - వీరందరూ రాసిన సాహిత్యం చదవడమే కాదు.
వారి రచనల ప్రభావమూ నా మీద వుండేది.

***

ఇటువైపొస్తే
ఇక్కడా దిగ్గజాలే!
ఒకసారి ప్రపంచ తెలుగు మహాసభల్లో నేను ప్రసంగం చేయవలసి వస్తే -

నాకిష్టమైన బమ్మెర పోతన గురించి ఉపన్యసించాను.

అది తెలిసి ప్రజాకవి, ప్రజానాయకుడు గద్దర్ గారు, వారి మిత్రులతో కలిసి మా ఇంటికొచ్చి-

"అన్నా నువ్వు ప్రపంచ తెలుగు మహాసభల్లో చాలా బాగా మాట్లాడావంటగదనే, ఒక్కసారి నాకూ వినాలనుందే!" అన్నారు.

నేను పోతన కవిత్వంలోని మాధుర్యాన్ని గురించి వివరిస్తే -

"ఆహా! ఎంతోమంది దగ్గర బమ్మెర పోతన గురించి విన్నాను గానీ - ఈ యాంగిల్లో ఆయన గురించి వినలేదన్నా" అంటూ - నన్ను అభినందించారు.

గద్దర్ పాటల్లో బడుగు జీవుల జీవన విధానం ప్రస్ఫుటంగా కనిపించేది...

కూలి పని చేసుకుని స్త్రీ రోజంతా కష్టపడి చెమటతో తడిసిపోయి...

ఆ చెమట చారికలు ఆరిపోయి కష్టానికి ప్రతినిధిలా కనిపించినప్పుడు...

ఆయన ఒక వాక్యం అన్నారు.. ఒక పాటలోని మాట అది...

"చారలు కట్టిన పమిటే జరీ అంచు నీకు.."

ఒక్క ఆ మాటేమిటి - ఎన్ని పాటలు..

"బండెనక బండికట్టీ పదహారు బండ్లు కట్టీ..."

అంటూ జానపదాన్ని జనపథంలో ఆవిష్కరించిన ప్రజల కవి.

అలాగే గోరటి వెంకన్న...

కాళోజీ నారాయణ రావు గారు..

వీరందరి పరిచయం నా జీవన ప్రస్థానంలో -

నేను ఆస్వాదించిన సాహిత్య సుగంధాలకు మరో కోణాన్ని స్పృశించేలా చేసింది.

బమ్మెర పోతన గురించి నేను ఎంత మాట్లాడినా తక్కువే!

పండు వెన్నెల్లో గోదావరి అలలపైన పడవ ప్రయాణం చేస్తున్నంత హాయిగా వుంటుంది ఆయన కవిత్వం!

ప్రపంచ తెలుగు మహాసభల్లో బమ్మెర పోతన గురించి నేను మాట్లాడిన ఉపన్యాసం విని-

అవధానులూ, ప్రవచన కర్తలూ ప్రశంసించడం నా ప్రతిభ కాదు-

బమ్మెర పోతన కవిత్వంలోని మాధుర్యమే అందుకు కారణం!

చాగంటి కోటేశ్వరరావు గారు... మాడుగుల నాగఫణి శర్మ గారూ,

మేడసాని మోహన్ గారు, గరికపాటి నరసింహారావుగారు...

వీరి నాలుక మీద సరస్వతి తాండవం చేస్తున్నట్లు ఉంటుంది.

అటువంటి వారికీ ఆ ఉపన్యాసం నచ్చడం నా పూర్వజన్మ సుకృతం!
చాగంటి కోటేశ్వరరావు గారయితే ఫోన్ చేసి -
"బ్రహ్మానందం గారూ మీ ఉపన్యాసం టీవీలో వినే భాగ్యం కలిగింది.
నేను మీ దగ్గర వుండినట్లయితే -
మిమ్మల్ని హత్తుకుని ముద్దు పెట్టుకునేవాడిని." అన్నారు.
ఆ తరువాత వారి సాహిత్య సభలకు నన్నూ ఆహ్వానించేవారు.
పోతనంటే నాకు అంత ఇష్టం!
ఎంతిష్టమంటే...
ఆ రోజుల్లోనే విప్లవ కవిత్వం చెప్పినటువంటి మహానుభావుడు...
తాత్విక శాస్త్రాన్ని అవపోసన పట్టినటువంటి వేదాంతం చెప్పిన మహనీయుడు
మళ్ళా కాలచక్రం గిర్రున తిరిగి - పోతన కాలంలోకి వెళ్ళగలిగితే -
దేవుడి విగ్రహానికి అభిషేకం చేసినప్పుడు కట్టే శేష వస్త్రాన్ని ఎవరో ఒకరిస్తారు-
ఆ ఒక్కరు పుణ్యాత్ములవుతారు-
అలా బమ్మెర పోతన గారి శేష వస్త్రాన్ని నాకిమ్మని అడిగి -
జీవితాంతం భద్రంగా దాచుకోవాలని కోరుకుంటున్నాను.
ఇంతకన్నా ఆయన మీదున్న అభిమానాన్ని నేనెలా చాటుకోగలను.
భగవంతుడు రూపరహితుడూ, రూపం కలిగిన వాడూ అని చెప్పగలిగే -
ద్వైత, అద్వైత సిద్ధాంతాలు చెప్పిన ఆ కవిశ్రేష్టుడికి -
నీరాజనం అర్పించడమే తప్ప ఇంకేమివ్వగలను?

***

సాహిత్యంలో పరిచయమే తప్ప - ప్రవేశం లేకపోయినా-
సాహిత్యాభిలాష వల్ల - భాషనీ, మహనీయుల సందర్శనా భాగ్యాన్నీ -
అటువంటి నిష్ణాతుల సత్సాంగత్యాన్ని -
ప్రసాదించిన నా తల్లి నాకిచ్చిన వరం సఫలీకృతమైందని నేను భావిస్తూ...
ఎన్నో సాహిత్య సభల్లో సాహితీ ప్రియులని అలరించే విధంగా
మాట్లాడగలిగే అవకాశం నాకు కలిగినందుకు -
సాహిత్యంలో ఈ నటుడిని సమ్మేళనం చేసినందుకు -
ఆ జ్ఞాన సరస్వతీ దేవికి శతధా సహస్రధా నమస్కరించుకుంటున్నాను.
"సరస్వతీ నమస్తుభ్యం!"

***

కవి సామ్రాట్ విశ్వనాథ సత్యనారాయణ

ఆరుద్ర

ప్రజాకవి కాళోజీ

జ్ఞానపీఠ్ గ్రహీత సి. నారాయణ రెడ్డి

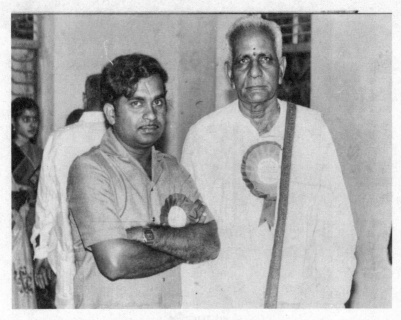

ఆచార్య దివాకర్ల వేంకటావధాని

నాట్యావధాని ధారా రామనాథశాస్త్రి

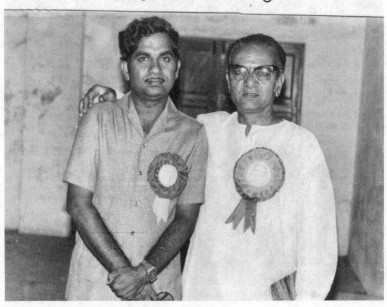

నేను / మీ బ్రహ్మానందం

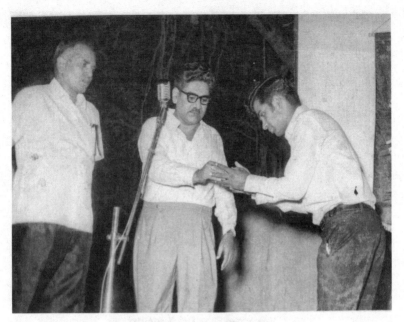

మా గురువు గారు SV జోగారావు

ఆచార్య రోణంకి అప్పలస్వామి

నేను / మీ బ్రహ్మానందం

కళాప్రపూర్ణ కొండవీటి వెంకటకవి

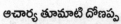

ఆచార్య తూమాటి దోణప్ప

ఎక్కడి బ్రహ్మానందం? ఎక్కడ బ్రహ్మానందం?

నేను అప్పటికింకా ఎక్కువ సినిమాలు చేయలేదు.
సినిమా రంగంలో అత్యంత అనుభవం లేదు.
మహామహులతో పని చేస్తున్నాను తప్ప - మహానటుడిననీ అనుకోలేదు.
అతిరథ మహారథులెందరినో చూశాను తప్ప -
ఇంకా నేను సాధించాల్సింది మిగిలే వుంది.
అయినా నేను మరిచిపోలేని మధురానుభూతిని మిగిల్చిందో సత్కార కార్యక్రమం!
అది ఎప్పటికీ నా స్మృతి పథం నుంచి చెరిగిపోలేని సుమధురమైన జ్ఞాపకం!
ఆ జ్ఞాపకానికి ఇరవై మూడేళ్ళు!
అంటే జరిగిన తేదీ 1-9-99
స్థలం - విజయవాడ
వేదిక - తుమ్మలపల్లి కళాక్షేత్రం!
ఆ రోజుకు కొద్దిరోజుల ముందు నా దగ్గరికి ఒకాయన వచ్చాడు.
ఆయన పేరు పుల్లేటికుర్తి ప్రసాద్.
ఆంధ్రప్రదేశ్ స్వర్ణకారుల సంఘం తరుపున నాకు సన్మానం తలపెట్టినట్టు చెప్పారు.
నేను విశ్వబ్రాహ్మణుడిని గనక -
విశ్వ బ్రాహ్మణులు నన్ను సత్కరించుకుంటున్నారని భావించాను.
వారి అభిమానాన్ని కాదనలేక పోయాను.

అప్పుడు నాకు అంత అర్హత వుందో లేదో తెలీదు.
అప్పటికే కనకాభిషేకాల వంటి సత్కారాలు పొంది వున్నాను గనక -
ఇది కూడా అటువంటిదే అనుకున్నాను.
కానీ అటువంటిది కాదని ఆరోజు అర్థమైంది.
వారి ఆహ్వానం అందింది.
విజయవాడ చేరుకున్నాను.
తోడుగా నా శ్రీమతి లక్ష్మి.
ఇద్దరం తుమ్మలపల్లి కళాక్షేత్రానికి చేరుకున్నాం.
అక్కడ వేదం వినబడింది.
పూర్ణకుంభంతో వేద పండితులు స్వాగతం పలికారు.
అప్పుడే -
నాదం వినపడింది.
మంగళ వాయిద్యాల నాదం.
పండుగలా వుంది.
కన్నుల పండుగలా వుంది.
నేను వేదిక మీదకు చేరుకుంటుంటే...
నినాదం వినబడింది.
ఆహుతుల చప్పట్ల నినాదం అది.
సింహాసనం వంటి ఆసనంలో కూర్చోబెట్టారు.
కవి పుంగవులూ, విద్వాంసులూ, ఉద్దండ పండితులూ గజారోహణం చేసినట్టు –
ఆ సింహాసనం మీద కూర్చున్నాను.
గజమాల వేశారు.
అటు నలుగురూ, ఇటు నలుగురూ నా పాదాలకు ఇరు పక్కలా కూర్చున్నారు.
ఈ ఎనమండుగురు ఎందుకలా కూర్చున్నారనుకున్నాను.
ఇత్తడి పళ్ళెంలో నా పాదాలు కడిగారు -
పాలతో, నీళ్ళతో!
ఎందుకింత అభిమానం నాపైన.
నటుడిగా నేను నలుగురిని నవ్వించినందుకేనా?
నాకు ఆ అంతులేని అభిమానం ఉక్కిరిబిక్కిరయ్యేలా చేస్తోంటే –
వేదాశీర్వాదం జరుగుతూ వుండగా...

నా కాలికి
గండ పెండేరం తొడిగారు.
సువర్ణ గండ పెండేరం!
ఒక్కక్షణం..
హృదయం తడబడింది.
కనకాభిషేకం చేస్తుంటే -
కనుద్వయం 'తడి' బడింది.
మరోమారు కరతాళధ్వనులు హెూరుతో... 'సడీ' పడింది.
ఈ సత్కార స్వీకార మహెూత్సవంలో నిజంగా నా జన్మ సాఫల్యమైంది.

***

నేనేనా?
నేనే!
నాకేనా?
నాకే!
కలా?
కాదు!
ఇలా...
నాలోనే ప్రశ్నలు.
నాతోనే ప్రశ్నలు.
నా మనసు చెప్పే జవాబులు!
నా కాలి సైజు కొలిచినప్పుడు నాకర్థం కాలేదు.
ఇప్పుడర్థమయింది.
నేను విశ్వబ్రాహ్మణుడిగా పుట్టాను.
అటువంటి విశ్వబ్రాహ్మణుల్లో అతి శ్రేష్ఠుడైనటువంటి –
మహాపురుషుడయినటువంటి
కాలజ్ఞానవేత్త...
నేడు ఎందరికో ఆరాధ్యదైవమే
భక్తుల కోరికలు తీర్చే కులదైవమై-
శ్రీమద్విరాట్ పోతులూరి వీరబ్రహ్మేంద్ర స్వాముల వారి-
పీఠాధిపతీ... బ్రహ్మం గారి ఏడవతరపు వారసుడూ అయిన

శ్రీ వేంకటేశ్వర్లు గారి సమీక్షంలో...
వారే స్వయంగా హాజరయిన కార్యక్రమంలో -
నా కాలికీ గండ పెండేర ధారణ జరిగింది!

***

ముందు వరుసలో ఎదురుగా నా భార్య... అస్పష్టంగా కనిపించింది.
అప్పటికప్పుడు ఏం మునిగిపోయిందని ముంచుకొచ్చిందో చత్వారం...
కళ్ళకు కన్నీటిపొరలు అడ్డుగా వచ్చి...
ఒళ్ళు పులకరించింది.
ఉద్వేగం పలకరించింది.
అంతలోనే నిలువెత్తు సన్మానపత్రం -
ఈ పొట్టివాడికన్నా పొడుగుంది.
ఆరడుగల ఎత్తు... నాలుగడుగుల వెడల్పు...
అందులో నేనూ, నా భార్యా, నా కుమారులతో కలిసి వున్న ఫొటో...
బంగారు ఆభరణాల్లో పొదిగే రవ్వలతో పొదిగిన మెరిసే అక్షరాలు...
అప్పుడూ అనిపించింది...
ఎక్కడి బ్రహ్మానందం.
ఎక్కడ బ్రహ్మానందం?
హృదయం ఉప్పొంగే పరమానందం?
ఎవరికి కృతజ్ఞతలు తెలియజేయను?
గొంతుకేదో అడ్డు పడుతోంటేనూ!
ఎవరి అభిమానాన్ని కొలత వేయను?
కంటికేదో కన్నీటి పొర అడ్డుపడుతుంటేనూ?
ఇంతటి ఘన సన్మానానికి నన్ను పాత్రుడిని చేసింది...
నన్ను నడిపించే నా వేంకటేశ్వరస్వామే గదా!
సత్కవులకూ, సత్పురుషులకే దక్కే భాగ్యం నాకు కలిగినందుకు...
"ఇది గాక జన్మంబు
ఇది గాక సాఫల్యంబు
ఇంకొకటి గలదే...?"

***

రంగమార్తాండ

నా జీవితంలో అన్ని సినిమాలు ఒక ఎత్తు.

రంగమార్తాండ మరొక ఎత్తు.

ఒక మాటలో చెప్పాలంటే, నా నటజీవితం

రంగమార్తాండ ముందు - రంగమార్తాండ తర్వాత

అని రెండు భాగాలుగా చూడొచ్చు.

అంటే 1200 సినిమాల్లో నటించిన తర్వాత వచ్చిన రంగమార్తాండ సినిమా ఎందుకింత ప్రత్యేకం అని మీకు చిత్రంగా అనిపించవచ్చు.

నా సినిమా రంగప్రవేశమే ఎంత విచిత్రమో మీ అందరికీ తెలుసు.

తెలుగు సినిమా ప్రపంచంలో గొప్పనటీనటులైన సూర్యకాంతం, కృష్ణకుమారి, ఎస్. వరలక్ష్మి, కాంతారావు లాంటి వారి నటజీవితపు చివరి దశలో నేను సినిమా పరిశ్రమలోకి ప్రవేశించాను.

ఎవరి సినిమాలు చూస్తూ, అభిమానిస్తూ పెరిగి పెద్దయ్యానో అలాంటి గొప్ప నటీనటులతో కలిసి నటించగలిగాను.

ఒక్కో సినిమాతో నాకంటూ ఒక స్థానాన్ని ఏర్పరుచుకుంటూ, తెలుగులోనే కాకుండా, తమిళ్, కన్నడ, హిందీ భాషల సినిమాల్లో నటించాను.

ఈ మధ్యనే ఒక నేపాలీ సినిమాలో కూడా నటించాను.

అయితే రంగమార్తాండ గురించి ప్రత్యేకంగా చెప్పడానికి కారణం ఆ సినిమాలో దర్శకుడు కృష్ణవంశీ నా చేత చేయించిన చక్రపాణి పాత్ర!

రెండుసార్లు ఉత్తమ దర్శకుడిగా నంది అవార్డ్ పొందిన దర్శకుడు కృష్ణవంశీ,
ఐదు సార్లు జాతీయ ఉత్తమ నటుడిగా అవార్డ్ పొందిన ప్రకాశ్ రాజ్,
వాళ్ళిద్దరూ ఒకరోజు మా ఇంటికి వచ్చారు.
తాము తీయబోయే సినిమాలో పాత్ర గురించి మాట్లాడాలన్నారు.
అంత మాత్రానికే ఇంటికే రావాలా! మేనేజర్‌తో ఒక మాట చెప్తే సరిపోతుంది కదా అన్నాను.
అప్పుడు వాళ్ళు నాకు రంగమార్తాండ కథ చెప్పారు.
"మరాఠీలో నానా పటేకర్ నటించిన నటసామ్రాట్ అనే సినిమాని ప్రకాశ్ రాజ్ తో రీమేక్ చేస్తున్నాం డాడీ. అందులో ఒక ముఖ్య పాత్రను మీరు పోషించాలి," అని కథ చెప్పాడు కృష్ణవంశీ.
మరాఠీలో విక్రమ్ గోఖలే ఈ పాత్ర పోషించాడు.
తెలుగులో ఆ పాత్ర పేరు చక్రపాణి.
ప్రకాశ్ రాజ్ పోషించాల్సిన రాఘవరావు అనే రంగస్థల నటుడి మిత్రుడి పాత్ర.
రాఘవరావు మిత్రుడే కాకుండా అతనితో కలిసి ఎన్నో ఏళ్ళుగా రంగస్థలం పై కలిసి నటించిన అనుభవం ఉన్న పాత్ర.
చాలా బరువైన పాత్రే కాకుండా సినిమా కథకు, కథనానికి చాలా విలువైన పాత్ర.
ఒక విధంగా చెప్పాలంటే సాగరసంగమంలో కమల్ హాసన్ కి శరత్ బాబు ఎలాగో రంగమార్తాండలో ప్రకాశ్ రాజ్ కి బ్రహ్మానందం అలా!
నిజం చెప్పాలంటే అంతా విన్నాక నాకే ఒకలా అనిపించింది.
దాదాపు పాతికేళ్లుగా తెరమీద నవ్వులు పండించే పాత్రలే తప్ప
సీరియస్ పాత్రలు పోషించే అవకాశం రాలేదు.
నన్ను చూస్తేనే నవ్వడానికి అలవాటైపోయిన ప్రేక్షకులు
నన్ను సీరియస్ పాత్రలో చూస్తారా అని కొన్ని క్షణాల పాటు అనిపించినా
నేనొక నటుడ్ని...
ఏ పాత్రలోనైనా ఒదిగిపోగలను అనే నమ్మకం నాకుంది.
ఎప్పటినుంచో నాలో కూడా ఇలాంటి కోరిక ఒకటి దాగుంది.
అది ఎప్పుడూ ఎవరికీ చెప్పుకోలేదు.
నా దగ్గరకొచ్చే నిర్మాతలైనా, దర్శకులైనా ప్రేక్షకులను నవ్వించే పాత్ర కోసమే నా దగ్గరకొస్తారని తెలుసు.
కానీ ఆ రోజు నేను కోరుకుంటున్న పాత్ర వెతుక్కుంటూ నా దగ్గరకొచ్చినప్పుడు
వెంటనే చెయ్యాలని సిద్ధమయ్యాను.

***

రంగమార్తాండ సినిమా విడుదలైంది.

ఆ సినిమా విడుదలైన రోజున ఒక పాత్రికేయ మిత్రుడు ఫోన్ చేశాడు.

"సార్, రంగమార్తాండ సినిమాలో బ్రహ్మానందం ఉన్నారని చెప్తే వెళ్ళాను. మీరు ఎక్కడా కనిపించలేదు. మిమ్మల్ని చూసి నవ్వుకుందామంటే మమ్మల్ని మాయ చేసారు," అన్నాడు.

అతనే కాదు. సినిమా చూసిన ఎంతోమంది నాకు ప్రత్యేకంగా ఫోన్ చేసి, ఇంటికొచ్చి కలిసి చక్రపాణి పాత్ర గురించి ఎంతో గొప్పగా మెచ్చుకున్నారు.

ఇవాళ్టికీ నన్ను కలిసిన వారెవరైనా రంగమార్తాండ గురించి ఒక్క మాటైనా మాట్లాడకుండా సంభాషణ ముగించరు.

ఘంటసాల గారు ఎన్నో వేల పాటలు పాడుండొచ్చు. కానీ ఆయన గాత్రంలో వచ్చిన భగవద్గీత ఎంత ప్రత్యేకమో...

అలాగే ఎన్నో వేల సినిమాల్లో నేను నటించుండొచ్చు, కానీ రంగమార్తాండలో నా పాత్ర నాకు అంత ప్రత్యేకతను తెచ్చిపెట్టింది.

మాజీ ఉపరాష్ట్రపతి వెంకయ్యనాయుడు,

సీనియర్ నటుడు మురళీ మోహన్,

ప్రఖ్యాత దర్శకుడు ముత్యాల సుబ్బయ్య...

ఇలా ఒకరని కాదు.

పరిశ్రమలోని ఎంతోమంది పెద్దలు, సాటి కళాకారులు, దర్శకులు

సమాజంలో ఎన్నో రంగాల్లో ఉన్నత స్థానాల్లో ఉన్న ప్రముఖులు

ముఖ్యంగా,

టీవీలోనో, ఇంటర్నెట్‌లోనో రోజూ ఏదో ఒకచోట నన్ను చూసి నవ్వుకునే ప్రేక్షక దేవుళ్ళు

రంగమార్తాండ చూస్తూ కళ్ల నీళ్ళు పెట్టుకున్నారు.

ఒక నటుడిగా ఇంతకంటే ఏం కావాలి.

రంగమార్తాండ నాకు కొత్త జీవితాన్నిచ్చింది.

అందుకే ఈ సినిమా గురించి ఇంత ప్రత్యేకంగా చెప్పాల్సొచ్చింది.

దీనంతటి వెనుక దర్శకుడు కృష్ణవంశీ కృషి ఎంతో ఉంది.

అందుకు నేను కృష్ణవంశీకి సర్వదా కృతజ్ఞుడిని.

***

హాస్యనటుడిగా చిత్ర పరిశ్రమలో అవిరామంగా కృషి చేస్తున్న నాకు

కేవలం హాస్యానికే పరిమితం కాకుండా

మంచి పాత్రలు పోషించే అవకాశం వస్తే బాగుండు
అని నాలో గూడు కట్టుకుపోయిన ఒక కోరికను
ఎప్పుడూ ఎవరి దగ్గరా బయట పెట్టని ఒక కాంక్షను
కనిపెట్టి కృష్ణవంశీ ద్వారా నాకు దారి చూపెట్టి
నా కోరికను తీర్చింది ఎవరు?
నా నటజీవితానికి పరిపూర్ణతను కల్పించింది ఎవరు?
నాకు నటుడిగా కొత్త దారిని చూపించింది ఎవరు?
ఆ సర్వేశ్వరుడే!
ఇదంతా ఆయన లీల కాక మరేమిటి?

***

లేకపోతే ఎక్కడో కర్ణాటక లోని ఒక మారుమూల ఊర్లో నేను షూటింగ్‌కి వెళ్ళినప్పుడు
ఒకావిడ నన్ను చూసి,
మీరు నటించిన రంగమార్తాండ చూశాను.
అద్భుతంగా నటించారు.
లేదు ఆ పాత్రలో జీవించారు
అంటూ గబగబా ఇంట్లోకి వెళ్ళి
పళ్లెంలో పసుపు నీళ్లు తెచ్చి, హారతి తీసి, బొట్టు పెట్టి, దిష్టి తీసి
"మీరు నిండు నూరేళ్ళు నటిస్తూ బతకాలి" అంది.
ఈ జీవితానికి ఇంతకంటే కావాల్సిందేముంది.

***

నేను / మీ బ్రహ్మానందం

నా జన్మ ఎంత ధన్యత పొందిందో కదా

నేను ఏ కలా కనలేదు...

కానీ నాలోని కళ సామాన్యుడి కలలన్నీ నిజం చేసినట్టు...

ఆశించని అందలం ఎక్కించింది.

ఊహించని ఉన్నత శిఖరాలనధిరోహించేలా చేసింది.

నిజంగా నేను...

ఎక్కడి నేను... ఎక్కడ నేను?

సత్తెనపల్లి నుండి... ఢిల్లీ పీఠం దాకా నా ప్రయాణం.

గుంటూరు నుండీ... వరల్డు టూరు దాకా నా సినీ ప్రస్థానం...

ఇదంతా అవలోకనం చేసుకోవడమే నా జీవన చిత్రం తెరతీయడం!

నా సినిమానుభవం 'పద్మశ్రీ'తో పరిపూర్ణమైంది.

నా జన్మ పద్మంలా ప్రఫుల్లమైంది.

గుండె నిండే ఆనందం...

పొంగి పొర్లితే బ్రహ్మానందం...!!

***

ఆ రోజు...

నా జ్ఞాపకాలలో దాచుకోదగిన ఒక తాళపత్ర గ్రంథం!

ఆ క్షణాలు బ్రతికినంతకాలం గుర్తుపెట్టుకోదగ్గ సువర్ణక్షణాలు!!

అది మార్చి ముప్పై ఒకటో తేదీ... రెండు వేల తొమ్మిదవ సంవత్సరం!

నేను ఉద్విగ్నంగా ఉన్నాను.

ఎదురుగా భారత రాష్ట్రపతి.

చుట్టూ సినీ దిగ్గజాలు... వారి వారి రంగంలో నిష్ణాతులు!

ముందు వరసలో దేశ రాజకీయ చరిత్రలో కీర్తి గడించిన ప్రముఖులు!

అందరి సమక్షంలో నాకు 'పద్మశ్రీ' ఇవ్వబోతున్నారు.

అది భారత ప్రభుత్వం నా రంగంలో నేను చేసిన కళాసేవని

గుర్తించి ఇచ్చే ప్రతిష్టాత్మకమైన పురస్కారం!

ఆ సత్కార్యం... ప్రభుత్వం చేసే సత్కార్యం!

***

ఎక్కడ కుగ్రామం... ఎక్కడి మారుమూల పల్లె...

ఎంత నిరుపేద కుటుంబం మాది!

నా కుటుంబం గాని నా వంశస్తులు గానీ... నాకన్నా ముందు కొన్ని తరాలుగానీ...

ఎవ్వరూ ఊహించని స్థాయికి నేను చేరుకుంటానని ఊహించి వుండరు.

కేంద్ర ప్రభుత్వం నుంచి అధికారికంగా ఒక ఉత్తరం వచ్చింది.

రాష్ట్రపతి భవన్లో జరిగే పురస్కార మహోత్సవానికి హాజరై...

అవార్డు స్వీకరించమని - ఆ ఉత్తరంలో ఉత్తర్వు!

టాగోర్ 'గీతాంజలి'లో అంటాడు...

పద్మంలో దాగిన మధువుని గ్రోలినంత ఆనందం... అని!

అంతే గదా - అంతరంగం అమృతమయమయ్యింది!

కల సాకారం చేస్తూ... కళ పురస్కారం ప్రసాదించింది.

నా పెదవుల మీద చిరునవ్వు...

ఈ తుషారస్నాత ప్రభాత స్వప్నాలలో ఈ చిరునవ్వుకు ప్రథమ జననం అన్నట్టు!

నా కళ్ళల్లో వెలుగురేఖ...

యోగులు హృదయాలలో వెలిగించుకునే కాంతి... శాంతి వంటి వెలుగు!

ఢిల్లీ ఆస్థానం.. నాకు వొసగిన సముచితస్థానం నన్ను బ్రహ్మానందభరితుడిని చేసింది.

***

నేను ఢిల్లీ బయలుదేరాను.

నాతో నా భార్య.. నా ఇద్దరు కొడుకులూ... నా సహచరుడు శేషు... అతని భార్య!

అందరం విమానంలో బయలుదేరాం!

ఎయిర్ పోర్టులో స్వాగతం పలికారు.

అశోకా హెూటల్లో బస ఏర్పాటు చేశారు.

అద్భుతమైన విందు ఆతిథ్యంగా ఇచ్చారు.

అవార్డు ప్రదానానికి ముందు రోజు...

పర్సనల్ సెక్రటరీ నుండి పిలుపు.

రాష్ట్రపతి భవన్ కి తీసుకు వెళ్ళారు. రిహార్సల్స్ చేయించారు.

రాష్ట్రపతి ముందూ - ఆ అతిరథ మహామహుల ముందు...

ఆ ప్రోటోకాల్ ఏర్పాట్లయందు...

తడబడకుండా... కంగారు పడకుండా... ఆ క్షణాలు వ్యర్థం చేయకుండా...

అవార్డు ఎలా అందుకోవాలో చెప్పడానికి ఏర్పాటు చేసిన రిహార్సల్స్ అవి.

ఆ రిహార్సల్స్ కి హాజరయిన మరికొంతమందిలో సినీ ప్రముఖులూ వున్నారు.

హెలెన్ గారూ, ఘట్టమనేని కృష్ణ గారూ, ఐశ్వర్యారాయ్ గారు!

రేపు ఉదయం పది గంటలకల్లా హాజరు కావాలన్నారు.

***

తెల్లవారింది! మంచు కురిసి వెలసింది. నేలంతా తడిసింది.

ఉదయం పది గంటలయింది.

మా కారొచ్చి రాష్ట్రపతి భవనం ముంగిట ఆగింది.

ఆ భవనం ఒక్కోమెట్టూ ఎక్కుతున్నప్పుడు నాలో ఒక ఉద్వేగం!

హృదయస్పందన లయ తప్పిన అనుభూతి.

నేనూ, నా భార్య పిల్లలతో కలిసి - ఆడియన్స్ గ్యాలరీలో కూర్చున్నాం!

ముందు వరుసలో సోనియాగాంధీ గారు.. మన్మోహన్ సింగ్ గారు...

చిదంబరం గారు.. అప్పుడున్నటువంటి లీడర్స్ అందరూ కూర్చుని వున్నారు.

మరోపక్క ఐశ్వర్యారాయ్ కుటుంబం -

జయబాధురిగారు, అమితాబ్ బచ్చన్ గారు, అభిషేక్ బచ్చన్ గారు.

జాతీయ గీతం ఆలపించారు.

ఆ తరువాత అప్పటి రాష్ట్రపతి ప్రతిభా పాటిల్ గారు పురస్కార వేదిక చేరుకున్నారు.

ఒక్కొక్కరు వెళ్లి రిహార్సల్స్ చేసిన వైనంలోనే పురస్కారం అందుకుంటున్నారు.

నా వంతు రానే వచ్చింది.

సినిమా రంగం నుంచి నా పేరు పిలిచారు.

నేను లేచాను... నడుస్తున్నాను...
మనసులో మంగళవాయిద్యాలు మోగుతున్నాయి.
వేదిక మీదకు చేరుకున్నాను.
అవార్డు చాలా పవిత్రంగా, ప్రతిష్ఠాత్మకంగా కనిపించింది.
భక్తిగా అందుకున్నాను.
భారతదేశపు ప్రథమ పౌరురాలు రాష్ట్రపతి చేతుల మీదుగా 'పద్మశ్రీ'
అందుకోవడం - అనిర్వచనీయమైన అనుభూతి!
అనితర సాధ్యమైన బహుమతి!
నా కళ్ళు చెమ్మగిల్లాయి.
ఒళ్ళు పులకరించింది.
హృదయం భావోద్వేగానికి లోనయింది.
కోటి జన్మల పుణ్యఫలం ఆనాడే నాకు దక్కిందేమో అనిపించింది.
స్వామీ... శ్రీ వేంకటేశ్వరా...
ప్రభో! నా జన్మ ఎంత ధన్యత పొందింది!!

***

ఆనందం అంతరంగం నిండి పొర్లితే...
ఆత్మా సాగరంలో అనిశ్చిత ప్రవాహమే.
అవార్డు అందుకుని తిరిగి వస్తోంటే-
అమితాబ్ బచ్చన్ కుటుంబం నన్ను పలకరించింది.
'సూర్యవంశ్' లో నేనాయనతో కలిసి నటించిన క్షణాలు గుర్తుచేసుకున్నారు అమితాబ్.
అభిషేక్ బచ్చన్ 'మెనీ మెనీ కంగ్రాట్స్' అన్నారు.
జయబాధురి గారు "అయామ్ గ్రేట్ ఫ్యాన్ ఆఫ్ యూ బ్రహ్మానందం జీ" అన్నారు.
అక్షయ్ కుమార్ గారు ఎదురుపడి - "యు ఆర్ ఏ గ్రేట్ యాక్టర్ సర్" అన్నారు.
ఇదికాక సౌభాగ్యం.. ఇదిగాక మహద్భాగ్యం.. ఇదిగాక జీవితం..
ఇంకొకటి గలదే!!

***

హోటల్ గదికి తిరిగి వచ్చాక...
మా చిన్నవాడు సిద్ధూ "డాడీ నాకొక ఐడియా వచ్చింది" అన్నాడు.
ప్రతిభా పాటిల్ గారిలాగే మా ఆవిడ నెత్తిమీంచి కొంగు కప్పారు.

నా భార్య లక్ష్మి 'పద్మశ్రీ' అవార్డు ఇస్తోంటే-

నేను తీసుకుంటున్నట్టు.. పక్కన నా ఇద్దరు కొడుకులూ ఆనందంగా చూస్తున్నట్టు ఒక ఫోటో తీయించాడు.

ఆ ఫోటో ఇప్పుడు మీకు జత పరుస్తున్నాను.

ఆ తరువాత.. ఆ హోటల్ గదిలో...

నేను నేలమీద దిండు వేసుకుని పడుకున్నాను.

ఎన్నో సన్మానాలు, ఎన్నో అవార్డులూ అందుకున్నప్పుడు...

బ్రహ్మానందం ఇంత గొప్పవాడూ - ఇంత గొప్పవాడూ అంటూ పొగిడినప్పుడు...

కించిత్ అహంకారం కూడా నా దరి చేరనివ్వకూడదని-

నేను సామాన్యుడిలా నేల మీద పడుకుంటాను.

ఆ రాత్రి అలాగే నిద్రపోయాను.

దండలూ, షాలువాలూ, చప్పట్లూ, ప్రశంసలూ, అవార్డులూ, సువర్ణ కిరీటాలూ, రత్న కంకణాలూ, కనకాభిషేకాలూ...

ఇవన్నీ నాలోని కళ పొందిన సత్కారాలూ...

నేను కాదు...

నేనిప్పటికీ - ఎప్పటికీ మీ బ్రహ్మానందాన్నే!

***

ఇట్లు మీ బ్రహ్మానందం

ఇదీ నేను.

ఇంతే నేను! అన్నీ లేవు.

అయినా అంతా వుంది.

ఆనందం ఎంత వుందో...

అనుభవం అంత వుంది.

కష్టం ఎంత వుందో...

సుఖం అంత వుంది.

హిమాచలాలు చూశాను...

అగాధాలు చూశాను.

అగాధాలు నా గతం...

హిమాచలాలు నా సినీ జీవితం.

నేపథ్యం ఏదయినా వైవిధ్యం చూపిస్తే –

నీ భవితకు నీవే సారథ్యం వహిస్తే –

ఏ మాధ్యమం అయినా పేరదే వస్తుంది!

అరుదైన బిరుదులేమి...

ప్రభుత్వమిచ్చిన పురస్కారాలేమి...

జన హృదయసీమలో పాలరాతి పీఠమేమి...

నేను / మీ బ్రహ్మానందం

ఎక్కడికెళ్లినా నేను బ్రహ్మానందాన్నే!
ఎవరు నన్ను చూసినా బ్రహ్మానందమే!!

***

ఈ బ్రహ్మానందం పేరుకు ముందు 'డాక్టర్' చేరింది.
'ఆంధ్రా చార్లీ చాప్లిన్' చేరింది.
ప్రభుత్వం ఇచ్చిన 'పద్మశ్రీ' చేరింది.
ఇవన్నీ చేరడానికి ముందు బ్రహ్మానందం ఒక నటుడు.
నటుడు కాకముందు ఒకడు.
ఒకటంటే - ఒంటరి
ఒంటరిగా ప్రయాణం!
దుఃఖం కన్నుల వెనకే...
బాధ పెదవుల వెనకే...
చూపు మాత్రం చదువు మీదే!
నలుగురితో పని ఏమి నా గురి అంతా నా గమ్యం మీదే!
నేను జీవించిన జీవితంలోంచీ...
నేను గడించిన అనుభవంలోంచీ...
నేను చూసిన విశాలమైన ప్రపంచంలోంచీ...
అనుకున్నది సాధించాలంటే ఎలా బ్రతకాలో నేర్చుకున్నాను.
ఆ మాటలు మీకోసం కోటలు కట్టకపోయినా–
మీ ప్రగతి బాటలు చూపించగలదని నా ప్రగాఢ విశ్వాసం!
అవేమిటంటే...
"ఏ వృత్తయితే నీకు అన్నం పెడుతుందో...
దానిని దైవంగా భావించు
ఏది నీకు నీడనిస్తుందో...
దానిని కోవెలగా పూజించు...!
ఏది నీకు నిత్యం సత్యం నేర్పుతుందో...
దానిని అనుసరించు!
ఏది నీకు అవరోధం కలిగిస్తుందో...
దానిని అధిగమించు!
ఏది నీకు నిరంతరం సంతోషాన్ని కలిగిస్తుందో..

దానితో పయనించు!
ఏది నీ మనసుకు ప్రశాంతత కలిగిస్తుందో...
దానిని ధ్యానించు... దానిలోనే జీవించు..."

"సర్వేజనా సుఖినో భవంతు"

"శుభం భూయాత్"

సుధీర్ఘ ప్రయాణంలో
కొన్ని జ్ఞాపకాలు ...

నేను / మీ బ్రహ్మానందం

శ్రీ టి. సుబ్బరామిరెడ్డి, శ్రీ స్వరూపానందేంద్ర సరస్వతి మహాస్వామి,
గురుదేవ్ శ్రీ శ్రీ రవిశంకర్

త్రిదండి శ్రీమన్నారాయణ రామానుజ చిన్న జీయర్ స్వామి

నేను/మీ బ్రహ్మానందం

బ్రహ్మంగారి మఠాధిపతి శ్రీ వెంకటేశ్వర సిద్ధాంతి గారి ఆశీస్సులు

కంచి పీఠాధిపతి కీ.శే జయేంద్ర సరస్వతి గారి ఆశీస్సులు

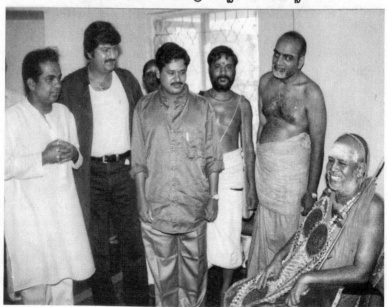

నేను / మీ బ్రహ్మానందం

మంగళంపల్లి బాలమురళీకృష్ణ

చాగంటి కోటేశ్వరరావు

నేను / మీ బ్రహ్మానందం

విశ్వనటవిఖ్యాత నటసార్వభౌమ నందమూరి తారకరామారావు

నేను / మీ బ్రహ్మానందం

నటసామ్రాట్ అక్కినేని నాగేశ్వరరావు

సూపర్ స్టార్ రజనీకాంత్

ఉలగనాయగన్ కమల్ హాసన్

నేను/మీ బ్రహ్మానందం

SP బాలసుబ్రహ్మణ్యం

నగేష్

కె. బాలచందర్

నేను/మీ బ్రహ్మానందం

ఇరవై ఏళ్ల వయసులో ముఖ్య అతిథిగా, ప్రముఖ దర్శకులు CSR తో

కాలేజి రోజుల్లో సినీనటుడు పద్మనాభం ముందు మిమిక్రి ప్రదర్శన

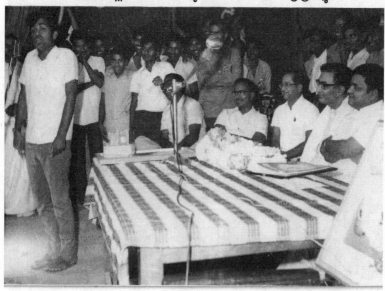

యునైటెడ్ కింగ్‌డంలో మన తెలుగువారి సభలో

యూనివర్సిటీ ఆఫ్ వాషింగ్టన్, సౌత్ ఏసియా సెంటర్ వారిచే అందుకుంటున్న
విశిష్ట పురస్కారం

నేను / మీ బ్రహ్మానందం

ప్రముఖ గాయని జిక్కి

ప్రముఖ నటి జమున ఆశీస్సులు

నాగార్జున విశ్వవిద్యాలయం నుంచి డాక్టరేట్ అందుకుంటూ

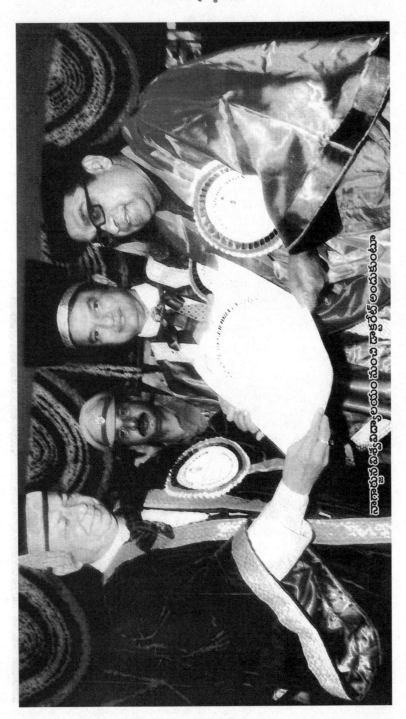

నేను/మీ బ్రహ్మానందం

ఉపరాష్ట్రపతి శంకర్ దయాళ్ శర్మ

నేను / మీ బ్రహ్మానందం

రాష్ట్రపతి ప్రతిభా పాటిల్ చేతుల మీదుగా పద్మశ్రీ పురస్కారం అందుకుంటూ...

GUINNESS WORLD RECORDS
CERTIFICATE
The most screen credits for a living actor is 857 acknowledged film roles and was achieved by K Brahmanandam (India) from 1987 to 24 June 2010
GUINNESS WORLD RECORDS LTD

ACHARYA NAGARJUNA UNIVERSITY
Acharya Nagarjuna University has the honour and privilege of conferring the Degree of
DOCTOR OF LETTERS
HONORIS CAUSA
ON
SRI K. BRAHMANANDAM
in recognition and appreciation of his distinguished contribution to the advancement of learning and promotion of human values at the Convocation of the Senate held on Thursday, 24th March 2005.
Given under the Seal of the University
Nagarjuna Nagar
CHANCELLOR

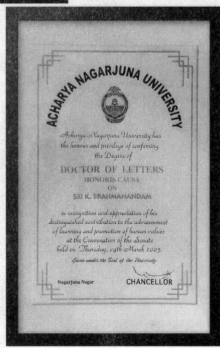

ఇండియా టుడే

అతిరథ మహారథులు

అత్యంత శక్తిసంపన్నులు 2008

కన్నెగంటి బ్రహ్మానందం

హాస్య నటుడు

తిరుగులేని హాస్య నటుడు

ఎందుకంటే, గడచిన సంవత్సరం గిన్నీస్ బుక్ ఆఫ్ రికార్డ్స్‌లో స్థానం సంపాదించుకున్నారు. గడిచిన 20 సంవత్సరాల కాలంలో మొత్తం 780 సినిమాల్లో నటించడం ద్వారా ఆయన ఈ ప్రపంచ రికార్డు సృష్టించారు. పద్మనాభం, చలం, రేలంగి, రమణా రెడ్డి వంటి వారు ఏకచ్ఛత్రాధిపత్యంగా ఏలిన తెలుగు సినీ హాస్య రంగం మీద తాను వచ్చీ రావడంతోనే తన ప్రత్యేక పతాకాన్ని ఎగరేశారు. హాస్య నటునిగా తనదంటూ ఒక ముద్ర వేస్తూనే, నవరసాలూ పండిస్తూ అభిమానులను సంపాదించుకున్నారు. ఇప్పటికీ ఆయన హాస్యానికి పెద్ద పీట వేస్తారు. ఆయనది ఒక ప్రత్యేక శైలి.

రానున్న రోజుల్లో: రెండు దశాబ్దాల ఊపును కొనసాగించడం. చేస్తున్న పద్నాలుగు సినిమాలు పూర్తి చేయడంతోపాటు తెలుగు చలన చిత్ర రంగంలో తిరుగులేని హాస్య నటుడిగా సంబంధాలను ఉపయోగించి తన కొడుకు హీరోగా సినిమాలు తీసేందుకు నిర్మాతలు, దర్శకులను ఒప్పించడం.

మీకు తెలుసా?: రాజబాబు, చలం, పద్మనాభం వంటి హాస్యనటులు దాతృత్వం కారణంగా జీవితపు తుది రోజులలో పడిన కష్టాల నుంచి పాఠం నేర్చుకుని జాగ్రత్త పాటిస్తున్న మాజీ తెలుగు లెక్చరర్.

చివరగా: మిమిక్రీ కళాకారుడిగా ఆయన ప్రతిభను గమనించిన అగ్రనటుడు చిరంజీవి స్వయంగా చెన్నైకి ఫ్లైట్ టికెట్ కొని పెట్టి సినిమాల్లో నటించేందుకు రప్పించుకున్నారు.

హాస్య రసంతో ప్రయోగాలు చేస్తూ, హాస్య కళకు తిరుగులేని ప్రతినిధి కావాలని బ్రహ్మానందం తపించిపోతుంటారు.

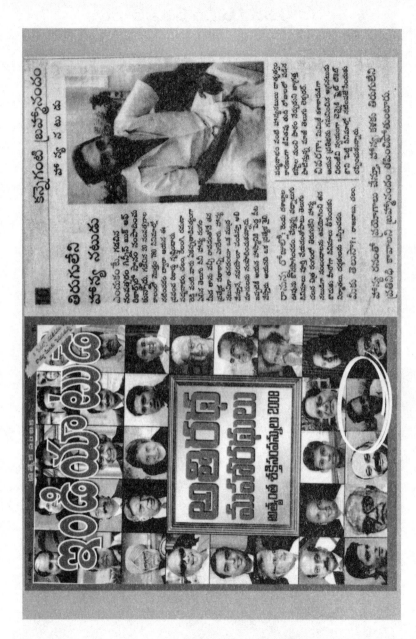

యాభై ఐదేళ్ల సుధీర్ఘ నట ప్రస్థానం

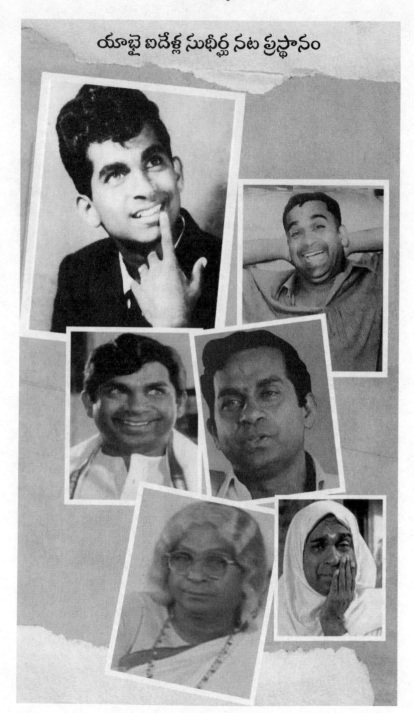

నేను / మీ బ్రహ్మానందం

యాభై ఐదేళ్ల సుదీర్ఘ నట ప్రస్థానం

ఇప్పటి వరకు, నా జీవితం గురించి నేను హృదయపూర్వకంగా వ్యక్తపరిచిన విషయాలన్నీ మీరు చదివారు. ఇప్పుడొచ్చే అధ్యాయం చాలా ప్రత్యేకమైనది. ఎంతోమంది పెద్దలు, ప్రముఖులు నా పట్ల వ్యక్తం చేసిన అభిమానాన్ని సందర్శించే ప్రయత్నం ఇది.

కర్మశీలి బ్రహ్మానందం

నవతరం తెలుగు సినీ హాస్యానికి పర్యాయపదం శ్రీ కన్నెగంటి బ్రహ్మానందం. మూడున్నర దశాబ్దాలుగా బ్రహ్మానందం తెలుగుజాతిని నవ్విస్తూ, ఆరోగ్యప్రదాతగా తనవంతు కృషిని నిర్వర్తిస్తున్నారు. పోటీ ప్రపంచంలో పరుగులు పెడుతున్న జీవితాల్లో నెలకొనే ఒత్తిడిని తగ్గించే స్ట్రెస్ బస్టర్ బ్రహ్మానందం.

అసమాన ప్రజ్ఞాపాటవాలతో, నటజీవిత ప్రస్థానంలో ఎన్నో మైలురాళ్ళను దాటుకుంటూ వెయ్యికిపైగా చిత్రాల్లో నటించిన కర్మశీలి బ్రహ్మానందం.

ప్రాంతీయ భాషా చిత్రపరిశ్రమలో హాస్యనటుడిగా ఉంటూ, అత్యధిక చిత్రాల్లో నటించి 'గిన్నీస్ బుక్ ఆఫ్ వరల్డ్ రికార్డ్స్'లో స్థానం సంపాదించడం తెలుగు వారిగా మనమంతా గర్వించాల్సిన విషయం.

ముప్పవరపు వెంకయ్యనాయుడు

మాజీ ఉపరాష్ట్రపతి

నేను / మీ బ్రహ్మానందం

సార్థక నామధేయుడు

ఆయన కళ్ళు కదిపితే హాస్యం. పెదవి పలికితే హాస్యం. అడుగు మెదిలితే హాస్యం.

అసలాయన నటనే హాస్యానికి ఓ అద్వితీయ భాష్యం.

ఆయన ఎవరన్నది ప్రత్యేకంగా చెప్పనవసరం లేదు.

తెలుగు ప్రజలకు తెరపరిచితమైన ఆ పేరు-

బ్రహ్మానందం!

సార్థక నామధేయుడు.

దాదాపు వెయ్యి చిత్రాలలో ఎన్నెన్నో భిన్న- విభిన్న పాత్రలను పోషించి, ఎనలేని నవ్వులు పూయించి...

వినోదాల వర్షంలో ప్రేక్షకులను నిలువెల్లా ముంచెత్తిన బ్రహ్మానందం-

అప్పుడే మూడున్నర దశాబ్దాల సినీ ప్రయాణం పూర్తి చేసుకున్నారంటే ఆశ్చర్యం కలుగుతుంది.

రోజులు ఇంత వేగంగా గడిచిపోయాయా అనిపించడానికి కారణం కాలం కాదు..

సమయం తెలియనివ్వనిది ఆయన నటనలోని మాయాజాలం!

రామోజీ రావు
చైర్మన్,
రామోజీ గ్రూప్ ఆఫ్ కంపెనీస్

హాస్యనటబ్రహ్మ

బ్రహ్మానందం తనదైన ప్రత్యేక సృజనాత్మక శైలితో హాస్యానికే అపురూపమైన గౌరవాన్ని తెచ్చిపెట్టిన ప్రతిభాశాలి.

అందుకే ఆయన పేరు హాస్యానికే చిరునామాగా మారిపోయింది.

ఆయన ఒక హాస్యనటుడే కాదు తెలుగుభాష, సాహిత్య సాంస్కృతిక మర్మాలు తెలిసిన బహుముఖ ప్రజ్ఞాశాలి.

ఆయనను చూస్తేనే నవ్వులు.

మాట్లాడితే ఆనందాల పరవళ్లు.

ఆయన హాస్య నటనకళా కౌశలాన్ని గుర్తించి భారత ప్రభుత్వం 'పద్మశ్రీ' పురస్కారాన్ని ప్రదానం చేసి గౌరవించింది.

వివిధ భాషల్లో సహస్రాధిక చిత్రాలలో నటించి, గిన్నీస్ బుక్ ఆఫ్ వరల్డ్ రికార్డు సాధించారు.

ఉత్తమ హాస్యనటుడిగా 5 నంది పురస్కారాలు, ఫిలింఫేర్ పురస్కారాలు అందుకొన్నారు.

నాగార్జున విశ్వవిద్యాలయం నుండి గౌరవ డాక్టరేట్ పట్టాను స్వీకరించారు.

75 సంవత్సరాల భారత చలనచిత్ర రంగంలో దాదాపు 1300 చిత్రాలలో నటించిన ఘనత బ్రహ్మానందంది.

మా లలిత కళాపరిషత్ పక్షాన విశాఖపట్నంలో ఘన సన్మానం చేసి 'హాస్యకళావిధాత' అను బిరుదును, మహబూబ్‌నగర్ సన్మానంలో 'హాస్యనటబ్రహ్మ' అను బిరుదుతో సత్కరించడం జరిగింది.

డా. టి. సుబ్బరామి రెడ్డి

పారిశ్రామికవేత్త, రాజకీయ నాయకుడు

ఐ లైక్ హిమ్ సో మచ్..!

నేను దాదాపు 75 మంది హీరోయిన్స్‌తో కలిసి పనిచేశాను. నేను హీరో అయిన దగ్గర్నుంచి, ఆ తర్వాత వచ్చిన హీరోలతో కూడా అట్లాగే పనిచేశాను. చాలా మందిలో ట్యాలెంట్ ఉండీ, కాలం కలిసి రాక కాలగర్భంలో కలిసిపోయిన వాళ్లని చూశాను. అలాగే కమెడియన్స్‌ను కూడా కస్తూరి శివరావు దగ్గరినుండీ చాలామందిని చూశాను.

కామెడీ అంటే నాకు చాలా ఇష్టం. నవరసాల్లో శృంగారం తర్వాత అతి జాగ్రత్తగా చేయాల్సింది హాస్యం. శృంగారం ఇంట్రావర్ట్ అంటే బయటికి చూపించలేనిది. అది లోలోపల ఉంటుంది. అది చూస్తున్న వాళ్లు ఎవరికి వారే ఆ తీపి అనుభవించాలి. హాస్యం ఎక్స్‌ట్రావర్ట్ అంటే బయటకు కనిపించేది. విందులో కాస్త ఉప్పు ఎక్కువైనా, కాస్త కారం ఎక్కువైనా మనం ఎలా తినలేమో, అలాగే హాస్యం తక్కువైనా, ఎక్కువైనా మనకు నవ్వు రాదు.

ఆ బ్యాలెన్స్ పట్టుకోవడం అతి కష్టం. దుఃఖం గానీ క్రోధం గానీ కాస్త ఎక్కువైనా, తక్కువైనా ఫర్వాలేదు. కానీ హాస్యం మాత్రం బ్యాలెన్స్‌డ్గా ఉండాలి. అది బ్యాలెన్స్డ్ గా చేసిన వాళ్లే, అతిగా చేయనివాళ్లే ఎక్కువ కాలం నిలబడతారు. అలా నిలబడ్డ హాస్యనటుల్లో బ్రహ్మానందం ఒకడు.

ఆయన చదువుకున్నవాడు కావటం వల్ల సైకాలజీ వంటి వాటి పట్ల అవగాహన బాగా ఉందని అన్పిస్తుంది. ఆయనలో నిగూఢమైన మరొక మనిషి, ఒక వేదాంతి, ఒక స్కాలర్ కూడా ఉన్నారనిపిస్తుంది. అందుకే వ్యక్తిగతంగా బ్రహ్మానందం అంటే నాకు చాలా ఇష్టం.

ఐ లైక్ హిమ్, ఐ లైక్ హిమ్ సో మచ్.

కీ.శే. అక్కినేని నాగేశ్వరరావు

దాదాసాహెబ్ ఫాల్కే అవార్డ్ గ్రహీత

నటనలో ఇంత సహజత్వం ఉన్నవారు ఎవ్వరూ లేరు

ఏమో తెలియదు! నిజంగా చెబుతున్నా... ఒకప్పుడు రేలంగి సరదాగా నవ్విస్తూ బాగా క్లోజ్ గా ఉండేవాడు.

మళ్ళీ ఇప్పుడు బ్రహ్మానందం. అదే భావన. మనిషిని చూస్తేనే ఆనందం.

ఏమీ చెయ్యక్కర్లేదు. నిలబడితేనే చాలు. బ్రహ్మానందం నటనలోని ప్రత్యేకత 'సహజత్వం'.

సినిమా పరిశ్రమలోనే ఇంత సహజంగా నటించిన వారు, నటించేవారు ఎవ్వరూ లేరు.

కొన్నేళ్ల క్రితం, మా హీరో అక్కినేని నాగేశ్వరావు గారు తనతో నటించిన 10మంది హీరోయిన్లకు చీరలు పెట్టి సత్కరించారు.

వారిలో నేనూ ఉన్నాను.

ఆ ఫంక్షన్‌కి బ్రహ్మానందం కూడా వచ్చాడు. "అమ్మా! ఎంత ఆనందంగా ఉందో!" అన్నాడు.

"నాయనా! నీకంటేనా?" అన్నాను. బ్రహ్మానందమే ఆనందం. బ్రహ్మానందంకు నా ఆశీస్సులు ఎప్పుడూ ఉంటాయి.

బ్రహ్మానందం మా అబ్బాయి.

కృష్ణవేణి

సీనియర్ నటీమణి

బహుముఖ నటుడు బ్రహ్మానందం

బ్రహ్మానందం Versatile artist.

అతన్ని తెరపై చూడగానే... నవ్వొస్తుంది.

తెలుగు సినిమా హాస్యనటుల్లో నాకు అలా ఎవ్వరూ కనిపించలేదు. అనిపించలేదు.

ముఖ్యంగా బ్రాహ్మణ పురోహిత పాత్రలు పోషించినప్పుడు అతను మంత్రాలు చదివే విధానం నాకు చాలా చాలా ఇష్టం.

ఎలా చేస్తాడబ్బా ఇలా? అని ఆశ్చర్యపోతుంటాను.

ఆ దృశ్యాలు బాగా చూస్తుంటాను.

నా 'స్వయంకృషి' సినిమాలో అతను నటించాడు.

ఆ పాత్ర బ్రహ్మానందంలోని హాస్యాన్ని కాక, అతని నటనలోని మరో రూపాన్ని చూపిస్తుంది.

కీ.శే. కె.విశ్వనాథ్
దర్శకుడు

ఈ దశాబ్దం బ్రహ్మానందందే

చాలామంది హీరో వేషాల కోసమని ప్రయత్నించి, అవి దొరక్కపోతే సైడ్ హీరోగానైనా చేస్తామని, లేదా విలన్‌గానైనా నటిస్తామని చెప్పి, అవి దొరక్కపోతే విలన్ పక్కన 'హెంచ్మన్'గానైనా చేస్తామని, లేదా క్యారెక్టర్‌యాక్టర్‌గా చేస్తామని అర్థిస్తూ అదీ దొరక్కపోతే కనీసం కమెడియన్‌గానైనా చేస్తానండీ అని అంటూంటారు. అంటే వారి దృష్టిలో కామెడీ ఈజ్ ది లీస్ట్ ప్రయారిటీ. అలాంటి వాళ్ల దృష్టిలో కామెడీ అంటే 'బఫూన్'లాగా గెంతడం, మూతి, ముక్కూ వంకర్లు తిప్పటం అనుకుంటారు. కానీ నా దృష్టిలో ఏ రసాన్ని పండించగలవాడైనా కామెడీని పండించలేకపోవచ్చు. కానీ కామెడీని చేసేవాడు ఏ రసాన్నైనా పండించగలడు. ఎందుకంటే కామెడీ అనేది పిసరంత ఎక్కువైనా ఎబ్బెట్టుగా వుంటుంది. తక్కువైతే దాని పర్పసే కిల్ అవుతుంది. అంటే మోతాదు మించితే ప్రమాదాన్ని, లేకుంటే ప్రమోదాన్ని అందించేది కామెడీ.

అలాంటి కామెడీ కుటుంబంలో గత ఎనిమిది దశాబ్దాలుగా ఒక్కో దశాబ్దానికి ఒక్కొక్క నటుడు వస్తున్నాడు. ఒక కస్తూరి శివరావు, ఒక రేలంగి, ఒక రమణా రెడ్డి, ఒక అల్లు రామలింగయ్య, ఒక రాజబాబు, నేడు ఒక బ్రహ్మానందం. ఒక కామెడీ ఆర్టిస్ట్ ఒక శైలిని ఏర్పాటు చేసుకోవడం చాలా కష్టం. ప్రజల్లో విపరీతమైన పాపులారిటీని సంపాదించినప్పుడే అతనికంటూ ఒక స్టైల్, ఒక స్కూల్ ఏర్పడతాయి. ఆ విధంగా అతి తక్కువ కాలంలోనే తనదైన బాణీని ఏర్పరచుకొని, ఒక ప్రత్యేకతను సంతరించుకొని మూడు దశాబ్దాలుగా హాస్యనటుడుగా పేరు పొందినందుకు బ్రహ్మానందం అభినందనీయుడు.

కీ.శే. డా. దాసరి నారాయణరావు

శతాధిక చిత్ర దర్శకుడు

చరిత్రలో మిగిలే నటుడు

పాతతరం హాస్యనటుల్లో కొందరు నటులకు దురదృష్టవశాత్తూ లాంగ్ స్టాండింగ్ కెరీర్ లేకుండా పోయింది. ఈ తరం హాస్యనటుల్లో బ్రహ్మానందం కెరీర్ స్టెడీగా ఉంది. కమెడియన్‌గా ఇప్పటికే మంచి పొజిషన్లో ఉన్నాడు. ఇంకా చాలా కాలం పాటు ఈ పొజిషన్‌ను నిలబెట్టుకునే అవకాశం ఉంది అతనికి. అసలు ట్రబులనేది ఇవ్వడు. సెట్‌కు కరెక్ట్ టైంకు వస్తాడు. ఏ రకమైన పాత్రకైనా సరిపోతాడు. అతని కెరీర్ డెఫినెట్‌గా లాంగ్ స్టాండింగ్‌గా ఉంటుంది. తెలుగు సినిమా చరిత్రలో గుర్తుండిపోయే నటుడిగా ఉండిపోతాడని నా నమ్మకం.

కీ.శే. ఘట్టమనేని కృష్ణ

నగేష్ తర్వాత బ్రహ్మానందమే

బ్రహ్మానందం గారు నటించిన 'మనీ' చిత్రం చూసాను. నాకు చాలా బాగా నచ్చింది. ఆయన చాలా బాగా యాక్ట్ చేసారు. నగేష్ గారి తర్వాత కమెడియన్స్లో అంతటి ఆర్టిస్ట్‌ని మళ్ళీ బ్రహ్మానందంలోనే చూసాను.

కీ.శే. శ్రీదేవి

బ్రహ్మానందం మా ఆర్టిస్టు

బ్రహ్మానందం అంటే నాకు మహా ఇష్టం-
అతగాడి కామెడీ అంటే మరీ ఇష్టం
'అహ నా పెళ్లంట' సమయంలో ఎలా వున్నాడో
'ఓహో నా పెళ్లంట'ప్పుడు కూడా అలానే వున్నాడు.
అదే తపన, అదే వినయం, అదే విధేయత,
అదే సంస్కారం, అదే మంచితనం, అదే మానవత్వం-
సినిమా పరిశ్రమలో నటుడిగానే కాదు.. వ్యక్తిగా కూడా..
ఎంతో ఎత్తుకు ఎదిగిన వ్యక్తి.
బ్రహ్మానందం నిరంతరం నవ్వుతూ.. నవ్విస్తూ.. నూరేళ్లు ఆనందంగా వుండాలి.

కీ.శే. డి.రామానాయుడు
పద్మభూషణ్,
దాదా సాహెబ్ ఫాల్కే అవార్డ్ గ్రహీత

హృదయపూర్వక కళాంజలులు

మన చలనచిత్ర రంగంలో ఆనందానికి బ్రహ్మరథం పడుతున్న మన బ్రహ్మానందానికి, అతని కృషి ఫలితంగా, ఫలించి, పండి, విరబూసిన, పదికోట్ల నవ్వుల పువ్వులతో, ఆంధ్ర ప్రజల్ని అలరిస్తూ, పురోగమిస్తూ, చి. బ్రహ్మానందం ఇలాగే ఆంధ్ర ప్రజల హృదయాల్ని రంజింపజేస్తూ ఇంకా ఎంతో ఎత్తుకు ఎదగాలని మనస్ఫూర్తిగా కోరుకుంటూ... అందుకు ఆ నటరాజు అతనికి ఆయురారోగ్య ఐశ్వర్యాలు ఇతోధికంగా ప్రసాదించాలని సవినయంగా అభ్యర్థిస్తున్నాను.

కీ.శే. భమిడిపాటి రాధాకృష్ణ
సినీ కథా రచయిత,
జ్యోతిష్య శాస్త్ర పండితులు

ఆనందం... బ్రహ్మానందం...

బ్రహ్మానందం నాకు చాలా కాలం నుంచీ తెలుసు.

అతను సినిమాల్లో అడుగుపెట్టక మునుపు నుంచీ తెలుసు.

అతను అత్తిలి కాలేజీలో తెలుగు లెక్చరరుగా వున్నప్పట్నుంచీ తెలుసు. అతన్నాకు మంచి మిత్రుడని తెలుసు. నా మనసుకి నచ్చిన మనిషనీ తెలుసు.

ఆ మాటకొస్తే- బ్రహ్మానందం మంచివాడు. మనసు బావుండకపోతే అతను మంచి టానిక్కులా పనిచేస్తాడు. టన్నులకొద్దీ సెన్సాఫ్ హ్యూమరున్నవాడు. ఎంత హ్యూమరుందో అంత బరువైన వాడు. అంచేత అంత ఈజీగా బయటపడే మనిషి కాడు!

బ్రహ్మానందాన్ని క్షుణ్ణంగా పరిశీలిస్తే- అతను మారు వేషంలో తిరుగుతున్న మహర్షి కాబోలని దవుటు కలుగుతుంది. వదిలేయండి! ఇప్పుడున్న స్థితిగతులూ పరపతీ హోదాలు కొన్నేళ్ళ క్రితం ఈ స్థాయిలో అతనికి లేకపోయినా - అప్పుడెంత కులాసాగా దిలాసాగా వున్నాడో ఇప్పుడు కూడా అలాగే వున్నాడు! కళ్లు నెత్తి మీదికి రావడాలూ, మిడిసి పడిపోవడాలూ అప్పుడూ లేవు, ఎప్పుడూ లేవు. సుఖం అనే మాట మనసుకి సంబంధించిన విషయం. కేవలం భోగభాగ్యాల్లోనూ సిరి సంపదల్లోనూ వుంటుందనుకుంటే పొరపాటే అవుతుంది. కొండగుహల్లో మహారణ్యాల్లో గెడ్డాలూ మీసాలు పెంచేసుకుని- ఒంటి కాలి మీద నిలబడి తపస్సు చేస్తున్న మహానుభావుల్ని సుఖమంటే ఏమిటని అడగండి. చిరునవ్వు మాత్రమే సమాధానంగా వస్తుంది. ఆ నవ్వుని చదువుకునే స్తోమతుంటే సుఖం యొక్క అసలు సిసలు టీకా తాత్పర్యాలు తెలుస్తాయి. బహుశా- బ్రహ్మానందం తెలుసుకునే వుంటాడని అప్పుడప్పుడు నాకనిపిస్తుంది!

బ్రహ్మానందం సినిమాల్లో కామెడీ చేస్తున్నా- వ్యక్తిగా గొప్ప ఫిలాసఫరు.

కీ.శే. ఆదివిష్ణు

రచయిత, నాటకకర్త

మంచి వ్యక్తి బ్రహ్మానందం

నటుడిగా బ్రహ్మానందం చాలా కో- ఆపరేటివ్. నా దర్శకత్వంలో ఆయన 'ఎస్.. నేనంటే నేనే', 'పుట్టింటి గౌరవం' చిత్రాల్లో నటించారు. టైంకు రావడం, వచ్చిన తర్వాత డైరెక్టర్ ఏం చెబితే, దాన్ని అర్థం చేసుకొని, వేరే వ్యాపకాలేవీ లేకుండా, ఆ పాత్ర మీదే మనసు పెట్టి నటిస్తుంటారు.

సాధారణంగా కమెడియన్లు ఇక్కడ కొంతసేపు చేసి, అక్కడికి వెళ్లి కొంతసేపు చేసే ట్రెండ్ ఉంది ఇప్పుడు. ఆయన మాత్రం ఇచ్చిన కాల్షిట్కు చక్కగా పని పూర్తయ్యే దాకా ఉండి, ఇంకా బాగా చెయ్యాలనే తాపత్రయం ఉన్న ఆర్టిస్ట్. సిన్సియారిటీ ప్రతి ఆర్టిస్టుకూ కావాలి. కమెడియన్‌గా ఆయనకా సిన్సియారిటీ ఉంది.

కమెడియను 'నాదేముంది? రెండు రోజులు వేషం కదా' అని కొంతమంది ఇంట్రెస్ట్ తీసుకోరు. ఆయన అలా కాదు. తన క్యారెక్టర్ డెవలప్ చేసుకోవడం కోసం వచ్చిన దగ్గర్నుండీ తాపత్రయపడుతూ ఉంటాడు. అందువల్ల ఆయనకు ఎక్కువ రోజులు నిలబడే అవకాశం ఉంది.

ఏ పాత్ర వేసినా ఆయన సరిపోతాడు. ఒక విధంగా ఆయన ఆల్ రౌండర్ అని చెప్పవచ్చు. ఆయన విలన్ వేశారంటే విలన్ అన్పిస్తాడు. ఇన్నోసెంట్‌గా వేశాడంటే, ఇన్నోసెంట్ అన్పిస్తాడు. సెంటిమెంట్ క్యారెక్టర్, నటన పరంగా చూసినా దానికీ సరిపోతాడు. మనకు పూర్వం అలాంటి ఆర్టిస్టులు వుండేవారు. ఇప్పుడు అలాంటి ఆర్టిస్టులు మనకు తక్కువ. డైలాగ్ మీద ఆధారపడి చేసే వారే ఎక్కువ కమెడియన్లో. కానీ ఆయన ఎక్స్‌ప్రెషన్స్ మీదే ఎక్కువ ఆధారపడటం మనం చూస్తాం.

కీ.శే. శ్రీమతి విజయనిర్మల

సీనియర్ నటీమణి, దర్శకురాలు

నేను / మీ బ్రహ్మానందం

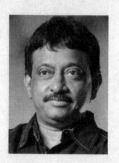

హ్హ... హ్హ...

బ్రహ్మానందంను చూస్తేనే నాకు నవ్వొస్తుంది.

రాంగోపాల్ వర్మ
సినీ దర్శకుడు

నేను / మీ బ్రహ్మానందం

మా 'బెమ్మి'గాడు

మీ అందరికీ తెలిసి అతను ఒక కమెడియన్. కానీ నాకు తెలిసి ఒక మేధావి, తత్వవేత్త, ఒక వేదాంతి, ఎందుకంటే ఎలాంటి ఆర్టిస్టుకయినా సడన్‌గా ఏదో తెలియని డిప్రెషన్ వస్తుంది. అదుగో అలాంటప్పుడు ఇతను జీవితం గురించి చెబుతాడు. అప్పుడనిపిస్తుంది, ఇతనిలో ఇంత వేదాంతి ఉన్నాడా అని.

నాకూ అలాగే జరిగింది. నన్ను ఎన్నోసార్లు అలాంటి స్థితి నుంచీ కాపాడాడు. అలాంటి బ్రహ్మం నిండు నూరేళ్లూ పచ్చగా ఉండాలని, తోడబుట్టకపోయినా సోదరుడిగా నేను కొలిచే దేవుళ్లందరినీ కోరుకుంటున్నాను.

ఐ లవ్ యూ బ్రమ్మీ
బ్రతికి ఉన్నంత కాలం

రాజేంద్రప్రసాద్

స్నేహం రుచి మరిగిన మనిషి

హాస్యం మనిషి మానసిక రుగ్మతను పోగొట్టి మానసిక ఆనందాన్ని, ఆరోగ్యాన్ని ప్రసాదిస్తుందన్నది నిర్వివాదాంశం. మరి ఈ కామిక్ టానిక్‌ను మనకు అందిస్తున్న బ్రహ్మానందం గారిని డాక్టర్ బ్రహ్మానందంగా సంబోధించడం సముచితం, సమంజసం.

బ్రహ్మానందం విలక్షణత కలిగిన అసాధారణ ప్రతిభా సంపత్తి గల కళాకారుడు. అహ నా పెళ్లంట, బాబాయ్ హోటల్, మనీ, ఆయనకిద్దరు, శుభమస్తు చిత్రాలు ఆయన నటప్రతిభకు నిదర్శనాలు.

ఆయన ఎంత స్నేహం రుచి మరిగిన మనిషి అనేది ఆయనతో కలిసి జంబలకిడి పంబ, ఆదర్శం, హలో‌బ్రదర్, వంశోద్ధారకుడు, ఇంట్లో ఇల్లాలు వంటింట్లో ప్రియురాలు చిత్రాల్లో కలిసి నటిస్తున్నప్పుడు నేను పసిగట్టిన నిజం.

సొంత లాభం కొంత మానుకు పొరుగు వాడికి తోడుపడవోయ్, అన్న గురజాడ సూక్తిని ఆచరణ యోగ్యం చేయగల దాతలు కొందరే ఉంటారు. ఒక నాటి హాస్యనటులకు ఇతోధికంగా మానవతా దృక్పథంతో సహాయం అందిస్తున్న బ్రహ్మానందం గారు పై కోవకు చెందిన మనిషి.

కే.శే. మల్లికార్జునరావు
సీనియర్ నటుడు

బ్రహ్మానందం గారికి హ్యాట్సాఫ్

నాకు తెలిసిన బ్రహ్మానందం గొప్ప నటుడు, గొప్ప తత్వవేత్త అన్నిటినీ మించి గొప్ప మంచి మనసున్న మనిషి, నేను ఒక విషయంలో ఆయనకు హ్యాట్సాఫ్ చెప్పాలి. నా 'లాల్ సలామ్' చిత్రం సెన్సార్ ఇబ్బందులకు గురైనప్పుడు రీషూట్ చేసి, రీ డబ్బింగ్ చేయాల్సి వచ్చి, నేను ఆర్థికంగా బాగా స్ట్రగుల్ అవుతున్న దశలో ఆయన నన్ను ప్రసాద్ ల్యాబ్లో చూసి, పక్కకు తీసుకెళ్ళి "ఇప్పుడు మీకెంత డబ్బు కావాలో అంత డబ్బు ఇస్తాను. మీరేమీ ఇబ్బంది పడకండి. ఈ కష్టం నుంచి బయటపడండి. ఆర్థికంగా నా చేయూత మీకందిస్తాను,' అని అన్నారాయన. నిజంగా ఆ మహానుభావుడన్న మాటకు నా హృదయంలో ఆయన మీద గొప్ప కృతజ్ఞతాభావం ఏర్పడింది. హ్యాట్సాఫ్ టు హిమ్. ఆయన దగ్గర నేను డబ్బు తీసుకోలేదు. తీసుకున్నానా లేదా అనే దాని కన్నా ఆయన చేయూత నందిస్తానన్న మాటకు హ్యాట్సాఫ్. నాలుగేళ్ల నుండీ 'మీ పిక్చర్లో నటించాలని ఉంది' అని అడుగుతున్నారు. 'నాకు మీరు ఏ వేషమిచ్చినా సరే, ఎంత డబ్బిచ్చినా సరే' అని అడిగారు. ఇక్కడ డబ్బు అనేది ప్రధానం కాదు. వేషం ఇవ్వండని అడిగారే అది ఆయన మంచి మనసుకు తార్కాణమని భావిస్తున్నాను. 'అయ్యా మీరు పెద్ద స్టార్లు, బిజీగా వుండే నటులు, మీ లాంటి బిజీ స్టార్స్ని, నటుల్ని నేను పెట్టుకోలేను. మీ ప్రేమ మాత్రం ఎప్పుడూ ఇలా ఉంచండి. మీరెప్పుడూ ఇలా గొప్ప స్థాయిలో ఉండాలండి. థ్యాంక్స్ అండి' అని చెప్పాను.

ఆర్. నారాయణమూర్తి

సినీ నటుడు, దర్శకుడు

బ్రహ్మన్న శకం!

బ్రహ్మన్న పుట్టగానే ఆ పుణ్యదంపతులు ఈ నలుసుకి బ్రహ్మానందం అని ఏ ఘడియన పేరు పెట్టారో గానీ, మంచి సినిమాకు మంచి థియేటర్ దొరికినట్టు, మంచి పేరుకి మంచి మనిషి దొరికినట్టయింది. హిట్ పిక్చర్‌కి అన్ని ప్లస్ పాయింట్లున్నట్టు, బ్రహ్మన్నకు కూడా చాలా ప్లస్‌లున్నాయని చెప్పొచ్చు. తనకిష్టమైన తెలుగు భాషకు లెక్చరరవడం, తన కిష్టమైన తెలుగు భాషని ధారాళంగా మాట్లాడగలగడం (అదేం పెద్ద గొప్పా అనుకోకండి తెలుగు వాళ్లయుండీ అయామ్ పూరిన్ టెల్గు అని శెలవిచ్చే కోవిదులు మస్తుమంది), చమత్కారభరిత సంభాషణా చతురత, వైవిధ్యంతో కూడిన విదూషకత్వం, ఇన్నింటినీ మించిన డొక్క శుద్ధి.

నటుడిగా బ్రహ్మానందాన్ని గురించి మాట్లాడాల్సొస్తే, బ్రహ్మమన్నది మొబైల్ ఫేస్ అంటారు జంధ్యాల గారు. ఓ సినీ గురుకుల పీఠాధిపతి నుంచి బ్రహ్మన్నకు లభించిన గొప్ప కితాబు. ప్రయత్నపూర్వకంగా చేసేదే నటన. అయితే నటించడానికి గొడ్డు చాకిరీ చేయడం ఉత్తమ నటుడి లక్షణం కాదు. కానీ బ్రహ్మన్నలో ఉత్తమనటుడి లక్షణాలే మనక్కనిపిస్తాయి. అలవోకతనం వాడి సొత్తు, అల్లరి తనం వాడి సొమ్ము, ఇన్నింటి కంటే బ్రహ్మన్నలో నాకు నచ్చిన గుణం వృత్తిపరమైన ఈర్ష్యాద్వేషాలు లేకపోవడం. ఆ మానసిక అశాంతి లేకపోబట్టే వాడెప్పుడూ చక్కటి ఆరోగ్యంతో ఉంటాడు. అలా కలకాలం ఉండాలని నా కోరిక.

చివరిగా నేనింకో ముక్క కూడా గట్టిగా చెప్పగలను. కాలంతో పాటు అందరూ పరుగెడుతుంటారు. కానీ కొందరు మాత్రం కాలాన్ని తమతో పరుగెత్తేలా చేస్తారు. మా బ్రహ్మన్న ఈ రెండో కోవకు చెందిన వ్యక్తి. దాతృత్వం, వితరణ రెండూ పుష్కలంగా వున్న మనిషి.

కీ.శే. ధర్మవరపు సుబ్రహ్మణ్యం

సీనియర్ నటులు

శతాబ్ది పాటు నిలవాలి

ఈతరం ప్రేక్షకులకు హాస్యాన్ని ఆ నటరాజు, సోదరుడు బ్రహ్మానందం రూపంలో అందించాడు. శతాబ్ది కాలం పాటు తను ప్రేక్షకుల మనసుల్లో నిలిచి, వారి ఆశీర్వాదాలు పొందాలని, ఆ శ్రీనివాసుణ్ని వేడుకుంటున్నాను.

కోట శ్రీనివాసరావు

సీనియర్ నటులు

ఆశీరభినందన

మితంగా నటించి రసజ్ఞులను మెప్పించడం హాస్యనటునికి విషమ పరీక్ష. వెకిలి చేష్టలతో కలిగించేది హాస్యం కాదు అపహాస్యం. తాను ఔచిత్య పరిధిలో నటిస్తూ ప్రేక్షకులను ఎల్లలు దాటేట్టు ఊపేయడం ఉత్తమ హాస్యనటుని జీవలక్షణం.

ఈ సులక్షణానికి ప్రతీక బ్రహ్మానందం. సుతిమెత్తని హాస్యనటన, అత్తిలి కళాశాలలో తెలుగు అధ్యాపకుడుగా ఉన్నప్పుడే నా కళ్లలో మెరిసింది బ్రహ్మానందం మౌలిక ప్రతిబింబం.

అటు చార్లీ చాప్లిన్ నుంచి ఇటు రేలంగి దాకా గొప్పనటులుగా వాసికెక్కింది హాస్యరసంతో పాటు కరుణ రసం పండించడం వల్లనే. ఈ రెండంచుల మేళవింపు బ్రహ్మానందం నటనకు సరికొత్త ఘుమాయింపు.

మిమిక్రీ కళాకారుడుగా తాను చుట్టుకున్న శ్రీకారాలకు సినీనటుడుగా ఎన్నెన్ని కీర్తి ప్రాకారాలను కట్టుకున్నాడు.

ఎదిగిపో బ్రహ్మానందం ఈ చక్రం పట్టనంత. సహృదయుల రసానంద, మిన్నులు ముట్టేటంత.

కీ.శే. డాక్టర్ సి. నారాయణరెడ్డి

కవి, సాహితీవేత్త, పద్మభూషణ్, జ్ఞాన్ పీఠ్ అవార్డ్ గ్రహీత

నటనతోపాటు పాండిత్యమూర్తి

బ్లాక్ అండ్ వైట్ సినిమాలప్పుడు హాస్యం అంటే మాకు రేలంగి గారే! అప్పట్లో పెద్ద 'కామెడీ స్టార్' వారు. మేమంతా వివిధ పట్టణాలకి సినిమా వందరోజుల ఫంక్షన్‌కి వెళ్ళినప్పుడు రేలంగి గారిని చూడటానికి ప్రజలు విరగబడేవారు. ఆ తర్వాత మళ్ళీ అంతటి వైభవాన్ని బ్రహ్మానందం గారి దగ్గరే చూస్తున్నాను. ఇంకా చెప్పాలంటే రేలంగి గారికంటే రెండింతలెక్కువ పాపులారిటీ బ్రహ్మానందం గారికుంది. వారు లేకపోతే సినిమాయే లేదు! వారిని చూస్తే చాలు నవ్వొచ్చేస్తుంది! ఈ తరానికి భగవంతుడు ప్రసాదించిన వరం బ్రహ్మానందంగారు! చరిత్రలో నిలిచిపోయే స్థానాన్ని సంపాదించుకున్నారు. ఆ స్థాయిని టచ్ చేయడం ఇంకెవ్వరివల్లా కాదేమో అనిపిస్తుంది. గొప్ప నటనతో పాటు గొప్ప పాండిత్యం ఉన్న వ్యక్తి! వారి వాక్చాతుర్యం విన్న వారెవరైనా నోళ్ళు వెళ్లబెట్టవలసిందే! నేను వారిని చాలా అభిమానిస్తాను!

నేనే కాదు మా ఇంటిల్లిపాది... ఆఖరికి మా మనవరాలు కూడా వారి అభిమానే! మా మనవరాలిని చూసినప్పుడల్లా 'నాకూ ఇటువంటి మనవరాలుంటే బాగుండును' అని ఆప్యాయంగా అంటుంటారు. ఏది ఏమైనా ఇన్ని తరాలను ఆకట్టుకున్న వారు ఆయురారోగ్యాలతో చల్లగా ఉండి రాబోయే తరాలను కూడా అలరించాలని కోరుకుంటూ... పెద్దదాన్నిగా ఆశీర్వదిస్తున్నాను.

పి.సుశీల

నేపథ్య గాయని

విజయపతాకం

ఎవరో పెద్దవారన్నట్టుగా, అన్ని రసాల్లోకి ఆవిష్కరించడానికి కష్టమైనటువంటి రసం - హాస్యరసం. అది సమపాళ్లలో గనుక ప్రదర్శనకు నోచుకోకపోతే, ఒకవేళ ఆ పాళ్ల మిశ్రమం తక్కువ గనుక అయిందంటే నవ్వు రాదు. ఎక్కువైందంటే వెకిలితనం అవుతుంది. స్క్రిప్ట్ సక్రమమైన పద్ధతిలో లేకపోతే హాస్యనటుడు ఎంత చేసినా కూడా పండించడం కష్టం. కానీ ఎలాంటి స్క్రిప్టు ఉన్నాసరే, ఎలాంటి సందర్భం అయినా సరే - తన చాతుర్యంతోటి అందరినీ తనివితీరా నవ్వించగలిగేటువంటి శక్తి చాలా కొద్ది మందికి ఉంది. వారిలో మనకు తెలిసిన వారు ప్రముఖులు రేలంగి వెంకట్రామయ్య, అల్లు రామలింగయ్య, రాజేంద్రప్రసాద్ - ఆ తర్వాత పరిచయమైనటువంటి బ్రహ్మానందం గారు.

బ్రహ్మానందం గారికి అదనంగా ఉండే లక్షణం ఏంటంటే.. ఆయన తెలుగు అధ్యాపకులు అవడం. భాషమీద మమకారం, భాషమీద పట్టు ఉండడం. స్క్రిప్టును బాగా అవగాహన చేసుకుని, అందులో ఉన్న సంభాషణల్ని చాలా అందంగా ఉచ్చరించే తీరు! ఇవి కొన్ని ఆయనకు దొరికిన అదనపు లక్షణాలు. ఆయన సినిమా పరిశ్రమకు రాక ముందునుంచి కూడా జంధ్యాల వారి స్నేహం ద్వారా నాకు బ్రహ్మానందం పరిచయమైంది.

మొట్టమొదటి సినిమాతోనే తన విజయపతాకను పాతిన తర్వాత ఇంతవరకు వెనుతిరిగి చూడకుండా ఇప్పటికీ కూడా అదే పద్ధతిలో స్నేహసౌరభాన్ని వెదజల్లుతూ వినయసంపదతో విలసిల్లుతూ అందరి హృదయాల్లో ప్రత్యేకమైన స్థానాన్ని ఏర్పాటు చేసుకున్న వ్యక్తి. బ్రహ్మానందం గారు చాలా రికార్డులు బద్దలు కొట్టారు. సంఖ్యాపరంగా ఎక్కువ సినిమాల్లో నటించడం, ఎక్కువ భాషల్లో నటించడం, ఎక్కువ అవార్డులు రివార్డులు పొందడం - ఇవన్నీ కూడా చేజిక్కించుకున్నారు. ఇంకా చాలా కాలం తమ చతురతతోటి అందరి మన్ననలు చూరగొనాలని భగవంతుడు ఆయనకు ఆయురారోగ్యాలను ఇవ్వాలని మనసారా ప్రార్థిస్తున్నాను.

కీ.శే ఎస్. పి. బాలసుబ్రహ్మణ్యం
నేపథ్య గాయకుడు, పద్మశ్రీ, పద్మభూషణ్, పురస్కార గ్రహీత

అందుకోని సన్మానం లేదు

మిత్రులు, పద్మశ్రీ పురస్కార గ్రహీత, సుప్రసిద్ధ హాస్యనటులు శ్రీ బ్రహ్మానందం గారితో నా పరిచయం దాదాపు 36 ఏళ్ల పైనే ఉంటుంది. ఆయన హాస్యనటుడు అని చెప్పడం కూడా హాస్యాస్పదంగా ఉంటుంది.

అంతకు మునుపు ఆయన అత్తిలి అనే పట్టణంలో కాలేజీలో తెలుగు ఉపన్యాసకుడిగా పనిచేశాడనే విషయం బహుశా ఎక్కువ మందికి తెలియకపోవచ్చు.

ఏదో ఈనాటిలాగా ఎమ్మే ఒకటి చదివేసి ఉద్యోగం చేయడమే కాకుండా, ఆయన ఎమ్మే సాహిత్యాన్ని బాగా చదువుకున్నారు. తెలుగుభాషమీద మంచి పట్టు ఉంది.

మక్కువ కూడా ఎక్కువే ఉంది. ఆయనతో కూర్చుంటే తెలుగు సాహిత్య సంభాషణ అలా గంటల తరబడి సాగుతుంటుంది.

ఆయనకు నాకు ముఖ్యంగా ఈ సాహిత్యానికి సంబంధించిన విషయాల వల్ల సాన్నిహిత్యం, ఎంతో కొంత స్నేహం ఏర్పడ్డాయి.

ఆయన దాదాపు వెయ్యి సినిమాలకు పైగా నటించి గిన్నీస్ బుక్‌లో ఎక్కిన ప్రసిద్ధి ఉంది. ప్రతిష్టాత్మకమైన పద్మశ్రీతో అవార్డ్ అందుకున్నారు. ఐదు సార్లు నంది అవార్డులు గెలుచుకున్నారు. చెప్పుకుంటూ పోతే ఆయన అందుకోని సన్మానం ఏమీ లేదనే అనాలి.

కీ.శే. సీతారామశాస్త్రి

సినీ గీతరచయిత

వారి సంస్కారం ఆదర్శనీయం

I am his admirer! అవును. బ్రహ్మానందంగారంటే నాకు ఎంతో ఆరాధనాభావం. వారి నటన అంటే నాకు ఎంత ఇష్టమో, వారి ప్రసంగమన్నా అంతే ఇష్టం. వారి సాంగత్యం ఇంకా ఎంతో ఇష్టం.

తెలుగు సినిమా హాస్య నటుల్లో, ఆ మాటకొస్తే, భారతదేశంలోని నటుల్లోనే ఇంత చదువుకున్నవారు ఎవ్వరూ లేరు. ఉన్నత విద్యావంతుడు.

ఉత్తమ సంస్కారవంతుడు. కొప్పరపు పీఠం సభల్లో, వివిధ సభల్లో వారి ఉపన్యాసాలు విని ముగ్ధుడనైపోయాను. పలుమార్లు మా ఇంటికి వచ్చి నన్ను ఎంతో ప్రేమగా పలుకరించి వెళ్లారు.

కొంతకాలంగా అనారోగ్యంగా ఉన్న నాకు, ఆయన నాతో గడిపిన ప్రతి క్షణం దివ్య ఔషధంలా పనిచేసింది. అనిర్వచనీయమైన అనుభూతులను, అనంతమైన ఆనందాన్ని అందించాయి.

పోతనపై ఆయనకున్న భక్తి అపురూపం. బమ్మెర వెళ్లి, ఆ నేలను తాకి, ఆ మట్టిని విభూతిగా ధరించాలని ఉంది - అని అయన అన్నప్పుడు ఒళ్ళు పులకించిపోయింది.

పోతనగారి పద్యాలను ఆయన వివరించే తీరు విలక్షణం. ఆ కవి హృదయాన్ని పట్టుకున్న రసహృదయుడు బ్రహ్మానందం గారు.

విశ్వనాథ సత్యనారాయణ, శ్రీశ్రీ వంటి ఆధునిక మహాకవుల కవితా పంక్తులతో పాటు, వారి జీవిత సంఘటనల గురించి వారు చెప్పేతీరు అసాధారణం. వారితో ఎంతసేపు గడిపినా తనివి తీరదు.

కీ. శే. డా. పొత్తూరి వెంకటేశ్వరరావు
సీనియర్ సంపాదకులు
మాజీ చైర్మన్, ప్రెస్ అకాడమీ

తెరపై ఆయన కనిపిస్తేనే ప్రేక్షకులకు బ్రహ్మానందం!

ఇంతకాలం హాస్యనటుడుగా ఎవరు నిలబడగలిగారు?
అలనాటి కస్తూరి శివరావా? అప్పటి రమణా రెడ్డా? లేకపోతే, రేలంగి వెంకట్రామయ్యా?
కాకపోతే, నవ్వుల బాబు రాజబాబా?
బ్రహ్మానందం వలె మూడున్నర దశాబ్దాలు సినీ తెరపై హాస్యనటుడుగా నిలదొక్కుకున్న ఘనత, గౌరవం, చరిత్ర ఆయనకే సొంతం!
శ్రీ బ్రహ్మానందం నాకు ఆయన అత్తిలి కాలేజీలో తెలుగు లెక్చరర్ గా వున్నప్పటి నుంచి తెలుసు. ఆ కాలేజీలో ఒకసారి నా ఉపన్యాసం చేయించింది కూడా ఆయనే.
నేను అత్తిలి వెళ్లడానికి తాడేపల్లిగూడెం స్టేషన్లో దిగగా, అక్కడినుంచి ఆయన తన బైక్పై వెనకాల కూర్చోపెట్టుకుని, అత్తిలి తీసుకువెళ్లారు. ఆ తరువాత ఆయన మా డాబాపై మిమిక్రీ చేశారు. ఆయన మంచి మిమిక్రీ ఆర్టిస్టు.
నా దివంగత శ్రీమతి సంస్మరణ సభకు ఆయన ఒకసారి విచ్చేశారు. ఆ సభలో నా ఉపన్యాసం విని, ఇక కూర్చోలేక, కన్నీరు కారుస్తూ బయటకు వెళ్లిపోయిన దయార్ద్రహృదయుడు.
ఆయన నాతో 'పోటీ' పడినట్టు కనిపిస్తుంది. నాకు 'పద్మశ్రీ' అవార్డు వచ్చినప్పుడు గుంటూరులో జరిగిన సభకు ఆయన వచ్చారు. నేను ఆయనకు కూడా హాస్యనటనలో 'పద్మశ్రీ' రావాలని ఆశీర్వదించాను. ఆ తర్వాత కొద్ది కాలానికే ఆయనకు 'పద్మశ్రీ' అవార్డు వచ్చింది! అంతకు పూర్వమే నాకు ఆంధ్రవిశ్వవిద్యాలయం వారు 'కళాప్రపూర్ణ' బిరుదు యిచ్చారు. ఆ తరువాత ఆయనకు కూడా ఆ బిరుదు వచ్చింది.
నా చిరకాల శ్రేయోభిలాషి బ్రహ్మానందం మరెన్నో సంవత్సరాలు వెండితెరపై హాస్యనటుడుగా వెలుగొందాలని ఆశిస్తున్నాను, ఆశీర్వదిస్తున్నాను.

కీ. శే. తుర్లపాటి కుటుంబరావు
పద్మశ్రీ అవార్డు గ్రహీత,
పాత్రికేయుడు, రచయిత

సాటిలేని మేటి

ఏ రంగంలోనైనా మూడు దశాబ్దాలకు పైగా నిలిచి రాణించడం చాలా కష్టం. ఇందుకు కఠోర పరిశ్రమ, మొక్కవోని దీక్ష, క్రమశిక్షణ, అదృష్టం ఉండాలి. అక్కినేని నాగేశ్వరరావుకూ, ఎన్ టి రామారావుకూ అటువంటి లక్షణాలు ఉండబట్టే సుదీర్ఘకాలం హీరోలుగా మనగలిగారు. ఘనకీర్తి దక్కించుకున్నారు. ఇటువంటి రికార్డు నెలకొల్పిన ఇతర నటులు తెలుగు సినిమారంగంలో కనిపించరు. ఒకే ఒక మినహాయింపు బ్రహ్మానందం గారు. అక్కినేని, ఎన్ టి ఆర్ కంటే నాలుగు ఆకులు ఎక్కువ చదివిన అరుదైన నటుడు ఆయన. ఇద్దరు హీరోలూ చెరి మూడు వందల చిత్రాలలో నటిస్తే, హాస్యనటుడిగా బ్రహ్మానందం మూడు దశాబ్దాలలో పదకొండు వందలకు పైగా చిత్రాలలో నటించి గిన్నీస్ బుక్ ఆఫ్ రికార్డులో తనకంటూ శాశ్వత స్థానం సంపాదించుకున్నారు. ఆయన రికార్డును మరో నటుడు బద్దలు కొట్టే అవకాశం లేనేలేదు. మూడు దశాబ్దాలకు పైగా శిఖరాగ్రంపైన నిలబడటం, ప్రేక్షకులకు విసుగు పుట్టించకుండా నవ్వించగలగడం అనితర సాధ్యం.

బ్రహ్మానందం గారు నాకు ఇష్టమైన నటుడు. ఆయన తెరమీద కనిపిస్తే చాలు మనస్సు తేలికపడుతుంది. దేహభాష హాయిగా నవ్విస్తుంది. హాస్యం హద్దు మీరి అపహాస్యం కాకుండా జాగ్రత్త పడటం నటులకు పెను పరీక్ష. ఈ పరీక్షలో నెగ్గడానికి తెలివితేటలు సమృద్ధిగా ఉండాలి. పాదరసం వంటి బుర్ర ఉండాలి. బ్రహ్మానందంగారు బడబడా మాట్లాడనక్కరలేదు. మెలికలు తిరిగి పడిలేస్తూ నవ్వించనక్కరలేదు. ఆయన మొహం తెరమీద కనిపిస్తే చాలు. ప్రేక్షకుల మొహాలు వికసిస్తాయి. హృదయాలు విచ్చుకుంటాయి. రసాస్వాదనకు సిద్ధమౌతాయి. శబ్దంలేని చిరునవ్వుతో మొదలై పొట్ట పగిలేవిధంగా పెద్దగా పడిపడి నవ్వేవరకూ ప్రేక్షకులను తనతో హాస్యయాత్రతో ఉర్రూతలూగిస్తున్న బ్రహ్మానందంగారు తెలుగు హాస్య నటులలో అగ్రగణ్యుడిగా జనహృదయాలలో పీఠం వేసుకున్నారు.

డా. కొండుభట్ల రామచంద్రమూర్తి

సలహాదారు, ఆంధ్రప్రదేశ్ ప్రభుత్వం, సీనియర్ జర్నలిస్ట్

జ్ఞానానందమే బ్రహ్మానందం

ఎలాగున్నారు బ్రహ్మానందం గారూ? అని పలుకరిద్దామని వెళ్లిన నాకు - జ్ఞానాన్ని పంచుకోవడంలో, పెంచుకోవడంలో ఉన్న వారి ఆనందాన్ని చూసి తన్మయుడినయ్యాను.

లోకంబులు లోకేశులు

లోకస్థులు తెగిన తుదిన్ అలోకంబగు పెం

చీకటి కవ్వల నెవ్వం

డేకాకృతి వెలుంగు నతని నే సేవింతున్

అనే చిన్న పద్యంలో పోతన చూపించిన ఆ వెలుగు బాటలోనే నడవడం నాకు యిష్టం అంటాడు బ్రహ్మానందం. మంచి మంచి పదార్థాల కలగలపుగా ఉండే సంపూర్ణ ఆహారం వండింది పోతన కవిత్వం. పోతనను మించిన విప్లవకవి అసలు ఎవడున్నాడు? అంటాడు బ్రహ్మానందం.

ఇటీవలే తనని పలకరించడానికి వచ్చిన గద్దర్‌కు పోతన పద్యాలు వినిపిస్తే, గద్దర్ సైతం పోతన కవిత్వం తీరు చూసి ఆశ్చర్యపోయిన సంఘటన బ్రహ్మానందం మాతో పంచుకున్నాడు.

“దేవాలయాలలో పూజారులు భక్తులపై పూజాజలాలను చల్లుతున్న దృశ్యాలను చూస్తుంటే? దేవుడు భక్తులపై కృపారసం చల్లడమంటే ఇదన్నమాట! అని నాకు అర్థమై, యిప్పుడు కన్నీళ్లు వస్తున్నాయి,” అంటూ తడసిన కళ్లతో బ్రహ్మానందం చెప్పాడు.

హాస్యబ్రహ్మగా మాత్రమే మనకు కనిపించే బ్రహ్మానందం వేరు, అసలు బ్రహ్మానందం వేరు అని ఆ రోజు నాకు అనిపించింది. బ్రహ్మానందంలోని మరో కోణం తెలిసింది. బ్రహ్మానందం! వేసింది.

మండలి బుద్ధప్రసాద్

మాజీ మంత్రి

హాస్య రస సరస్వతి

అభినయం మూడు విధాలు. అవయవాల కదలికతో చేసేది ఆంగికాభినయం. సంభాషణలతో చేసేది వాచికాభినయం.

కేవలం ముఖంలో అందునా కళ్లతో భావాలు వ్యక్తం చేస్తూ చేసేది సాత్వికాభినయం. ఇదే అత్యుత్తమ అభినయం.

పాత చలనచిత్రాల్లో సావిత్రి, రంగారావు, రమణా రెడ్డి లాంటి ప్రముఖ నటులు ఈ రకం సాత్వికాభినయానికి ప్రసిద్ధులు.

ఈ తరంలో హాస్యరసానికి సంబంధించి సాత్వికాభినయం చేయడంలో బ్రహ్మానందం దిట్ట.

తన కుడి అరచేతిని ముఖంలో వివిధ భాగాలు స్పృశించేలా చేస్తూ రకరకాల వ్యంగ్య, చమత్కార భావాలు వ్యక్తం చేయడం బ్రహ్మానందానికి సహజంగా అబ్బిన పాండిత్యం.

నటన, హాస్యం సంగతలా ఉంచితే ఈ మహానటుడు సాహిత్యంలో కూడా దిట్ట. విష్ణుభక్తి పరాయణుడైన బ్రహ్మానందం ఆంధ్ర మహా భాగవత పద్యాలకు చేసే తాత్విక వ్యాఖ్యానం వినూత్నం, విశిష్టం.

ఆయనలో భక్తి జ్ఞాన వైరాగ్యాలు పైకి కనిపించవు. అవి ఆయనలో అంతర్వాహినులుగా ప్రవహిస్తూ ఉంటాయి.

డా. గరికిపాటి నరసింహారావు
మహాసహస్రావధాని

'బ్రహ్మశ్రీ' బ్రహ్మానందం

పద్మశ్రీ బ్రహ్మానందం గారి గురించి తెలుగునాట తెలియని వారు లేరు. బ్రహ్మశ్రీ బ్రహ్మానందం గారుగా నాకు బాగా తెలుసు - వారితో వున్న పరిమిత పరిచయంలోనే వారిలో అందరికీ కనిపించని అనేక కోణాలు నేను అవగతం చేసుకున్నాను.

వారిలో ప్రధానంగా నన్నాకర్షించిన అంశం- సాహితీ స్పర్శ- పోతనామాత్యుడి పట్ల వారికున్న మక్కువ. ఎన్నెన్ని పద్యాలు కంఠవశం చేసుకున్నారో తెలిసి ముచ్చట పడిపోయాను. సందర్భానుసారంగా తాను చదివిన అనేక గ్రంథాలలోని విషయాలను సమర్థంగా వుటంకించగల బహుముఖ ప్రజ్ఞాశాలి బ్రహ్మానందం గారు. రెండో అంశం- వారికి శ్రీ వేంకటేశ్వరస్వామి పైనున్న భక్తి గంధం. వారి ఇంట్లోకి అడుగు పెట్టడంతోనే వేంకటేశ్వరుని దివ్యమంగళ స్వరూపం నిలువెత్తుకు పైగా, రెండు నిలువెత్తుల సురుచిర రూపం, సన్నగా శ్రావ్యంగా మనోహరంగా వినిపించే 'ఓం'కార నాదం- నన్ను అలౌకికానందనానికి గురిచేశాయి.

మూడో అంశం- ఏ విషయం పట్లనైనా సమగ్ర అవగాహన, సమున్నత పరిశీలన, కలిగిన వ్యక్తిగా నేనాయనలోని యీ పరిణత వ్యక్తిని చూశాను. వారి స్నేహశీలత, వాత్సల్యం, వారి సృజనాత్మక, ఛతురోక్తుల సంభాషణం నాకు ఎనలేని ఆనందాన్ని కలిగిస్తుంటాయి. వారికీ నాకూ ఆరాధ్యులు - గురువులు- బ్రహ్మశ్రీ చాగంటి వారు. కలిసి మాట్లాడుకొంటున్నప్పుడు గురువు గారి గురించిన ముచ్చట్లు మరింత ఆనందాన్ని కలిగిస్తుంటాయి. ఆయనకు ఆయన చిత్రప్రపంచం కారణంగా పద్మశ్రీ వచ్చింది. కానీ, వారి స్వభావం, ప్రతిభా సాహితీ స్పర్శ, ఆధ్యాత్మిక చింతన, జీవనశైలి, సాత్వికత, సౌజన్యం వగైరాలు పద్మశ్రీకన్నా గొప్పదైన 'బ్రహ్మశ్రీ' వారి పేరుకు ముందు తగునని నా నిశ్చయాభిప్రాయం.

కె.ఐ. వరప్రసాద్ రెడ్డి

శాంతా బయోటెక్నిక్స్ వ్యవస్థాపకులు

ఆనందమే బ్రహ్మానందం

బ్రహ్మానందం అంటే రెండర్థాలు : ఒకటి పట్టలేని ఆనందం, రెండవది తాత్విక చింతనగల వారు అనుభవించే మహదానందం.

మన బ్రహ్మానందంలో రెండూ వున్నాయి. చదువు, సంస్కారంతోపాటు జ్ఞానం ఉన్న కళాకారుడు. తన పేరునే సార్థకత చేస్తూ, తన ముందున్న ప్రేక్షకులకి హాస్యరసం వడ్డిస్తూ తన సాహచర్యాన్ని ప్రత్యక్షంగా పంచుకునే వారికి, తనలోని జ్ఞానాన్ని అందించే వ్యక్తిగా బ్రహ్మానందం త్రి- ఇన్- వన్! ఆ తరహా వ్యక్తులు సమాజంలోనే అరుదు. సినిమారంగంలో మరీ అరుదు. కామెడీ రంగంలో మరీ మరీ అరుదు. అందుకే బ్రహ్మానందం బ్రహ్మానందమే.

కొందరు ప్రయత్నాలతో కిందా మీదా పడి తెలుగు తెరకెక్కితే, మరి కొందరు యాదృచ్ఛికంగా తెరకెక్కి తమకు జన్మతః వచ్చిన ప్రతిభను సానపడుతూ, తమ స్థానం పదికాలాల పాటు నిలిచేలా పదిలపరచుకుంటారు.

ఈ రెండో కోవ వారు బహు అరుదు. ఆ కోవకు చెందిన కళాకారుడు బ్రహ్మానందం. బ్రహ్మానందం వివేకి, జ్ఞానసంపన్నుడు, సంస్కారి. మనుగడకు దీనావస్థలో ఉన్న కళాకారులను ఆదుకోవలసిన కర్తవ్యం చలామణీలో వున్న కళాకారుల ప్రథమ కర్తవ్యం అని గుర్తించి, బ్రహ్మానందం స్వయంగా పూనుకొని తోటి కళాకారుల అండదండలతో సేవా ధర్మంతో ఒక ట్రస్టుని ఏర్పాటు చేయడం అతని గమనంలో ఒక మైలురాయి. అంతటి మంచి మనసున్న మంచి కళాకారుడు పది కాలాలపాటు మనల్ని మరిన్ని సోపానాలు ఎక్కాలని ఆనందించే ఆనందాన్ని బ్రహ్మానందంగా పంచుకుంటోన్న ప్రతి ప్రేక్షకుడు కోరుకుంటాడు. ఆ కోరికే ఒక విధమైన ఆశీర్వాదం కూడా.

కీ. శే. గుడిపూడి శ్రీహరి
సీనియర్ జర్నలిస్ట్

నేను/మీ బ్రహ్మానందం

బ్రహ్మానందం గారు విలక్షణమైన వ్యక్తి

బ్రహ్మానందంగారు హాస్యనటునిగా వెలుగొందుతున్న శకంలోనే మేము కూడా జన్మించి ఆయన చిత్రాలను చూడగలగడం అనేది ఒక వరం.

ఎంతమందికి ఎంత అదృష్టం ఉంటుందో నాకు తెలియదు గానీ, as a life to be able to get happiness and laughs to so many people across generations is something which is unique. సినిమాలలో కమెడియన్ పాత్రకి అంత విలువ తెచ్చింది బ్రహ్మానందం గారే అనుకుంటున్నాను.

సినిమాలు కాకుండా, బ్రహ్మానందం గారి ప్రసంగాలను రెండు మూడు సందర్భాలలో యూట్యూబ్ వీడియోలలో చూడడం జరిగింది. అవి కాకుండా లైవ్ లో రెండు మూడుసార్లు చూశాను.

ఆయన గొప్ప ఆలోచనాపరుడు అనుకుంటున్నాను. సరళమైన పదాల్లో, హాస్యస్ఫోరకమైన పదాల్లో ఒక పెద్ద సందేశం ఇవ్వగలిగే ఒక స్పష్టత ఉన్న మనిషిలాగా నాకు చాలా చాలా సంతోషంగా అనిపిస్తుంది.

ఇంత సఫలవంతమైన జీవితం, కెరీర్ సాధించి, నిజజీవితంలో అంత పెద్ద సెలబ్రిటీగా ఉండి కూడా - ఇంటికి వెళ్లిన తర్వాత అత్యంత సాధారణమైన జీవితం గడపడం అనేది సామాన్యమైన విషయం కాదు.

ఆ తృప్తి, జీవితం పట్ల ఆ స్పష్టత ఉన్న బ్రహ్మానందం గారంటే నేను ఎంతో ఇష్టపడతాను.

పుల్లెల గోపీచంద్
బాడ్మింటన్ క్రీడాకారులు

తెలుగు నేలపై ఆణిముత్యం

బ్రహ్మానందం గారు తెలుగు నేలపైన పుట్టిన ఒక ఆణిముత్యం. నటనా చక్రవర్తి. సాత్విక వాచికాభినయాల్లో ముఖ కవళికల్లో చూపించడంలో అద్వితీయుడు. భరతుడు నాట్యశాస్త్రంలో చెప్పినటువంటి సాత్వికాభినయం చాలా గొప్పది. రసోన్నిష్టంగా ఆయన హావభావాలుంటాయి. హాస్యమైనా, కరుణైనా, ప్రేమైనా అభినయించడంలో... వాక్కు రహితంగా చూపించగలిగిన నటచక్రవర్తి. ఆయన్ని నటుడిగా చూస్తున్నప్పుడు చార్లీ చాప్లిన్ లాంటి ఒక గొప్ప నటుడు తెలుగు నేలలో పుట్టాడా అని అనిపించింది. చార్లీ చాప్లిన్ ఇప్పటికీ ప్రపంచంలోకెల్లా మొదటి గొప్ప నటుడు. ఆయనను మించిన వారు లేరు. కారణం... డిక్టేటర్లో ఒకేసారి వీరాన్ని- హాస్యాన్ని, వీరాన్ని- కరుణాన్ని చూపించాడు. అనేక సార్లు బ్రహ్మానందం గారు ఆ స్థాయిలో నటిస్తుంటారు.

'అదుర్స్' సినిమాలో ఆయనొక వృద్ధ పురోహితుడిగా ఉండి, ఒక యవ్వనవతి అయిన అమ్మాయిని ఆకాంక్షిస్తున్నటువంటి ఆ హావభావాలు... 'తాతలనాటి క్షేత్రములన్ని తెగనమ్మి దోసిలతో తెచ్చి పోసినాను' అని మేం చిన్నప్పుడు చూసిన సుబ్బిశెట్టి పాత్రను తలపించాడు. వాక్కు, నటన, హావభావాలు, మనస్సు, స్నేహభావం, కరుణార్ద్రత ఇవన్నీ మనిషికి ఉంటేనే వ్యక్తిత్వం పరిమళిస్తుంది. మనిషి చనిపోయినా కూడా తిరిగిలేచేదానిని మనం వ్యక్తిత్వం అంటాం. అలాంటి తిరుగులేని వ్యక్తిత్వం ఉన్న వ్యక్తి బ్రహ్మానందం అని చెప్పగలను.

బ్రహ్మానందం గారు కేవలం నటుడు కాదు. ఆయన వక్తృత్వానికి గనుక పదును పెట్టి బయటకు తెస్తే, ఇవాళ యువకుల వ్యక్తిత్వ నిర్మాణానికి మంచి సందేశం ఇవ్వగలరు. వ్యక్తిత్వాన్ని భాసింపజేసే పర్సనాల్టీగా ఆయన వస్తే, ఒక నటుడిగా ఆయనకున్న అభివ్యక్తి, కీర్తి, ప్రాచుర్యం అన్నీ కలిసి సమాజానికి హితవు చేయగలరు.

కత్తి పద్మారావు
కవి, పండితుడు

హ్యూమరిజం + హ్యూమనిజం = బ్రహ్మానందం!

ఈ లోకంలో మనం పడిపోతే నవ్వాలని చూసేవాళ్ళు చాలామంది! మనల్ని నవ్వులపాలు చేయాలని చూసేవాళ్ళు కూడా చాలామంది!

కానీ మనలో నవ్వులు విరబూయించాలని ప్రయత్నించేవాళ్ళు అతికొద్ది మందే! అలాంటి అతికొద్దిమందిలో అగ్రగణ్యుడాయన!

"నవ్వడం ఒక భోగం నవ్వించడం ఒక యోగం!" అయితే - ఆ యోగాన్ని ఔపోసన పట్టిన యుగపురుషుడు ఆయన!!

తెలుగు సాహిత్యాన్ని పుక్కిట పట్టి, మిమిక్రీ కళలో అందె వేసిన చేయిగా ఎదిగి, మాటలతో, హావభావ విన్యాసాలతో తెలుగు తెరపై 'నవ్వుల పంట'ను ఇబ్బడిముబ్బడిగా పండిస్తున్న 'హాస్యపు రైతు' ఆయన!!!

అంతేనా- వన్నెల వెండితెరపై తన అభినయంతో హాస్యపు సౌధాలను నిర్మిస్తున్న 'నవ్వుల ఇంజనీర్' ఆయన!!!!

పాత్రలలో పరకాయ ప్రవేశం చేసి కోట్లాది ప్రేక్షకుల ముఖాల్లో చిరునవ్వులను ప్రసాదించిన 'హాస్యో థెరపిస్ట్' ఆయన!!

ఆలోచనలో, జీవన తాత్వికతలో బ్రహ్మజ్ఞానాన్ని సాధించి ఆచరణలో, సినీకళా ప్రపంచంలో ఆనందసారాన్ని పంచుతున్న మన కాలపు 'హాస్యరుషి' ఆయన! తనను సృష్టించిన బ్రహ్మకు సైతం ఆనందాన్ని అందిస్తున్న మహా కళాకారుడు.

మామిడి హరికృష్ణ

సంచాలకులు,

సాంస్కృతిక శాఖ, తెలంగాణ

బ్రహ్మ ఆనందమితడు

తెలుగు వెండితెర వెలిగిన
నవ్వుల బంగారు కొండ యితడు
బ్రహ్మానందుడితడు..
అమ్మ కడుపున వీడు పడక ముందే
బ్రహ్మను పడిపడి నవ్వించిన బాలుడు
ఇతడు
బ్రహ్మ ఆనందమితడు
యెవ్వరెవ్వరెవ్వరింక లేరు నీకు సాటి
నిన్నమొన్న నువ్వు ఆడుకున్న పాత్ర నేడు
నీకు పోటీ
రేపు రేపు రేపు రేపు నీకు ఎవరితోను పోటీ
లేదు నీకు యిరగదీసినట్టి పాత్ర పోటీ

సుద్దాల అశోక్ తేజ
సినీ గీత రచయిత

హాస్యంలో హిమాలయ శిఖరం...

సృష్టికర్త బ్రహ్మ బ్రహ్మానందంగా తెలుగు చలనచిత్ర పరిశ్రమకి ఇచ్చిన వరం శ్రీ కన్నెగంటి బ్రహ్మానందం గారు. తెలుగు సినీ 'చరిత్ర'లో వారిది ఒక పేరాగ్రాఫో, పేజీనో కాదు - అనేకానేక పేజీలు సాగే ఓ అధ్యాయం. తనదైన వరవడి, తనదైన ఎక్స్‌ప్రెషన్, తనదైన డైలాగ్ డెలివరీ బ్రహ్మానందం గారిని హాస్యనటీనట వర్గంలో రారాజుని చేశాయి. రేలంగి వెంకట్రామయ్య గారి తర్వాత 'పద్మశ్రీ' పురస్కారాన్ని పొందేట్టు చేశాయి.

బ్రహ్మానందంగారి నటన గురించి వివరించడం అంటే, సూర్యుణ్ని అద్దంలో చూపించడం లాంటిదే. ప్రతీ పాత్రలోనూ జీవం నింపే నటుడాయన. హాస్యాన్ని అపహాస్యంగా కాక హాస్యంగానే పండించగల కృషీవలుడాయన.

రేలంగి గారు మూర్తీభవించిన హాస్యం (embodiment of humour) అయితే బ్రహ్మానందం గారిది సృజనాత్మకమైన హాస్యం. అది slapstick humour కాదు. రేలంగి గారిని చూడగానే నవ్వొస్తుంది. ఆయన మాట, నడక, ముఖకవళికలూ అన్నీ ప్రేక్షకుల్ని రంజింపజేస్తాయి. బ్రహ్మానందం గారిది అలా కాదు... ప్రతి ఎక్స్‌ప్రెషన్ వెనుక అనంతమైన కృషీ పట్టుదలా ఉన్నాయి. ఆయన 'వక్త'గా స్టేజీ మీద నిలబడి మాట్లాడుతోంటే, అక్కడ మనకి బ్రహ్మానందం కనిపించడు. ఓ లోతైన మేధావి కనిపిస్తాడు. అపారమైన విజ్ఞానం ఆయన స్వంతం. అందుకే ఆయన 'ఆత్మకథ'ని ఆయనే వ్రాయాలని అన్నాను. దాదాపు మేమిద్దరం ఓ యాడాదో రెండేళ్ళో అటూ ఇటూగా సినీ పరిశ్రమలోకి వచ్చాం. గత 33 సంవత్సరాలుగా ఆయనతో పాటు నేనూ పయనం సాగిస్తూ ఆయన్ని గమనిస్తూనే ఉన్నాను. He is selfmade. మన తెలుగు పరిశ్రమ 'సగర్వంగా' చెప్పుకోగల నటీనటుల్లో బ్రహ్మానందం గారు కూడా ముందువరుసలోనే ఉంటారని చెప్పగలను.

భువన చంద్ర

సినీ గీత రచయిత

నటజ్ఞాని

బ్రహ్మానందం గారి గురించి చెప్పాలంటే, ఆయన గొప్ప హాస్యనటులు, హాస్య బ్రహ్మ అనే మాటల దగ్గర ఆపటం నాకిష్టం ఉండదు.

ఎందుకంటే బ్రహ్మానందంగారు హాస్యనటులు మాత్రమే కాదు, మహానటులు.

భారతదేశం గర్వించదగ్గ మహానటుల్లో ఆయన ఒకరు. అవసరమైతే ఒక వాక్యం డైలాగులోనైనా పదం పదానికీ ఎక్స్‌ప్రెషన్ మార్చగలిగిన మహానటుడు ఆయన.

అంతటి స్థాయి నటులు ఈ తరంలో భారతదేశంలో మొత్తం గాలించినా అతి కొద్దిమంది మాత్రమే ఉంటారు. వారిలో బ్రహ్మానందం గారు కూడా ఉన్నారని ప్రపంచంలో ఉన్న ప్రతి తెలుగువాడూ గర్వంగా చెప్పుకోవచ్చు. దానికి ఉదాహరణగా, ఆయన సినిమాల్లో ఏ సినిమానైనా తీసుకోవచ్చు.

దాదాపు వెయ్యి సినిమాల దాకా చేశారు బ్రహ్మానందంగారు...

అందులో ఏ సినిమానైనా నేను చెప్పిన దానికి ఉదాహరణగా తీసుకోవచ్చు.

ఒక్క మాటలో చెప్పాలంటే... గురువుగా జీవితాన్ని ప్రారంభించి, గురు స్థానాన్ని సాధించిన నటజ్ఞాని బ్రహ్మానందం గారు.

బుర్రా సాయిమాధవ్

సినీ రచయిత

వినీలాకాశంలో జయకేతనం

మూడున్నర దశాబ్దాలుగా అవిరళంగా సాగుతూ.. సహస్ర సంఖ్య నధిగమించి, ప్రపంచ రికార్డులను ఛేదించి 'గిన్నీస్ బుక్ ఆఫ్ రికార్డ్స్'లో అగ్రస్థానం సాధించి, నేటికీ కొనసాగుతున్న- శ్రీ బ్రహ్మానందంగారి సినీ ప్రస్థానం నిజంగా నిరుపమానం.

రసాస్వాదనం రాశీ భూతమైతే

అది శ్రీ బ్రహ్మానందం గారు

హాస్యరసం మూర్తిమంతమైతే

అది శ్రీ బ్రహ్మానందం గారు

సంస్కారం సాకారమైతే

అది శ్రీ బ్రహ్మానందం గారు

వారి పరిచయ భాగ్యం- నా జన్మాంతర సుకృతం.

వారి అభిమానం- నాకు- కనకనగ సమానం

సర్వేశ్వరుడు, వారిని సదా చల్లగా చూడాలని కోరుకుంటూ...

కోటి అభిమానుల్లో నేనొకడిగా..

శివశక్తి దత్తా

సినీ రచయిత

బ్రహ్మానందం నటుడు కాదు 'బ్రహ్మానందం'

తెలుగుసీమలో ఆ పేరు వింటే చాలు, ముఖంపైన విలువైన నవ్వు వెల్లివిరుస్తుంది. తెలుగు సినిమాలో నవ్వుల పువ్వులు పూయించే హాస్యోద్యానవన తోటమాలి బ్రహ్మానందం. ఆయన మనసు ఒక పూదోట. అన్ని రకాల పూవులు ఎన్నో రంగుల పూవులు, ఎన్నెన్నో సువాసనల పూవులు పూసే ఆనందవనం. ఆ పూల రంగులు వాసనలు ముఖాన ప్రకటించగలిగే ఆ మనసే పూదోట.

మనసులో అనుకున్న భావం ముఖంలో కనిపింపజేయడం నటనా, సహజ ప్రతిభా, దర్శకుడి శ్రమ శక్తి, నిర్మాత ధనశక్తి, ప్రేక్షకుల సహనశక్తా లేక మరింకేదైనానా? మనసులో ఆనందం లేకపోతే ముఖాన ఆనందం కనిపించదు. ఒక్కముఖాన మౌనంగా కూడా పలికే ఆనందం వేలాది, లక్షలాది ముఖాల్లో ప్రతిధ్వనించాలంటే ఆ మనసులో ఎంత ఆనందం నిండి ఉండాలి? ఊహించడం కష్టం. ఊహించాలన్న ఊహ కూడా రాదు.

అందుకే నాకు బ్రహ్మానందం నటుడు కాదనిపిస్తుంది. మంచి నటుడు అసలే కాదనిపిస్తుంది. అతను మనిషేమోననుకుంటాను ఆయన నటించడు. నటించొద్దు కూడా. బ్రహ్మానందం బ్రహ్మానందంలా ఉంటే చాలు. అదే బ్రహ్మానందం.

ఆ మనిషిలోని – 'మంచితనం' నూరేళ్లు వర్ధిల్లాలి. ఆయన సహజ బ్రహ్మానంద యోగం నిరంతరం వర్ధిల్లాలి. ఆయన వల్ల లక్షలాదిమందికి రక్తపోటు తగ్గాలి, గుండెపోట్లు ఆగాలి. రోగాలు మరిచే యోగాలు రావాలి. భోగాలకు మించిన ఆనందం, ఆనందంగా ఆయన పంచే హాస్యరసామృతం అందరూ తాగాలి. గాలిలో కూడా ఆయన నవ్వుల పువ్వులు ఉయ్యాలలూగాలి అని కోరుకుంటూ – బ్రహ్మానందం పంచిన నవ్వులనే కోట్లాది పువ్వుల్లో ఒక నవ్వును నేను.

మాడభూషి శ్రీధర్
పూర్వ కమిషనర్, కేంద్ర సమాచార శాఖ

ఇండియన్ చాప్లిన్

చిన్న ఝరం గిరులు దూకి జీవనదిగా మారినట్లు,
బీజం మట్టిపొర చీల్చి భూజంగా ఎదిగినట్లు,
చుక్క ఎదిగి ఎదిగి పూర్ణ సుధాంశునిగ మారినట్లు,
పరమాణువు ఎదిగి మహాపర్వతముగ మారినట్లు,
సరసి మహా తపమొనర్చి సంద్రంగా మారినట్లు...

నారాయణ రెడ్డిగారు రాసిన ఈ కవిత బ్రహ్మానందం గారి నట ప్రస్థానాన్ని వ్యాఖ్యానించేందుకు చక్కగా సరిపోతుంది. చెక్కలను చెక్కే సామాజిక నేపథ్యం నుంచి వచ్చి, జనాలని కడుపు చెక్కలయ్యేలా నవ్విస్తున్న కన్నెగంటి బ్రహ్మానందాచారి ఎట్లా తనను తాను చెక్కుకున్నారు? కాల పరీక్షకు నిలబడి తన ప్రభావాన్ని అంత కంతకు ఎట్లా పెంచుకున్నారు? ఆయన చేరుకున్న గమ్యం ఎంత గొప్పది? ఆయన సాగించిన గమనం ఇంకెంత గొప్పది? విశ్లేషించవలసిన సందర్భం.

ముప్పై ఐదు సంవత్సరాలుగా ప్రభావశీలంగా ఉండటమే కాకుండా తన స్టార్డంను అప్రహతిహతం కొనసాగించడం బ్రహ్మానందం గారు సాధించిన ఒక అసాధారణ విజయం. ఆరు పదులు సమీపిస్తున్న దశలో సాఫ్ట్వేర్ ఇంజనీరు బ్రహ్మీగా నటించి ఇప్పటి ఐటీ తరాన్ని సైతం పడీ పడీ నవ్వేలా చేయగలిగారు.

లౌడ్‌గా కాకుండా సటిల్‌గా కూడా బ్రహ్మానందం ఎట్లా నవ్వించగలడో రాంగోపాల్ వర్మ కొంతవరకు చూపించగలిగాడు. ఆ తర్వాత అదీ మూసగా మార్చేసారు. ఈ మూసను భరిస్తూ తనలోని నటుడు ఎంత హింసను అనుభవించాడో బ్రహ్మానందం గారు చెప్తే వినాలని ఉన్నది. ప్రేక్షకుల కండ్లల్లో నీళ్ళు వచ్చేలాగా కడుపుబ్బా నవ్వించిన బ్రహ్మానందం గారు తెరవెనుక కార్చిన కన్నీటి విలువ తెలియ జేయడానికి ఆయన తన జీవిత కథను రాయాలి.

దేశపతి శ్రీనివాస్

గీత రచయిత, గాయకుడు

హుందాగా హాస్యం

చాలామంది హాస్యనటులు, ఆంగికంతో, వాచికంతో మెప్పిస్తారు. కానీ సాత్వికంతో కూడా మెప్పించగల నటులు లేకపోలేదుగానీ, తక్కువ. రేలంగిలో ఆ లక్షణాలుండేవి. బ్రహ్మానందంలో కూడా అది కనిపిస్తుంది. నిజానికి బ్రహ్మానందం సిసలు కామెడీ నటుడు కారు. పాత సినిమాల్లోలా హీరోకు సహకరిస్తూ, సంస్కృత నాటకాల్లో 'వసంతుడు', 'విదూషకుడి'లా హీరోకు సహాయపడే ఉపనాయకుడూ కాదు. ఆయనకు వచ్చిన పాత్రలు కూడా అన్నీ ఉదాత్తమైనవీ కావు. ఎన్నోసార్లు పెళ్లాన్ని బాధించి అవమానించే మేల్ షావనిస్టుగా ఉంటారు. కొన్నిసార్లు విలన్లకు, హీరోలకు మధ్య ఉండే విలనీ లక్షణాలతో ఉంటారు. అరుదుగా మాత్రం హీరోతో కలిసి కామెడీ హీరోయిజం ప్రదర్శిస్తారు. 'దూకుడు'లోనూ నవరసనటనా ప్రదర్శనకు అవకాశం దొరికినప్పుడు దాన్ని అద్భుతంగా వాడుకున్నారు. ఇక్కడ విచిత్రమైన విషయమేమిటంటే, విలన్ గా ప్రేక్షకుల ఆగ్రహాన్ని పొందాల్సిన పాత్ర కాస్తా వినోదంగా మారిపోయి, అతని రాకకోసం ఎదురుచూసేలా చెయ్యడం. బ్రహ్మానందం గారిలో ఉన్న గొప్పతనమంతా, ఇందులోనే, అంటే ప్రేక్షకులు ఆయన రాకకోసం ఎదురుచూడ్డంలోనే ఉంది. సినిమాలో హీరో ఎంత పిచ్చి అభిమానులున్న వాడైనా, బ్రహ్మానందం కోసం వేచి ఉండడం, అతని దృశ్యాలను మరీ మరీ చూసుకుని, చెప్పుకుని, జనం ఆనందించడం ఆయన సాధించిన విజయం. తెలుగు సినిమా రంగం బ్రహ్మానందంగారి ప్రతిభను పూర్తిగా వినియోగించగలిగిందా అంటే అనుమానమే. ఆయనకు వైవిధ్యభరితమైన పాత్రలు లభించలేదని కాదు. కానీ అవన్నీ తెలుగు సినిమా మార్కు హాస్యమనే పరిమితిలోని వైవిధ్యాలే. చాప్లిన్ ఒక 'మూకీ'సినిమా ఆయనకోసం ఎవరైనా తీస్తే, నిజమైన ట్రాజెడీలో కామెడీని చూపించగల కథ ఆయనకు దొరికితే, ఖచ్చితంగా తన ప్రతిభను ఆయన నిరూపించుకోగలుగుతారు.

మృణాళిని

సాహిత్యవేత్త, కాలమిస్టు

రియల్ హీరో బ్రహ్మానందం

డా. కన్నెగంటి బ్రహ్మానందం గారు తక్కువ వ్యవధిలో అత్యధిక చిత్రాలలో నటించి తిరుగులేని రికార్డు నెలకొల్పిన ఘనత ఆయనకు దక్కిందని అందరికీ తెలుసు. బ్రహ్మానందం గారు మానవతా వాది. పేద విద్యార్థులకు, పేద కళాకారులకు సహాయ సహకారాలు అందించే వ్యక్తే కాకుండా సంస్కారవంతుడు, వేదాంత తత్వం గలవాడు. అలవోకగా ప్రాచీన సాహిత్యంలోని పద్యాలు చెప్పగల ప్రావీణ్యత గలవాడు.

ఇతను హీరో కాదు- హాస్యనటుడు. హీరోలకు అభిమాన సంఘాలుంటాయి. అందరి హీరోల అభిమాన సంఘాలు కలిపితే బ్రహ్మానందం గారి అభిమాన సంఘమవుతుంది. అందుకే బ్రహ్మానందం రియల్ హీరో.

బ్రహ్మానందం గారి నిర్మలమైన మనస్సులాగే భాగ్యనగరంలోని వారిల్లు ధవళవర్ణంలో మెరుస్తూ చూడగానే మనస్సుకు హాయిగొలుపుతుంది. లోపలికి అడుగు పెట్టగానే నిలువెత్తు వేంకటేశ్వరస్వామి వారి బొమ్మ ఆధ్యాత్మిక పరిమళాలు వెదజల్లుతుంది. తమ హాస్యంతో తెలుగువారిలో విశిష్టస్థానం పొందిన బ్రహ్మానందం గారి గురించి ఎంత చెప్పినా తక్కువే. అనేక విశిష్ట పురస్కారాలు ఆయన్ను వరించడంలో ఆశ్చర్యం లేదు.

వంశీ రామరాజు
వేగేశ్న ఫౌండేషన్, వంశీ ఇంటర్నేషనల్
వ్యవస్థాపకులు

Ānvīkṣhikī™

Publishers

ఆన్వీక్షికి ప్రచురణలు

- ఇన్ ది మూడ్ ఫర్ లవ్ -కథలు — డిసెంబర్ 2018 — వెంకట్ శిద్దారెడ్డి
  అపర్ణ తోట

• • •

- సోల్ సర్కస్ -కథలు — ఏప్రిల్ 2019 — వెంకట్ శిద్దారెడ్డి
- సినిమా కథలు -కథలు — ఏప్రిల్ 2019 — వెంకట్ శిద్దారెడ్డి
- లాంగ్ మార్చ్ - నవల — జూన్ 2019 — పెద్దింటి అశోక్ కుమార్
- మధురాంతకం నరేంద్ర కథలు — ఆగష్టు 2019 — మధురాంతకం నరేంద్ర

నాలుగుకాళ్ళ మండపం

- కాశీభట్ల వేణుగోపాల్ నవలలు (నేనూ-చీకటి, తపన, దిగంతం) — సెప్టెంబర్ 2019 — కాశీభట్ల వేణుగోపాల్

Twilight Series-1

- శివసాగర్ కవిత్వం — సెప్టెంబర్ 2019 — సంపాదకత్వం - డా. గుఱ్ఱం సీతారాములు
- సినిమా ఒక ఆల్కెమీ - సినిమా వ్యాసాలు — అక్టోబర్ 2019 — వెంకట్ శిద్దారెడ్డి
- లెటర్స్ టు లవ్ - ప్రేమ లేఖలు — అక్టోబర్ 2019 — కడలి సత్యనారాయణ
- అనగనగా ఒక సినిమా - సినిమా వ్యాసాలు — అక్టోబర్ 2019 — కె.పి. అశోక్ కుమార్
- తెలుగాంగ్ల మిశ్రసమాసనిఘంటువు — నవంబర్ 2019 — పులికొండ సుబ్బాచారి
- పొగమంచు అడవి - కథలు — నవంబర్ 2019 — కుప్పిలి పద్మ

• నూరేళ్ళ తెలుగు కథ - వ్యాసాలు	నవంబర్ 2019	మహమ్మద్ ఖదీర్ బాబు
• సిరా -నవల	నవంబర్ 2019	రాజ్ మాదిరాజు
• బోల్డ్ & బ్యూటిఫుల్ -కథలు,	నవంబర్ 2019	అపర్ణ తోట
• కచ్చితంగా నాకు తెల్సు -కథలు	డిసెంబర్ 2019	వంశీ
• రష్యన్ క్లాసిక్స్ -కథలు	డిసెంబర్ 2019	సంపాదకత్వం - కూనపరాజు కుమార్
• #మీ టూ -కథలు	డిసెంబర్ 2019	సంపాదకత్వం - కుప్పిలి పద్మ
• 16 తొలిప్రేమ కథలు -కథలు	డిసెంబర్ 2019	సంపాదకత్వం - వెంకట్ శిద్దారెడ్డి - సిద్ధార్థ కట్టా
• ఆత్మనొక దివ్వెగా - నవల	డిసెంబర్ 2019	మూలా సుబ్రహ్మణ్యం
• చిదంబర రహస్యం - కథలు	డిసెంబర్ 2019	జనార్దన మహర్షి

• • •

• వీరయ్య - నవల	ఆగష్టు 2020	కృష్ణ గుబిలి అనువాదం - గురుమూర్తి గుబిలి
• పాట్నా ఒక ప్రేమకథ - నవల	ఆగష్టు 2020	అబ్దుల్లా ఖాన్ - అరిపిరాల సత్యప్రసాద్
• అసత్యానికి ఆవల - నవల	అక్టోబర్ 2020	కాశీభట్ల వేణుగోపాల్
• సెలయేటి సవ్వడి (కవిత్వం 2006-2014)	అక్టోబర్ 2020	మూలా సుబ్రహ్మణ్యం
• శప్తభూమి - (రాయలసీమ చారిత్రక నవల)	అక్టోబర్ 2020	బండి నారాయణస్వామి
• యారాడ కొండ - (ఆట బహుమతి పొందిన నవల)	నవంబర్ 2020	ఉణుదుర్తి సుధాకర్
• మనోధర్మపరాగం - (ఆట బహుమతి పొందిన నవల)	నవంబర్ 2020	మధురాంతకం నరేంద్ర

• • •

• స్వప్నలిపి - కవిత్వం	జనవరి 2021	అజంతా
• చెంపదెబ్బ ఫిలాసఫీ - (నా ఇష్టం 2.0)	జనవరి 2021	రామ్‌గోపాల్ వర్మ
• ఊరికి దక్షిణాన... - నవల	జనవరి 2021	మానస ఎండ్లూరి
• సినిమా సినిమా సినిమా	ఫిబ్రవరి 2021	వెంకట్ శిద్దారెడ్డి
• నాకు నేను రాసుకున్న ప్రేమలేఖ - కవిత్వం	ఫిబ్రవరి 2021	జనార్దన మహర్షి
• గర్భగుడిలోకి - నవల	ఫిబ్రవరి 2021	జనార్దన మహర్షి

• హరివిల్లు	మార్చి 2021	హరిబాబు మద్దుకూరి
• రెండు కలల దేశం- (దళిత బహుజన తాత్విక నవల)	జూన్ 2021	బండి నారాయణస్వామి
• మీ రాజ్యం మీరేలండి -(దళిత బహుజన తాత్విక నవల)	జూన్ 2021	బండి నారాయణస్వామి
• గద్దలాడతండాయి - (దళిత బహుజన సామాజిక నవల)	జూన్ 2021	బండి నారాయణస్వామి
• అంటరాని వసంతం - నవల	జూన్ 2021	జి. కళ్యాణరావు
• గ్యాంగ్స్ ఆఫ్ బెంగుళూరు - బయోగ్రఫీ	జూలై 2021	అగ్ని శ్రీధర్ అనువాదం - సృజన్
• ఎందరో మహానుభావులు - బయోగ్రఫీస్	జూలై 2021	తనికెళ్ల భరణి
• గుండెలో వాన - కతలు	జూలై 2021	పెద్దింటి అశోక్ కుమార్
• మీలో ఒకరి కథ - నవల	జూలై 2021	బ్రహ్మ బత్తులూరి
• ధావ్లో - గోర్ బంజారా కథలు	జూలై 2021	రమేశ్ కార్తీక్ నాయక్
• మనోవల్మీకం	ఆగష్టు 2021	డాక్టర్ పేరం ఇందిరా దేవి
• నా ఇష్టం	ఆగష్టు 2021	రామ్ గోపాల్ వర్మ
• నువ్వెళ్లిపోయాక (ఆంథాలజీ ఆఫ్ బ్రేకప్ లవ్ స్టోరీస్)	అక్టోబర్ 2021	సంపాదకత్వం - స్వాతికుమారి బండ్లమూడి - అరిపిరాల సత్యప్రసాద్
• దళిత్ డైరీస్ (బయోగ్రఫీస్)	అక్టోబర్ 2021	కొమ్ము రజిత
• యోధ - నవల	నవంబర్ 2021	బాలాజీ ప్రసాద్
• అరుగు కథలు	నవంబర్ 2021	నక్షత్రం వేణుగోపాల్
• కడలి కథలు	నవంబర్ 2021	కడలి సత్యనారాయణ
• శ్మశానానికి వైరాగ్యం - కథలు	నవంబర్ 2021	జనార్ధన మహర్షి
• వెన్నముద్దలు - (కవిత్వం)	నవంబర్ 2021	జనార్ధన మహర్షి
• ముజఫర్‌నగర్‌లో దీపావళి (అనువాద కథలు)	డిసెంబర్ 2021	తనూజ్ సోలంకి అనువాదం - జ్వలిత
• అన్‌టైటిల్డ్ - మ్యూజింగ్స్	డిసెంబర్ 2021	స్వరూప్ తోటాడ
• కథలు ఇలా కూడా రాస్తారు	డిసెంబర్ 2021	మొహమ్మద్ ఖదీర్ బాబు
• ఏలూరు రోడ్ ఆత్మగీతం	డిసెంబర్ 2021	తాడి ప్రకాష్

• • •

• మంచు కరిగాక (కవిత్వం)	జనవరి 2022	విన్నకోట రవిశంకర్
• కలెనేత అత్మకథ	జనవరి 2022	బల్ల సరస్వతి
• కథా సంగమం- ప్రపంచ అనువాద కథలు	ఫిబ్రవరి 2022	ఎ.యం. అయోధ్యారెడ్డి
• ఒంటరి శిఖరాలు (కథలు)	మార్చి 2022	మధురాంతకం నరేంద్ర

• వెలిగే అమావాస్య (కవిత్వం)	మార్చి 2022	భూపసముద్రం హర్షవర్ధన్
• బాహుదా (బతుకు కథలు)	మార్చి 2022	బూదూరి సుదర్శన్
• స్వప్నజీవి (నవల)	మార్చి 2022	డా.వి.ఆర్. రాసాని
• ఇంటెలిజెంట్ ఇడియట్ (రీసెర్చ్ ఆర్టికల్స్ ఆన్ రామ్ గోపాల్ వర్మ)	మార్చి 2022	డా. ప్రవీణ్ యజ్జల
• ప్రేమ రాగం వింటావా! కథలు	మార్చి 2022	కుమార్ కూనపరాజు
• తమిళ అనువాద కథలు	మే 2022	గౌరీ కృపానందన్
• అసంగతం (నవల)	మే 2022	కాశీభట్ల వేణుగోపాల్
• Dead Knowledge	మే 2022	Chinmayi Pole
• శూన్యం (నవల)	మే 2022	ముక్తవరం పార్థసారథి
• తనలో నన్ను కథలు	మే 2022	పాణిని జన్నాభట్ల
• లోపలి దారి	జూన్ 2022	రచయిత: సౌభాగ్య సంపాదకత్వం: ఏ. గంగారెడ్డి
• చార్మినార్ కథలు	జూలై 2022	పరవస్తు లోకేశ్వర్
• 'జనా'పదాలు కవిత్వం	జూలై 2022	జనార్దన మహర్షి
• మానుషి కథలు	ఆగష్టు 2022	శాంతిశ్రీ బెనర్జీ కథలు
• వాళ్ళు పాడిన భూపాలరాగం (కథలు-కవితలు-సమీక్షలు)	ఆగష్టు 2022	పి. శ్రీదేవి
• వర్ణలిపి	అక్టోబర్ 2022	పెరుగు రామకృష్ణ
• శూన్యం నుండి శిఖరాగ్రాలకు	అక్టోబర్ 2022	జర్నలిస్ట్ ప్రభు
• The Last Emperor of South India	నవంబర్ 2022	Vijaya Kumar Neelayapalem
• యెర్రగబ్బిలాల వేట	డిసెంబర్ 2022	డాక్టర్ ఇంద్ల చంద్రశేఖర్
• యువ (40 ఉత్తమ కథలు)	డిసెంబర్ 2022	సంపాదకులు వేంపల్లె షరీఫ్
• విత్ యువర్ పర్మిషన్	డిసెంబర్ 2022	గీతాంజలి (డా.భారతి)
• మిస్టర్ మొహమాటం	డిసెంబర్ 2022	మురళి సర్కార్
• సీతాపహరణం	డిసెంబర్ 2022	విజయ్ శేఖర్ ఉపాధ్యాయుల
• పోస్ట్ చెయ్యని ఉత్తరాలు	డిసెంబర్ 2022	శ్వేతా లక్ష్మీపతి
• శూన్యంలో పూలు కథలు	డిసెంబర్ 2022	మూలా సుబ్రహ్మణ్యం
• పార్వేట	డిసెంబర్ 2022	సురేంద్ర శీలం
• నల్ల వంతెన	డిసెంబర్ 2022	నాగేంద్ర కాశి
• సినిమా మ్యూజింగ్స్	డిసెంబర్ 2022	స్వరూప్ తోటాడ
• కేరాఫ్ బావర్చి	డిసెంబర్ 2022	చరణ్ పరిమి
• మానభంగం	డిసెంబర్ 2022	బాలాజీ ప్రసాద్
• శ్రీగీతం (నవల)	జనవరి 2023	నక్షత్రం వేణుగోపాల్
• నవమేఘన (కవితా సంపుటి)	ఫిబ్రవరి 2023	కనకాల రవికుమార్

• విశ్వవిహారం (యాత్రా కవితలు)	ఫిబ్రవరి 2023	దేవీ ప్రసాద్ జువ్వాడి
• నజరానా (కవితలు)	ఫిబ్రవరి 2023	డా. ఎండ్లూరి సుధాకర్
• నేనూ-చీకటి	ఫిబ్రవరి 2023	కాశీభట్ల వేణుగోపాల్
• తపన	ఫిబ్రవరి 2023	కాశీభట్ల వేణుగోపాల్
• దిగంతం	ఫిబ్రవరి 2023	కాశీభట్ల వేణుగోపాల్
• వెన్నెల్లో చీకటి రహస్యం కథలు	ఏప్రిల్ 2023	పైడిపల్లి సత్యానంద్
• త్రిభుజపు నాలుగో కోణం	ఏప్రిల్ 2023	ఆడెపు లక్ష్మీపతి
• డా. సుద్దాల అశోక్‌తేజ కొమురం భీముడో...	ఏప్రిల్ 2023	సంపాదకత్వం ఎం. విప్లవకుమార్
• ప్రపంచ సినిమా చరిత్ర	ఏప్రిల్ 2023	అరిపిరాల సత్యప్రసాద్
• సంగతి (కథలు-కవితలు)	మే 2023	తెలుగు సొసైటీ ఆఫ్ అమెరికా
• సత్యాన్వేషి చలం	జూన్ 2023	డా. వాడ్రేవు వీరలక్ష్మీదేవి
• ఇంతియానం	జూలై 2023	సంపాదకత్వం: స్వర్ణ కిలారి
• రాగ సాధిక	జులై 2023	కె.ఎన్ మల్లీశ్వరి
• ఆల్గోరిథమ్	సెప్టెంబర్ 2023	మధు చిత్తర్వు
• అవతలిగట్టు	సెప్టెంబర్ 2023	దేవులపల్లి కృష్ణమూర్తి
• చీకటి రోజులు	సెప్టెంబర్ 2023	అంపశయ్య నవీన్
• సంగతి - 2	సెప్టెంబర్ 2023	తెల్సా కథకులు
• స్పర్శ రేఖలు	సెప్టెంబర్ 2023	కాశీభట్ల వేణుగోపాల్
• నేను	నవంబర్ 2023	డా. బ్రహ్మానందం
• ME	నవంబర్ 2023	Dr. Brahmanandam